मस्त वाढवू मुले

मुलांच्या बौद्धिक, शारीरिक आणि सर्वांगीण विकासासाठी

मस्त वाढवू मुले

मुलांच्या बौद्धिक, शारीरिक आणि सर्वांगीण विकासासाठी

डॉ. हेमंत जोशी

डॉ. अर्चना जोशी

डायमंड पब्लिकेशन्स

मस्त वाढवू मुले

डॉ. हेमंत जोशी, डॉ. अर्चना जोशी

Mast Wadhavu Mule

Dr. Hemant Joshi, Dr. Archana Joshi

© डायमंड पब्लिकेशन्स

डायमंड प्रथम आवृत्ती : २०११

ISBN 978-81-8483-376-8

अक्षरजुळणी : अक्षरवेल, पुणे

मुखपृष्ठ : शाम भालेकर

मुद्रक
Repro India Limited, Mumbai.

प्रकाशक
डायमंड पब्लिकेशन्स
१२५५ सदाशिव पेठ
लेले संकुल, पहिला मजला
निंबाळकर तालमीसमोर
पुणे ४११ ०३०. ☎ ०२० – २४४५२३८७
diamondpublications@vsnl.net
www.diamondbookspune.com

प्रमुख वितरक
डायमंड बुक डेपो
६६१ नारायण पेठ, अप्पा बळवंत चौक
पुणे ४११ ०३०. ☎ ०२० – २४४८०६७७

मूल्य : ₹ १५०

अनुक्रम

मनोगत

जन्मत: सर्व मुले निरागस असतात. कोण गुन्हेगार, कोण आदर्श व्यक्ती होणार हे आपण त्यांचे संगोपन कसे करतो यावर हे ठरते.

सावरकर, टिळक, आगरकरांसारखे देशासाठी जीव देतात. कुणी आत्महत्या, बलात्कार, चोरी करतात.

शिवाजी महाराजांनी १६ व्या वर्षी मराठी साम्राज्य स्थापन केले. पहिले बाजीराव 'पेशवे' झाले तेव्हा ते १७ वर्षांचे होते. त्यांनी मराठी साम्राज्य भारतभर फैलावले. आपली मुले शिवाजी महाराज, बाजीराव, यांच्या सारखी व्हावी म्हणून हे पुस्तक.

आपल्या देशाच्या सीमा मराठ्यांनी म्हणजे आपल्या पूर्वजांनी आखल्या आहेत.

मराठ्यांच्या म्हणजे आपल्या पूर्वजांच्या इतिहासापासून मुलांनी हे धडे घ्यावे.

(१) काही ध्येय ठरवावे, त्यासाठी आयुष्यभर काम करावे.

(२) कुणाशी भांडू नये. भाऊबंदकी करू नये.

(३) उच्च तंत्रज्ञान वापरावे व जगावर राज्य करावे.

हे व्हावे ही श्रींची इच्छा आहे. मुले चांगली घडवायला हे पुस्तक घरोघरी हवेच.

संत रामदास स्वामी म्हणत...

> **जितुके काही आपुणासी ठावे।**
> **तितुके हळूहळू शिकवावे।**
> **शहाणे करून सोडावे। सकल जन।**

स्वामींच्या आज्ञापालनाचा हा प्रपंच.

आपण ही माहिती वाचून व सर्वांनी सर्व मुले चांगली घडवावी व यश पदरात घ्यावे, ही आपणांस प्रार्थना.

मुलामुलींनो, हे पुस्तक नीट वाचा. तुम्ही स्वत: छान व्हा व सर्वांना छान करा !

सुखी होण्यासाठी प्रार्थना

रोज सकाळी ही प्रार्थना म्हणावी.

आपल्या बुद्धिदात्या गणपतीचे / देवीचे / देवाचे डोळे मिटून स्मरण करा व मग ही प्रार्थना म्हणावी.

देवा / देवी मी तुझाच अंश आहे. माझा आजचा दिवस सुख-शांतीचा जाऊ दे.

त्यासाठी आमच्या पूर्वजांनी केलेले नियम पाळण्याची मला सद्बुद्धी दे.

ते नियम असे आहेत :

मी कुणाला इजा करणार नाही.

(मारून, शिव्या देऊन वा रागावून अगदी मनातल्या मनातसुद्धा मग मलाही कोणी इजा करणार नाही.)

मी नेहमी खरे बोलेन, चोरी करणार नाही.

सर्वांशी भाऊ बहिणींसारखे वागेन.

सर्व काही मला हवे असा मोह धरणार नाही.

मी स्वच्छ राहीन, शरीराने व मनानेही. काही खाण्याआधी व नंतर हात धुवेन.

देवाने ठेवले आहे तसे संतोषात राहीन.

स्वत:मध्ये प्रगती होण्यासाठी रोज काहीतरी काम करेन.

रोज काही तरी नवीन शिकेन. जो शिकवेल त्या गुरूचा आदर करेन.

माझ्याप्रमाणेच देव सर्वांमध्ये आहे. सर्वांचा मान ठेवेन.

याने माझा आजचा दिवस सुखात जाईल.

माझ्याप्रमाणेच :

(१) सर्वांना सुख लागो !

(२) सर्वांचे भले होवो !

(३) सर्वांचे आजार दूर होवोत !

(४) कुणाला दु:ख होऊ नये !

आम्ही एकत्र राहू, एकत्र खाऊ, एकत्र पिऊ, एकत्र मोठी-मोठी कामे करू, तेजस्वी होऊ !

कोणाचा राग, द्वेष करणार नाही. कोणी चुकला तर क्षमा करू. सर्व सुख-शांतीने राहू.

देवा आम्हाला अज्ञानाच्या अंधाराकडून ज्ञानाच्या प्रकाशाकडे,

असत्यापासून सत्याकडे व मृत्यूपासून अमरत्वाकडे ने !

चांगले विचार, चांगले शब्द व चांगली कामे करण्याची शक्ती दे !

आम्ही ही प्रार्थना रोज करू व सर्वांना शिकवू.

ॐ शांती ! शांती !! शांती !!!

विभाग पहिला

उपाय जन्मजात व्याधींवर

जन्मजात व्याधी जनुकीय दोषांमुळे निर्माण झालेल्या असू शकतात तशाच त्या जन्माच्या वेळच्या परिस्थितीमुळेही उद्भवलेल्या असू शकतात. गर्भाच्या वाढीच्या प्रक्रियेतील चुका किंवा गोंधळ हे ही अनेकदा जन्मजात व्याधींचं कारण असतं किंवा अनेक वेळा असे कोणतेही कारण दिसत नसतानाही जन्मजात व्याधी असू शकतात. अशावेळी गर्भवतीच्या आरोग्याची सर्वार्थाने काळजी घेणं हाच त्यावरचा अत्यंत महत्त्वाचा प्रतिबंधात्मक उपाय ठरतो.

वैद्यकीय हस्तक्षेपाची आवश्यकता असलेली व्यंग अथवा रोगाची कोणतीही अवस्था जन्मत:च असणं म्हणजे जन्मजात व्याधी असणं. आधुनिक वैद्यकशास्त्राच्या प्रगतीमुळे आता जन्मापूर्वीच अशा व्याधी ओळखता येणं शक्य झालं आहे. मात्र, अनेकदा जन्मानंतर लगेच किंवा काही वर्षांनीही अशा व्याधी लक्षात येऊ शकतात. अनेकदा त्या व्यक्तीच्या संपूर्ण आयुष्यात अशा व्याधी उघडकीला येतही नाहीत. जन्मजात व्याधी म्हणजे आनुवंशिक आजार नव्हेत; पण अशा व्याधींमागे जनुकीय कारणं असू शकतात. जन्मजात व्याधी जनुकीय दोषांमुळे निर्माण झालेल्या असू शकतात तशाच त्या जन्माच्या वेळच्या परिस्थितीमुळे उद्भवलेल्या असू शकतात. गर्भाच्या वाढीच्या प्रक्रियेतील चुका किंवा गोंधळ हे ही अनेकदा जन्मजात व्याधींचे कारण असते. अनेक वेळा असं कोणतंही कारण दिसत नसतानाही जन्मजात व्याधी असू शकतात.

जन्मजात व्याधी अनेक प्रकारच्या असू शकतात. त्यात शारीरिक व्यंग, रंग, शारीरिक अवयवांच्या अथवा जनुकीय पातळीवरील असाधारणता, अनियमितता असे अनेक प्रकार असू शकतात. एखाद्या शारीरिक अवस्थेला व्यंग म्हणायचं, की नाही याबाबत वाद असू शकतात. पण ढोबळमानाने सर्वसाधारण नसलेल्या शारीरिक स्थितीला व्यंग म्हटलं जातं. जन्मजात व्याधी जिवाला कमी - अधिक अपायकारक असू शकतात. ॲनन्सेफॅली या नावाने ओळखल्या जाणाऱ्या एका जन्मजात व्याधीत नवजात बालकांच्या मेंदूचा बराचसा भाग विकसित झालेलाच नसतो. अशा स्थितीत बाळ जगणं शक्यच नसतं. काही वेळा शरीरावर किंवा शरीरात गाठी (ट्यूमर्स) आढळून येतात. त्यांचं स्थान, आकार यावर ते किती धोकादायक आहे हे ठरतं. जन्मजात व्याधींमुळे प्रसूतीसाठी विशेष तंत्राचा अवलंब करण्यापासून अगदी नवजात बालकांवर शस्त्रक्रिया करण्यापर्यंत अनेक उपचार करावे लागतात. अर्भक मृत्यूच्या प्रमाणामध्ये जन्मजात दोष असल्याने जगू न शकलेल्या बालकांचं प्रमाण अधिक असतं.

जनुकीय दोष

मुलांचे गुण आई-बाबांसारखे असतात. माणसाची गुणसूत्रे अशी दिसतात. गुणसूत्रांद्वारे आई-बाबांचे गुण मुलांना मिळतात. प्रत्येक आई-बाबा प्रत्येकी २३ गुणसूत्रे मुलांना देतात.

सर्वात मोठ्या गुणसूत्राला १ नंबर दिला आहे. अशा २३ जोड्या असतात. (१ गुणसूत्र बाबांकडून व एक आईकडून मिळते. दोघांची एक जोडी होते. अशा प्रकारे आपल्यामध्ये २३ गुणसूत्रांच्या जोड्या असतात.)

२१ नंबरचे गुणसूत्र चुकून दोना ऐवजी तीन झाले म्हणजे आई बाबांकडून एका ऐवजी दोन गुणसूत्र मिळाले तर मुलामध्ये दोष उत्पन्न होतात. याला मंगोलिझम किंवा ट्रायसोमी २१ म्हणतात.

आई-वडिलांपैकी एकाला मधुमेह असेल तर मुलांना मधुमेह होण्याची शक्यता सुमारे २५ टक्के असते. दोघांनाही मधुमेह असेल तर ही शक्यता दुपटीने वाढते. ज्यांच्या घराण्यात दमा, ॲलर्जीची सर्दी, नेहमी त्रास देणारा सर्दी-खोकला, सांध्यांचे आजार, हृदयविकार, उच्च रक्तदाब, अर्धांगवायू, मनोविकार, आकडी, काही कर्करोग आदी आजार असतील तर इतरांपेक्षा अशा घरातील व्यक्तींना हे आजार होण्याची शक्यता जास्त असते. अशा व्याधी गुणसुत्रांमुळे जन्माआधी मुलांमध्ये येतात. आई अथवा वडिलांकडून २१ क्रमांकाची एका ऐवजी दोन गुणसूत्रं मिळाली तर बाळाच्या पेशीत दोनऐवजी तीन गुणसूत्र दिसतात. अशा मुलांना ट्रायसोमी २१ असं म्हणतात. संपूर्ण गुणसूत्र जादा आले तर दोष तीव्र असतो. थोडा भागंच जादा आला तर दोषांची तीव्रता कमी असते. ही मुलं कमी-अधिक प्रमाणात मंदबुद्धी असतात. त्यांच्या स्नायूंमध्ये ताकद कमी असते. आपले डोळे मिटले तर एक सरळ रेषा तयार होते, ही मुलं रडली तर 'एम' सारखा आकार दिसतो. कारण त्यांचे डोळे थोडे वाकडे असतात. ही मुलं नेहमी हसतमुख, आनंदी असतात. त्यांना प्रतिकारशक्ती कमी असते. हर्निया, हृदयाचे विकार असू शकतात यांना संतती होत नाही.

आईकडे दोन एक्स गुणसूत्र असतात. त्यातील एक प्रत्येक बाळाला मिळतं. वडिलांकडे एक 'एक्स' आणि एक 'वाय' गुणसूत्र असतं. बाळाला आईकडील 'एक्स' आणि बाबांकडील 'वाय' गुणसूत्र मिळून मुलगा जन्माला येतो. तर दोघांकडून 'एक्स' गुणसूत्र मिळालं तर मुलगी जन्माला येते. एखाद्या बाळाला फक्त एकच 'एक्स' गुणसूत्र मिळालं तर टर्नर सिंड्रोम झाला असे म्हणतात. या मुलींना मानेला दोन्ही बाजूला त्वचेच्या घड्या (पडदा किंवा पंख किंवा नावेच्या छोट्या शिडासारख्या) असतात. गर्भधारणा होत नाही. या बुटक्या असतात. मान रुंद असते. एकापेक्षा अधिक 'वाय' गुणसूत्रं आली तर संतती गुन्हेगार प्रवृत्तीची होते. कारागृहातील कैद्यांमध्ये जादा वाय गुणसूत्र असणाऱ्यांचं प्रमाण अधिक असतं.

आजारी आया

आजारी आयांना व्यंग असलेली बाळं होऊ शकतात. म्हणून स्त्रियांच्या आरोग्याची काळजी नीट घेतली जायला हवी. वडिलांना एड्स सारखे काही आजार असतील तर आईचं आरोग्य नीट राहत नाही. परिणाम जन्मजात व्यंग असलेलं बाळ जन्मण्याचा धोका वाढतो. गर्भावस्थेतील आजारी लोकांच्या संपर्काने; आजारी व्यक्तींनी हाताळलेले अन्न, पाणी घेतल्याने गर्भवतीची प्रकृती बिघडू शकते. म्हणून गर्भवतीने गर्दी टाळावी, बाहेरचं अन्न खाऊ नये, डास चावल्याने हिवताप होणे हे खुरटलेली बाळे, गर्भपात आदींचे प्रमुख कारण आहे. म्हणून गर्भवतीचा डासांपासून बचाव करावा. मच्छरदाणीत झोपावं, मच्छर पळवणारी औषधं वापरावीत. आहारात लोह कमी असल्याने पंडुरोग होणं हा स्त्रियांचा मोठा आजार आहे. तो टाळण्यासाठी आहार योग्य असावा. म्हणजे व्यंगमुक्त बाळ जन्मण्याची शक्यता वाढते. आईला हर्पीस (नागीण), रुबेला, टॉक्सोप्लझ्मोसिस, असे आजार असले तर बाळांना जन्मजात व्यंग असण्याची शक्यता वाढते. टॉर्च या आद्याक्षरांनी टॉक्सोप्लझ्मोसिस, रूबेला, सी.एम.व्ही., हर्पीस हे आणि इतर काही आजार ओळखले जातात. हे झाले तर गर्भपात होतात किंवा अशा आजारात बाळ झालं तर ती सव्यंग जन्माला येतात. मेंदू आणि डोक्याचा आकार लहान, डोळ्यात फूल, अंगावर पुरळ, हृदयात दोष असलेली बालकं जन्माला येऊ शकतात. म्हणून आईची आणि बाळाची रक्ततपासणी करून टॉर्च पैकी एखादा रोग नाही ना, याची खात्री करून घ्यावी. रूबेला आजार टाळायची लस प्रत्येक मुलीने घ्यावी. ती एम.एस.आर. लसीमध्येही असते.

राष्ट्रीय कुटुंब आरोग्य सर्वेक्षणात लाख कुटुंबांचा अभ्यास केल्यावर हे कळलं की आजही भारतात दर दुसऱ्या

मुलीचं लग्न ती १७ वर्षांची होण्याआधीच होतं. स्वत:ची वाढ पूर्ण होण्याआधी जी मुलगी आई होते, तिच्या पोटी व्यंग असलेलंच बाळ जन्माला येणार. (व्यंग म्हणजे कमी वजनाचं, ९ महिने भरण्याआधी झालेलं, अपुरं वाढलेलं अविकसित बाळ)

कमावत्या मुलींमध्ये गर्भपाताचं प्रमाण आणि व्यंग असलेली मुलं जन्मण्याचं प्रमाण अधिक असतं, असं ब्रिटनमधील एका पाहणीत दिसून आलं. जगभराचा असा अनुभव आहे की कमावत्या मुलींना दगदग होते. त्यामुळे त्यांचे खूप गर्भपात होतात, गर्भपात झाला नाही तरी त्यांना कमी वजनाची बाळे, सातव्या - आठव्या महिन्यातच होतात. यातील दर दहाव्या बाळात व्यंग असते. कुणी मंदबुद्धी, कुणाला आकडी येते. मग बाळाचा सांभाळ करायला आयुष्यभर रजा घेतात. यावर उपाय म्हणजे दिवस गेल्यापासून बाळाचा पहिला वाढदिवस होईपर्यंत रजा घ्यावी. हे शक्य नसेल तर पाळी चुकल्यापासून बाळ नऊ महिन्यांचा होईपर्यंत रजा घ्यावी. हे व्हावं म्हणून आम्ही इंडियन ॲकेडमी ऑफ पेडीआट्रिक्समधे एकमताने ठराव केला, की बाळंतपण आणि स्तनपानासाठी सहा महिने रजा मिळावी.

बसून बाळंतपण करा

बालमृत्यू आणि अर्भक मृत्यूचे प्रमाण आपल्या देशात सर्वाधिक आहे.

दीर्घ प्रसूतिकाळामुळे उद्भवणाऱ्या समस्यांचे प्रमाण तर जगभर चिंताजनक आहे. (यात अर्भकाच्या तसेच मातेच्या जिवास धोका निर्माण करणारे प्रसंग अनेक आहेत.) अनेकवेळा अर्भकाबरोबर मातेच्या जिवासही धोका निर्माण होतो. १४-१५ या वयोगटातील स्त्रियांचे मृत्यू इतर कोणत्याही आजारापेक्षा जास्त प्रसूतीमुळे होतात.

डॉक्टरांच्या मदतीने घडणाऱ्या बहुतेक प्रसूती ह्या माता ओणवी पडून होतात. मात्र घरी होणाऱ्या प्रसूती झोपून न होता उकिडवं बसून होतात ! यापैकी कोणती पद्धत चांगली ह्याचा अभ्यास करायला हवा.

अनेक डॉक्टर्सनी आणि जागतिक आरोग्य संघटनेनेसुद्धा उकिडव्या प्रसूती आसनाचा पुरस्कार केला आहे. या आसनाचे फायदे अनेक.

(१)   यामुळे बाळंतपण कमी वेळात होते.

(२)   वेदना कमी होतात.

(३)   मातेच्या कटीहाडास दुखापत कमी होते.

(४)   बाळ गुदमरण्याचा धोका कमी होतो.

(५)   सिझेरियन (शस्त्रक्रिया करून) प्रसूती करण्याची गरजही यात कमी होते.

(६)   मातेला सर्वात कमी कष्ट होतात.

(७)   अर्भकास योनिमार्गातून बाहेर खेचण्यासाठी चिमटा, पंप इत्यादी साहित्यांची गरज कमी वेळा लागते.

(८)   जे नैसर्गिक आहे, ते व्हावं त्याची दक्षता निसर्गाने घेतलेलीच असते. तेव्हा त्याचा पुरस्कार करावा.

पुण्याच्या बी. जे. मेडिकल कॉलेजच्या निवृत्त अध्यापक डॉ. आर जुन्नरकरांनी या विषयावर अभ्यास केला. त्यांनी व त्यांचे शिर्डी येथील विद्यार्थी डॉ. प्रमोद जोशी यांनी २००० मातांच्या बसून बाळंत झालेल्या अनुभवाचे एक पुस्तक प्रकाशित केले. त्यांनी हा अनुभव चेन्नईच्या प्रसूती तज्ज्ञांच्या राष्ट्रीय परिषदेत मांडला. त्या संदर्भातील प्रात्यक्षिक पुण्याच्या बी. जे. मेडिकल कॉलेजमध्ये सादर केलं.

त्यांच्या अनुभवातून त्यांनी सांगितले की, उकिडव्या आसनातील प्रसूतीमुळे मातेच्या कटीहाडास दुखापत कमी होते व बाळाचा बाहेर येण्याचा मार्ग कटीहाड व सांधे खेचल्याने रुंदावतो. प्रसूती कळेने गर्भाशयाचे दार उघडते व गुरुत्वाकर्षणाने बाळ बाहेर येते. यामुळे जन्मतःच बाळाला होणाऱ्या श्वासारोध आणि आईला होणारा त्रास व थकवा या साऱ्यातून मुक्ती मिळते. त्यामुळे शस्त्रक्रिया करण्याची गरज कमी होते.

आमच्या अभ्यास असा आहे की, ज्या स्त्रिया घरी आणि रुग्णालयात, दोन्ही ठिकाणी प्रसूत झाल्या आहेत, त्यांना घरी उकिडव्या आसनातील प्रसूती रुग्णालयातल्या झोपून झालेल्या प्रसूतीपेक्षा अधिक सुखावह वाटली. एका स्त्रीस तिच्या सातव्या प्रसूतीसाठी रुग्णालयात नेलं गेलं परंतु ती झोपून प्रसूत होऊ शकली नाही. ती उकिडवी बसली आणि प्रसूत झाली नि तेही विनाविलंब. झोपून की उकिडवं बसून यावर अनेकदा माता आणि डॉक्टर यांच्यात झटापट होते आणि डॉक्टर विजयी ठरतात. (ती होऊ नये अशी प्रार्थना). पश्चिम महाराष्ट्रातील प्रसूतीच्या वेळेस, खोलीच्या छताला बांधलेल्या दोरीला धरून, प्रसूत होत असलेली स्त्री उकिडव्या आसनात जोर काढून सहजी प्रसूत होते. थोडा विचार करता असं लक्षात येईल की, आपण मलमूत्र विसर्जन झोपून करीत नाही. नेहमी उभं राहून किंवा बसून करतो, कारण झोपून करणं अतिशय त्रासदायक असतं ! असं असता

शरीरातून बाहेर पडणाऱ्या सर्वात जाड वस्तूस सर्वात कष्टदायी आसन का बरं निवडावे? बसून झालेल्या मलमूत्र विसर्जनाप्रमाणेच प्रसूतीदेखील अधिक सुखकर होते.

जे नैसर्गिक आहे आणि स्वाभाविक आहे ते उगीचच गुंतागुंतीचं आणि क्लेशदायक का करावं? अशा प्रसूतींमध्ये योनीमार्गावर ताणही कमी पडतो. या सर्व प्रक्रियांमध्ये गुरुत्वाकर्षणाचा लाभ उठवता येतो, तो उकिडवं बसून. अन्यथा, म्हणजे झोपून झालेल्या प्रसूतींमध्ये, गुरुत्वाकर्षणाचा फायदा मिळत नाही. मातेला विनाकारण अधिक कष्ट पडतात; परिणती मूल, माता किंवा दोघेही दगावण्यात होऊ शकते.

अजूनही वेळ गेलेली नाही. ह्या पूर्वापार चालत आलेल्या, निसर्गाला मानवणाऱ्या पद्धतीचे पुनरुज्जीवन आणि तिची भरभराट व्हावी म्हणून आपण प्रयत्न करू या. अनुभवी माता, दाई आणि डॉक्टरांच्या सहकार्यातून हे सहज शक्य आहे. प्रत्येक प्रसूतीसाठी ही पद्धत अवलंबावी असा आग्रह नाही. विशेषत: ज्या प्रसूती गुंतागुंतीच्या असतील त्या टाळाव्यात. मात्र जेव्हा सुदृढ बाळंतपण असेल, तेव्हा जरूर ही पद्धत अवलंबावी.

४ माणसे खडी फावड्याने ओढून दिवसभरात रिकामी करतात. यांत्रिक फळीने उभा होणारा ट्रक काही मिनिटांतच रिकामा होतो, कारण या गुरुत्वाकर्षणाची शक्ती खडीला बाहेर काढते. असेच बाळंतपणाचे आहे. झोपून बाळंतपण व्हायला लागणाऱ्या वेळेपेक्षा बसून बाळंतपण लवकर होते. आकाशाकडे तोंड करून झोपलेल्या माणसाचे नाक चोंदले तर तो शिंकण्यासाठी उठून बसतो.

गुरुत्वाकर्षणाच्या मदतीशिवाय थेंबभर शेंबूडही आपण सहजासहजी बाहेर काढू शकत नाही.

३-३.५ किलोचे बाळ बाई ओटीपोटातून गुरुत्वाकर्षणाच्या मदतीशिवाय कसे काढत असेल? तिची दमछाक होते व बाळ गुदमरते, पोट फाडून बाळ काढावे लागते.

प्रसंगी बाळ वा आई व काही वेळा दोघेही दगावतात. भारतात रोज ७४०० मुले व १००० आया रोज दगावतात.

बसून केलेल्या बाळंतपणाचे बाळंतिणीला फायदे

(१) सुटका लवकर होते.

(२) थकवा कमी येतो.

बाळंतपणाच्या कळांनी गर्भाशयाचे दार उघडले, की बाळ गुरुत्वाकर्षणाने घसरगुंडीवरून घसरून बाहेर यावे तसे अलगद बाहेर येते.

बसून बाळंतपण केल्याने बाळाला होणारे फायदे

(१) बसून बाळंतपण केल्यास लवकर सुटका होते व मूल गुदमरून मरण्याची वा जन्मभर पंगू राहण्याची शक्यता कमी होते. असे शास्त्रीय अभ्यासकांनी दाखविले आहे.

(२) उकिडवे बसण्याने कंबरेची हाडे एकमेकांपासून विलग होतात व प्रसूति मार्ग मोठा होतो. बाळ प्रसूतिमार्गात अडकून गुदमरण्याची शक्यता कमी होते.

भारतातील ७० टक्के बाळंतपणे घरीच होतात. त्यातील बरीचशी बसून होतात. तर जुन्या पश्चिमात्त्य पद्धतीच्या रुग्णालयातून स्त्रीला बाळंतपणासाठी झोपायला लावतात. यातील कोणती पद्धत जास्त सुरक्षित हे स्त्रीरोगतज्ज्ञ नक्कीच अभ्यासू शकतील. आता पश्चिमात्त्य बाया बसून बाळंत होतात.

आफ्रिका व युरोपमध्ये उभ्याने व बसून बाळंत होतात

आम्ही टि. व्ही. वर एक माहितीपट पाहिला. आफ्रिकेतील जंगलात एका आफ्रिकेतील टोळीचे चित्रण होते. त्यातील एक गर्भवतीला बाळंतपणाच्या कळा येऊ लागल्या. ती एका झाडाच्या फांदीला धरून उभी राहिली व उभ्या उभ्या आनंदाने बाळंत झाली. आपल्या हातानेच तिने बाळ धरले. खांद्यावर ठेवले. त्याचे लाड केले व पुन्हा सर्वांमध्ये मिसळली. बाळंतपणाचे श्रम, थकवा काहीही दिसले नाही. कोणी मदतनीसही नव्हती.

धडा : बाया उभ्याने आनंदाने बाळंत होतात. सहजपणे बाळंत होतात.

भारतात जर्मनीतून करिना शूटर्ट व तान्या लॅमरिंग नावाच्या दोन मुली आल्या. त्या जर्मनीत नर्सिंग शिकत आहेत. त्यांनी ५० स्त्री रोगतज्ज्ञ व बालरोगतज्ज्ञ यांच्या सभेत भाषण दिले. संमलेन बाळंतपणातील अडचणी व उपाय यावर केटी पार्क विरार येथे झाले. त्यांनी जर्मनीत बाळंतपणे (२००७ मध्ये) कशी होतात हे सांगितले. इंटरनेटवरून घेतलेली चित्रेही त्यांनी पडद्यावर दाखवली.

'जर्मनीमध्ये गर्भवतीला विचारतात की तुला कसे बाळंत व्हायचे आहे?' पाच पर्याय असतात. ती निवडेल त्या पद्धतीने तिला बाळंत व्हायला आम्ही मदत करतो. बाई बाळंत होत असताना तिचा नवरा धीर द्यायला बाजूला उभा असतो. जर्मनीत सर्व बायका उभ्या राहून अथवा बसून बाळंत होतात. त्यांना खालील पर्यायांपैकी एक निवडता येतो.

उभ्याने बाळंत होणे

अंदाजे दर दहातील एक स्त्री हा पर्याय निवडते. छतापासून एक दोर बाई सहज धरेल असा बांधलेला असतो. (असेच पश्चिम महाराष्ट्रात व भारतात इतरत्र घरोघरी करतात). त्याला धरून गर्भवती बाई उभी राहते व दाई बाळाचा जन्म झाला, की त्याला दोन्ही हातात घेऊन मग आईजवळ देते. या दोराला धरणे सोपे व्हावे म्हणून मध्ये मध्ये गाठी मारलेल्या असतात. गर्भवती थकली तर तिला आराम करता यावा म्हणून दोराच्या खालच्या टोकाला दोरीचाच एक झूला केलेला असतो. त्यात ती आपला छातीचा भार त्यावर टाकून आराम करू शकतो.

बसून बाळंत होणे

(१) खुर्ची / स्टूलवर बसून : चंद्रकोरीसारख्या खुर्चीवर किंवा स्टूलवर गर्भवती बसून बाळंत होते. तिच्या समोर उभी राहून दाई बाळाचा जन्म झाला, की त्याला हातात घेते. नवरा धीर द्यायला बाजूला असतो. हवे तर धरायला वरून दोरी व पाठीला आधारासाठी खुर्चीला मऊ पाठ असते. दर दहावी जर्मन स्त्री या खुर्चीचा बाळंतपणासाठी वापर करते.

(२) रबरी बॉलवर बसून : गर्भवती बाई ज्यावर बसू शकेल असा एक रबरी बॉल असतो. त्यावर बसले, की तो सर्व बाजूंनी बसणाऱ्याला आधार देतो. खूपच आरामदायी असतो. यावर गर्भवती बसते. शेजारी नवरा धीर द्यायला असतो. दाई पुढ्यात बसून बाळाचे स्वागत करते.

बॉलवर बसून बॉल कमरेपर्यंत हवा

उभ्याने बाळंतपण

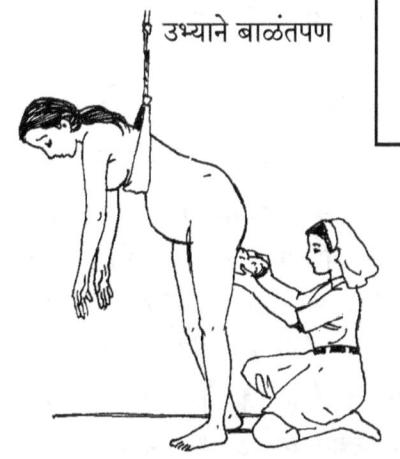

बाळंतपण उभ्याने

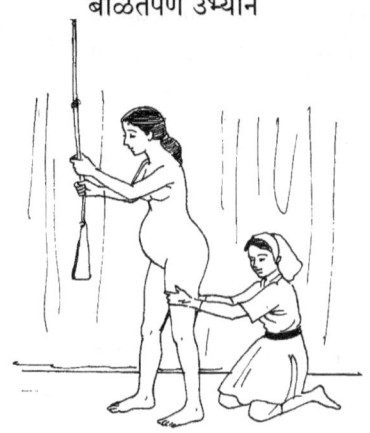

टबमध्ये बसून बाळंतपण

टेबलवर बसून बाळंतपण

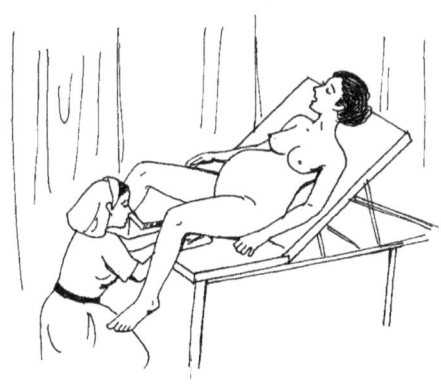

(३) बाळंतपणासाठीच्या टेबलावर बसून बाळंत होण : डॉक्टर रोगी तपासायला वापरतात तसे टेबल असते. त्यावर बाळंतीण बसते. टेबलाचा एकीकडचा १/३ भाग तिरपा वर करून त्याचा पाठीला आधार तयार करतात. त्याला टेकून बाळंतीण बसून बाळंत होते. अंदाजे निम्म्या स्त्रिया अशा बाळंत होतात.

(४) उबदार पाण्यात टबात बसून बाळंत होणे : सुखद तपमानाच्या पाण्यात टबात गर्भवती बसते. पाणी तिच्या बेंबीपर्यंत असते. ती टबाला टेकून बसते. गर्भवतीच्या पोटात बाळ गर्भाशयात पाण्यातच तरंगत असते. त्यातून जन्मवेळी ते टबातल्या पाण्यात येते. मग दाई बाळ उचलून आईच्या हातात देते. मग आई त्याला छातीशी धरते.

आजकाल पश्चिमेत फायबर ग्लासच्या खुर्चीत बाळंतिणींना बसवितात व त्याने बाळंतपण सुलभ होते.

प्रसूतिगृहात बाळंतपणाच्या टेबलावर छतातून जाड दोर जोडून त्याला धरून स्त्रीला बसू द्यावे व टेबलाच्या दोन्ही बाजूंना अपघातासाठी कठडा-दोरी बांधता येईल. ज्या मातांना बसून बाळंत होण्याचा पूर्वानुभव आहे त्यांना तरी सुसज्ज प्रसूतिगृहात बसून बाळंत होऊ द्यावे.

गर्भवती बसून किंवा उभ्याने बाळंत होते तेव्हा बाळ आपल्या वजनानेच हळूहळू गर्भाशयातून बाहेर येते. आईला बाळंपणाच्या कळा येतात तेव्हा गर्भाशयाचे तोंड उघडते व गर्भाशयाचे स्नायू आकुंचन पावतात व बाळाला बाहेर ढकलतात. गुरुत्वाकर्षण गर्भाशयाच्या स्नायूंची ताकद यांनी बाळंतिणीची लवकर, कमी वेळात, कमी श्रमात सुटका होते. त्यामुळे आईचा थकवा, श्रम, बाळंतपणाची वेळ सर्व कमी लागतात.

रोज भारतात खूप मुले जन्मवेळी गुदमरून मरतात, त्यातून जी वाचतात त्यापैकी काही अपंग होतात. बसून बाळंतपण केल्यास याचे प्रमाण कमी होईल.

बसून बाळंतपण करून बिनाखर्चात बाळंतपण सुखद, कमी त्रासाचे, कमी वेळात होणे याने सिझेरिअनचे प्रमाण कमी होते असे डॉ. प्रमोद जोशी यांचे अनुभवाचे बोल आहेत. सर्वांनी हे वाचून आपल्या गावातील सर्व डॉक्टरांना व आरोग्य सेवकांना दाखवून पडताळून बघावे ही विनंती.

सर्वांना विनंती : 'कायझन म्हणजे बिनाखर्चात सुधारणा करणे ' असे जपानी व्यवस्थापनशास्त्रात म्हणतात.

उकिडव्या आसनातील प्रसूती म्हणजेच कायझन प्रयत्न करा.

संपर्कासाठी-

डॉ. जोशी हॉस्पिटल, साई मंदिराच्या जवळ, शिर्डी, जिल्हा - अहमदनगर, महाराष्ट्र

बाळंतपणातील बालमृत्यू व मातांचे मृत्यू कमी कसे करावे ?

बाळंतपणातील बालमृत्यू व मातांचे मृत्यू कमी कसे करावे ?

भारतात सर्वात जास्त माता बाळंतपणात मरतात. म्हणजे दर १००० बाळंतपणामागे ४ माता व किमान मरतात. हे का होतं ? काय-काय अडचणी आहेत ? ह्याच्यावर काय इलाज शोधता येईल ? हे कमी कसे करता येईल ?

(१) म्हणजे अशक्त आईच्या पोटी अशक्त बाळ जन्माला येते. हे बाळ जगू शकत नाही. ते दगावते. कोणत्या आईला अशक्त म्हणता येईल ? जिच्या डाव्या दंडाचा घेर २२.५ सेंटिमीटरपेक्षा कमी आहे. ती अशक्त आई आहे. तिच्या पोटी कमी दिवसाचे बाळ जन्माला येण्याचा व बाळ कमजोर असण्याचा संभव जास्त असतो. असे बाळ दगावण्याची शक्यता मोठ्या प्रमाणात असते. म्हणून आता कायदा हवा, की लग्नाच्या वेळी मुलीचे वय कमीत कमी १८ वर्षे व डाव्या दंडाचा घेर कमीत कमी २२.५ सेंटिमीटर हवा आणि मुलाच्या डाव्या दंडाचा घेर २३ सेंटिमीटर हवा.

नंतर पाळी चुकल्यापासून ते बाळंत होईपर्यंत ह्या स्त्रीने दर दोन-दोन तासांनी वाटीभर चणे-शेंगदाणे खाऊन तिच्या बाळासाठी स्वत:चे वजन वाढवले पाहिजे. डाव्या दंडाचा घेर २२.५ सें.मी. पासून २४.५ सें.मी. हवा. मग तिला चांगले बाळ होईल व भरपूर दूध येईल.

एखाद्या मुलीचा डाव्या दंडाचा घेर २२.५ सें.मी. पेक्षा कमी असेल तर तिने लग्न करू नये असे नाही. तर तिने पोषण नीट करून वजन वाढवले पाहिजे. तिला काय करायला लागेल ? रोज १०० ग्रॅम चणे-शेंगदाणे, खोबरे खाल्ले तर तिचे वजन लवकर वाढेल.

बाळ झाल्यानंतर दूध पाजणाऱ्या आईने पाजताना वाटीभर चणे-दाणे खाल्ले किंवा घरातील काही अन्न खाल्ल्यास तिचे वजन वाढेल. तिच्या बाळासाठी २ वर्षे भरपूर दूध येईल. आमचा १० हजारांवर आयांचा असा अनुभव आहे, की बाळाला पाजतेवेळी जी आई मूठभर चणे-दाणे खाते तिचे वजन घटत नाही आणि दूध पण वाढते. जसे सकस मातीत रुजलेल्या बी चं छान रोप होतं तसे बाळ पण छान वाढतं. आमच्याकडे बाळ आल्यावर देखील बाळाआधी आईचे वजन केले जाते. बाळाच्या वाढदिवसापर्यंत सहसा आईचे वजन कमी होत नाही.

(२) बाळंतपण लांबले तर बाळ व बाळंतीण या दोघांच्याही जिवास धोका असतो. - हे कसे टाळता येईल ? तर बसून बाळंतपण करून. अशी बाळंतपणे खेड्यामध्ये किंवा जंगलामध्ये होतात. गुजराथमधील सोमनाथ ते ओरिसामधील जगन्नाथपुरीपर्यंत, काश्मीरपासून कन्याकुमारी पर्यंत सर्वत्र घरी जी बाळंतपणे होतात ती बसून होतात. बहुतेक राम-कृष्णाचा जन्म पण बसून झाला असावा. गर्भाशय ही आजीच्या बटव्यासारखी एक मांसपेशींची पिशवी असते. तिचे तोंड जमिनीकडे असते. दिवस भरले, की बाळंतपणाच्या कळा पोटात येतात. त्या कळांनी गर्भाशयाचे तोंड उघडते व ती बाई बसलेली असेल तर बाळ आपल्या वजनाने हळूहळू अलगद बाहेर येते.

एखाद्या बाईचे गर्भाशयाच्या पिशवीचे तोंड उघडून पाणी जाऊ लागले तर ते बाळ बाहेर येऊ नये म्हणून त्या बाईला आडवे झोपवतात व त्या कॉटची पायाकडील बाजू विटांच्या साहाय्याने वर उचलतात, की जेणेकरून

बाळाच्या वजनाने, गुरुत्वाकर्षणाने बाळ खाली ओढले जाऊन अपुऱ्या दिवसांचे बाळ जन्माला येऊ नये. मग जर एखादे बाळ लवकर यायचे असेल तर काय करायला हवे ? आडव्या झोपलेल्या बाईला उशिरा बाळ होत असेल तर तिच्या कॉटच्या पायाखाली डोक्याकडील बाजूस विटा ठेवा किंवा तिला बसवा म्हणजे बाळ गर्भाशयाच्या पिशवीचे तोंड उघडल्यामुळे घसरगुंडीवरून खाली येते त्याप्रमाणे अलगद आपल्या वजनाने खाली येईल. तिला काही थकवा आल्यासारखे वाटणार नाही. कळांचा त्रास होणार नाही. बाई बाळंतीण लवकर होईल. बाळ गुदमरून मरण्याचे प्रमाण कमी होईल. आजकाल पश्चिमेत बरीच बाळंतपणे बसून होतात. मुंबईतील काही मोठे-मोठे प्रयोगशील तज्ज्ञ लोक आता आयात केलेल्या फायबर ग्लासच्या खुर्चीत बसवून बाळंतपण करतात.

(३) अजून कशामुळे मुलं दगावतात ? मुलं गार पाडतात आणि दगावतात. १ मिलिलीटर पाण्याचे तापमान १ डिग्री मधून वाढायला १ कॅलरी शक्ती लागते. १ ग्रॅम पाण्याची वाफ होताना ४२० कॅलरीज् उष्णता नष्ट होते. बाळ जेव्हा जन्माला येते. तेव्हा बाळ ओले असते, त्याचे केस ओले असतात. हे पाणी जेव्हा सुकून वाळतं तेव्हा बाळ गार पडतं. (जसे डायबेटिसच्या माणसाला साखर जास्त असल्यामुळे बारीक फोडाचे निमित्त होऊन माणूस दगावतो, तसा हे बाळ गार पडून मरते.) ह्यासाठी बाळ जन्माला येते तेव्हा त्याचे उबदार स्वागत करा. त्याला 'वॉर्म वेल्कम' द्यायला पाहिजे.

(४) बाळ नर्सिंगहोममध्ये जन्माला आले तरीही गार पडते. विशेषत: मोठ्या ऑपरेशन थिएटरमध्ये एअरकंडिशनर लावलेला असतो. त्यामुळे बाळ गार पडते. मुलं गार पडून दगावतात म्हणून मुंबईच्या वाडिया हॉस्पिटलमध्ये बाळंतपणासाठीच्या ऑपरेशन थिएटरमधून एअरकंडिशनर काढून टाकला आहे. जन्माला आल्याबरोबर बाळाला एका टॉवेलने कोरडा करून दुसऱ्या कोरड्या टॉवेलमध्ये गुंडाळले पाहिजे. नाळ तोडायची घाई करू नये. तसं बाळाने नाकाने श्वास घेईपर्यंत त्याला त्याच्या नाळेमधून रक्तपुरवठा होतो व त्याला प्राणवायू मिळतो. रडायच्या आधी जर नाळ कापली तर त्याचा प्राणवायू मिळणारा दुसरा रस्ता बंद होतो. तेव्हा बाळ रडल्यानंतरच नाळ कापावी.

(५) बाळाचे एका ठिकाणाहून दुसऱ्या ठिकाणी स्थलांतर करताना ते गार पडून दगावते. साधारण १५ मिनिटांच्या प्रवासामध्येही बाळ गार पडते. सर्वसाधारण तापमान माणसाच्या अंगात ९८ डिग्री असते. ९५ डिग्रीखाली बाळाला धोका असतो. ९३ डिग्रीच्या खाली गेल्यास कितीही मेहनत केली तरी बाळ जगत नाही. एक ऊब-पेटी जी प्रवासात ऊब देईल अशी ॲम्बुलन्समध्ये हवीच हवी. बाळाला जन्मत:च ऊब देण्यासाठी प्रत्येक बाळंतगृहामध्ये वॉर्मर हवा. ५०० रु. चा विजेचा वापर कुठल्याही कंपनीत मिळतो. बाळ एका ठिकाणाहून दुसऱ्या ठिकाणी उबदार गेलं पाहिजे. एखादं गार बाळ आलं तर त्याला ऊब देण्यासाठी एक 'रेडीमेंट वॉर्मर' प्रत्येक दवाखान्यात असायला हवा. ब्लँकेट हवे जे कारच्या बॅटरीवर चालते. अजून कशाने बाळ मरते ? तर बेंबी पिकल्यामुळे. बेंबीतील नाळ ही नवीन ब्लेड उकळवून त्यांनी कापली तर बेंबी पिकणार नाही. उकळलेल्या दोऱ्यांनीही नाळ कापली तरीही ती पिकणार नाही. ही नाळ दोन दिवसांत सुकून जाते. जसं माशाला मीठ लावलं. आंब्याला मीठ लावलं तर वर्षानुवर्षे राहतं तसं बेंबीत मीठ टाकले तर मिठाने नाळ सुकून जाते. बॅक्टेरीॲलॉजीच्या पुस्तकात असे लिहिले आहे की, जास्त मिठाने आजार करणारे कोणतेही जंतू जगू शकत नाही. विरारला १००० मुलांच्या नाळेवर आम्ही मीठ टाकले तेव्हा त्याने नाळा पिकल्या नाहीत. अहमदाबाद मेडिकल कॉलेजमध्येही हा प्रयोग करून पाहण्यात आला, तेव्हा असं लक्षात आलं की, नाळेला लोणच्याला लावतो तसे जर मीठ लावले तर ती लवकर सुकते व सुकलेली नाळ पिकत नाही. कोरडी नाळ असल्यास ती

पिकत नाही. जिथे भीती वाटते तिथे भरपूर मीठ टाकावे. मिठासोबत स्टॅफेलोकॉकस या नावाचे जंतू असतात. परंतु, जास्त मीठ टाकल्याने ते बेंबीला सूज आणू शकत नाहीत.

(६) अजून कशाने मुले मरतात ? उपाशीपोटी. म्हणजे बाळाला आईच्या दुधापासून दूर ठेवतात व वरचे काय-काय इतर पदार्थ पाजतात. बाळाला जन्मत:च आईचे दूध द्यावे. पोट फाडून बाळ झाले तरीही अंगावर पाजावे. बाळाला अंगावर पाजताना स्तनाग्राचा भाग बाळाच्या तोंडात जास्त ठेवावा. स्तनाग्र चावले तर फोड येतात व दूध पाजता येत नाही. स्तनाग्राला जखम होते. याचा अर्थ आई बाळाच्या तोंडात स्तन पुरेसे देत नाही. त्यामुळे हा त्रास होतो. आरोग्यशिक्षणानेच भारतातील बालमृत्यू व मातामृत्यू कमी होतील. म्हणून हे जे विचार आहेत ते प्रत्येकाने वाचून दुसऱ्याला सांगायला पाहिजे.

(७) बाळ अपुऱ्या दिवसांचे कोणाचे जन्माला येते ? तर कमजोर आईचे, आजारी आईचे घराबाहेर खाणाऱ्या आईचे. दूषित अन्नाबरोबर आजाराचे जंतू पोटात जाऊन तिला कावीळ, जुलाब होऊ लागतात. अपुऱ्या दिवसांमध्ये बाळंतपण होण्याची दाट शक्यता असते. म्हणून गर्भवतीने घराबाहेरचे, हॉटेलचे अन्न खाऊ नये. लघवीचे आजार झाले तरीही अपुऱ्या दिवसात बाळंतपण होते. म्हणून गरोदरपणी भरपूर पाणी प्यायला पाहिजे. ज्यांना आरोग्याविषयी ज्ञान आहे ते जगतात, ज्यांना नाही ते मरतात. प्रत्येकाने आरोग्याविषयी शक्य तेवढी माहिती घ्यायला पाहिजे. पाश्चिमात्य देशांमध्ये शास्त्रीय प्रगती होण्याआधी लोकांना आरोग्यविषयी जास्त माहिती असल्यामुळे तेथील बालमृत्यूचे प्रमाण कमी झाले. माता मृत्यूचे प्रमाण कमी झाले. लोकांची सरासरी आयुष्य मर्यादा वाढली, हे भारतामध्ये आपण करू या.

नवजात बाळाचे मृत्यू टाळण्यासाठी आपण हे करावे

६४ जगातील सर्वाधिक बालमृत्यू रोज भारतामध्ये होतात. सुदैवाने ६४ वर्षांपूर्वी जेवढे बालमृत्यू रोज व्हायचे त्यापेक्षा निम्मेच बालमृत्यू आज होतात. १ महिन्यांवरील वयाच्या मुलांच्या मृत्यूमध्ये खूप फरक पडला आहे, पण १ महिना वयाच्या खालील बालकांच्या मृत्यूमध्ये बिलकूल फरक पडला नाही.

खालील माहिती घरोघरी गेल्यास हे बालमृत्यू कमी होतील.

'सोयर पाळा, सुतक टाळा'

सोयर पाळणे म्हणजे दीड महिना बाळ बाळंतिणीपासून सर्वांना दोन हात दूर ठेवणे.

आपल्या देशात प्रत्येकाला काही ना काही ना काही आजार आहे. त्या आजाराची लस बाळाला लागते व बाळ आजारी पडून दगावतं.

पाहुणे आल्यावर त्यांना सर्दी-खोकला आहे का, याचा अंदाज घ्यावा. त्यांना सर्दी-खोकला असल्यास बाळ-बाळंतिणीच्या खोलीत प्रवेश देऊ नये. बाळ लांबून दाखवावे.

इतर अगदी जवळच्या नातेवाईकांस बाळाला हात लावायचा असल्यास त्यांनी कोपरापर्यंत हात साबणाने स्वच्छ धुतल्यानंतरच बाळाला हात लावावा. 'आई-बाबांनीही.'

बाबा - आजोबांनीही हा नियम पाळावा.

बाळंतपणाची खोली जर गार असेल, विशेषत: हिवाळ्यात, तर ती खोली शेगडी लावून उबदार करावी. शेगडी शक्यतो विजेची असावी. बाळ जन्मत:च ओले असते. अंगावरील पाणी सुकताना बाळ गार पडते व अति गारव्याने बाळ दगावते. म्हणून जन्मानंतर बाळाला लगेचच एका कोरड्या कापडाने पुसून काढून दुसऱ्या कोरड्या कापडात गुंडाळावे व उबदार जागी ठेवावे. आईच्या कुशीत ठेवणे सर्वात उत्तम.

वृत्तपत्रे रक्त व पाणी छान शोषून घेतात. ओले बाळ कोरडे करायला व बाळंतपणाच्या वेळी सर्वत्र लागलेले रक्त पुसायला वृत्तपत्र सर्वोत्तम.

मुलांचे डोके खूप मोठे असते. ओले असते. ते नीट कोरडे करायला हवे.

बाळ जेवढे अशक्त, बारीक व अपुऱ्या दिवसांनी जन्मले असेल तेवढे ते थंडीने दगावण्याची शक्यता जास्त असते.

या बाळांना सतत आईची ऊब मिळावी म्हणून एक छान पद्धती वापरतात. याला कांगारू पद्धत म्हणतात. कांगारू प्राणी आपल्या बाळाला आपल्या पोटाच्या पिशवीत ठेवतो. तसेच आईने करावे.

आईने लांब पदर घ्यावा. तो घट्ट खोचावा व ब्लाऊज सैल करून पदराआड बाळाला छातीशी घट्ट ठेवावे. याने बाळाला आईची ऊब मिळते. ते गार पडत नाही. दगावत नाही. सुखी राहते. त्याचे आयुष्य वाढते. हे सर्वांना सांगावे.

नवजात शिशूंच्या तज्ञ डॉक्टरांची राष्ट्रीय संघटना आहे, तिचा म्हणजे नॅशनल निओनेटॉलॉजी फोरमचा नवजात बालके वाचविण्याचा १० सूत्री संजीवनी मंत्र -

(१) पहिले बाळ आई २१ वर्षांची झाल्यानंतर व दुसरे बाळ पहिले बाळ शाळेत पहिलीत गेल्यावर.

(२) गर्भवतीची बाळंतपणाआधी १-१ महिन्यावर तीनदा वैद्यकीय तपासणी झालीच पाहिजे.

(३) बाळंतपण कुठे करावे हे आधी पक्के ठरवावे. बाळंतपण हे प्रशिक्षित व्यक्तीकडेच करावे व पाळी चुकताच लवकरात लवकर आपले नाव त्या व्यक्तीकडे नोंदवावे.

(४) नवीन बाळ हा भारताचा नवीन नागरिक असतो.

(५) बाळंतपणाच्या खोलीत बाळासाठी काही जागा राखून ठेवावी व बाळाचा जीव वाचवण्यासाठी लागणारी सर्व उपकरणे तेथे असावी.

(६) जीवाला धोका असलेल्या बाळाला कसे वाचवावे ? याचे प्रशिक्षण बाळंतपण करणाऱ्या प्रत्येक व्यक्तीला देण्यात यावे व बाळंतपणाच्या वेळी अशी व्यक्तीच तेथे हजर असणे आवश्यक आहे.

(७) मरणाऱ्या बाळाला कसे वाचवावे ? बाळ गार पडू नये म्हणून काय करावे ? बाळाला आजारपणर येऊ नये म्हणून हात स्वच्छ धुवावे. हे सर्व बाळाची काळजी घेणाऱ्या प्रत्येक व्यक्तीला शिकवावे.

(८) जीवाला धोका असलेल्या बाळाला मोठ्या रुग्णालयात हलवावे.

(९) बाळाच्या जन्माची व मृत्यूची नोंदणी सरकारी कार्यालयात करावी व नवीन बाळाची वारंवार प्रशिक्षित व्यक्तीकडून तपासणी करावी.

(१०) ही माहिती सर्वांना द्यावी.

नवजात बालकांसह सर्व वयोगटांमध्ये उपासमार हाच सर्वात मोठा यमदूत भारतात आहे. ज्याला पोटभर अन्न मिळत नाही त्याची उपासमार होते. ज्यांची नेहमी उपासमार होते, त्यांची वाढही खुरटते, उंची कमी होते, ती बारीक होतात, त्यांची प्रतिकारशक्ती कमी होते. ह्या आजारात भारतातील ९० टक्के मृत्यूंना उपासमारच कारणीभूत असते.

पोटभर अन्न हेच उपासमारीचे औषध आहे. जसे झाडाला खतपाणी घातले, की ते आपोआप वाढते, खुराड्यातल्या कोंबड्यांना व गोठ्यातील गायी - म्हशींना भरपूर दाणा-पाणी मिळाले तर त्या जोमाने वाढतात. बारीक, उपाशी, अनाथ मुले हॉटेलात कामाला लागल्यावर येथील उष्टे, शिळे, निकृष्ट पण हाताशी असलेले मुबलक अन्न खाऊन १०० दिवसांत सशक्त होतात. त्याप्रमाणे सर्वांना जर मुबलक अन्न मिळाले तर सर्वच भारतीय सशक्त - दीर्घायुषी होतील. त्यांची कार्यक्षमताही वाढेल.

नवजात बालकांचा अतिदक्षता विभाग

प्रिमॅच्युअर बेबी युनिट व निकू (Neo-natal Intensive Care Unit) बद्दल सर्वांच्या मनात ज्या शंका येतात त्यांची उत्तरे येथे दिलेली आहेत.

(NICU) म्हणजे काय ? (Neo-natal Intensive Care Unit) जिवाला धोका असलेल्या बाल रुग्णालयाचे अतिदक्षता विभाग आहे. जेथे जिवाला धोका असलेल्या नवजात बालकांना (मुलांना) ठेवतात. प्रिमॅच्युअर म्हणजे कमी वजनाचे किंवा कमी दिवसांचे जन्माला आलेले बाळ.

असे दोष काय असतात ?

जन्माचे वेळी काही बालके गुदमरतात, कोणाला आकडी येते, कोणाचे वजन खूप जास्त असते, कोणाच्या आईला मधुमेह असतो. कोणाच्या आईला ब्लडप्रेशर असतो. आईच्या आजाराचा परिणाम बाळावर होतो. कोणाच्या आईला कावीळ असते, कोणाच्या आईला जुलाब होत असतो. अशी मुले असतात त्यांची डोळ्यांत तेल घालून काळजी घ्यावी लागते; कारण ह्या मुलांच्या जिवाला धोका असतो आणि असे केल्याने खूप मुले वाचतात. अशा जागेला कमजोर मुलांचे अतिदक्षता बालरुग्णालय म्हणजे प्रिमॅच्युअर बेबी युनिट व (Neo-natal Intensive care Unit) जिवाला धोका असलेल्या नवजात मुलांचे रुग्णालय असे म्हणतात.

याची भारतामध्ये किती गरज आहे ?

भारतातील ३०% मुले ही जन्मवेळी कमजोर असतात. कोणी सातव्या / आठव्या महिन्यात जन्मलेली असतात. तर बऱ्याच मुलांचे वजन २.५ किलोपेक्षा कमी असते. ज्यांचे वजन जन्माच्या वेळी कमी असते त्यांच्या जिवाला धोका जास्त असतो; तर अशा मुलांना अशा युनिटमध्ये ठेवायला पाहिजे.

ह्या मुलांना तेथे हलवायला पाहिजे ?

जिवाला धोका असलेल्या बाळाला जन्मल्याबरोबर तातडीने / लगेच हलवायला पाहिजे. शक्यतो ६ तासांच्या आत. उशीर झाला तर बाळाला त्रास होतो.

उशीर झाला तर काय त्रास होतो ?

अपुऱ्या दिवसांचे कमजोर बाळ गार पडते. त्याने ते दगावूसुद्धा शकते. त्याच्या रक्तातील साखर कमी होते. त्याने दगावू शकते आणि बाहेरचे संसर्गजन्य आजार त्याला होऊ शकतात. हे सर्व होण्याच्या आत आई बाळंत झाल्यावर तातडीने ज्याला कोणाला हलवायची गरज असेल त्याला अशा युनिटमध्ये हलवायला पाहिजे. अशी युनिट कमी आहेत. जेथे युनिट कमी आहेत तेथे उशिरा हलवण्यात येते. हे भारतातील बालमृत्यूचे जास्त कारण आहे.

उशीर का होतो ?

बाळ हलवायला उशीर होतो. कारण -

(१) बाळाला हलवायला लागेलसे आधी माहीत नसते. बाळंत होणार असे माहीत असते; पण त्यात अडचण येऊ शकते याची माहिति नसते व तयारी नसते. पुष्कळदा वडिलधारी मंडळी नसतात. म्हणजे

वडील किंवा सासरे हजर नसतात. त्यांची संमती घेण्यात अमूल्य वेळ जातो व नंतर बाळ जाते.

(२) खूप लांब केंद्र असते. म्हणजे १००/२०० कि. मी. लांब असते. म्हणून प्रत्येक तालुका पातळीवर ग्रामीण रुग्णालये आहेत तेथे ही सोय व्हायला पाहिजे. कारण ७०% बाळंतपणे ही ग्रामीण भागात होतात.

(३) पैशांच्या दृष्टीने ही केंद्रे खूप महाग पडतात. पण जास्त केंद्रे झाली आणि शासकीय मदतीने झाली किंवा धमार्थ संस्थेने ही युनिट काढली तर खर्च कमी आणि जादा युनिट निघाली तर साधनसामुग्रीचा दर पण कमी होईल. महत्त्वाचा मुद्दा असा, की बाळंतपणाला बाळाचे बाबा आणि सासरे नेहमी हजर पाहिजेत. निर्णय घेणारी सक्षम व्यक्ती हजर पाहिजे. कारण बाळंतपणात आईला धोका होऊ शकतो. भारतात रोज हजार स्त्रिया बाळंतपणात मरतात. कारण त्यांना वेळेवर रक्त लागते किंवा जी मदत लागते ती वेळेवर मिळत नाही. मग ही धावपळ कोण करणार? बाळाचे बाबा किंवा सासरे किंवा मुलीच्या वडील-भावांपैकी कुणीतरी हजर असलेच पाहिजे.

लग्नानंतर कधी कधी गर्भपात (Abortion) होते. कधी रक्तस्राव होतो, कधी सिझेरीयन करावे लागते. कधी बाळाला धोका असतो आणि हे सर्व करण्यासाठी खूप पैसा लागतो. ह्यासाठी जेव्हा लग्न होते तेव्हा लग्नात उधळपट्टी न करता मुलीच्या नावे ५० हजार रुपये ठेवायला पाहिजेत. आणि मगच लग्न करायला पाहिजे. हे जो मुलगा करू शकेल त्यानेच लग्न करायला पहिजे.

वॉर्मर

अनेकदा बाळ हलवताना गार पडून दगावते. भारतातील निम्मी लोकसंख्या मुलांची आहे. सर्व मुले ग्रामीण भागात जन्माला येतात. ७०% बाळंतपणे ग्रामीण भागात होतात त्यामुळे सगळ्या ॲम्बुलन्सेस मध्ये हिटर पहिजे किंवा एक इनक्युबेटर अथवा वॉर्मर ब्लँकेट पाहिजे त्यामुळे मुले गार पडत नाहीत. ॲम्बुलन्सच्या मोटारीला जोडून इलेक्ट्रिक ब्लँकेट पाहिजे. मोटारच्या बॅटरीवर चालेल आणि त्या ब्लँकेटमध्ये बाळ ठेवता येईल; किंवा इनक्युबेटर आणि प्राणवायू हवाच हवा. भारतातील सर्व ॲम्बुलन्समध्ये प्राणवायू नसतो आणि सलाईन लावायची सोय पण नसते. हे बदलायला पाहिजे. बाळ हलवताना गार पडू नये म्हणून मुंबईच्या कामा रुग्णालयातील आंतरराष्ट्रीय ख्यातीचे बालरोग तज्ज्ञ डॉ. एस. आर. डागा यांनी थर्माकोलच्या पेट्या वापरल्या. त्या सर्व भारतभर वापरल्या जाव्यात. आपला आइसक्रीम विकायचा १३ ते १५ लिटरचा डब्बा वापरतात. तो १५० ते २०० रुपयांना मिळतो. त्यात बाळाला श्वास मिळावा म्हणून आपला अंगठा जाईल या आकाराची दोन भोकं तळाला व दोन भोकं वरच्या भागात अशा चारही बाजूला करतात. यातून बाळाला प्राणवायू मिळतो. ह्या अशा डब्यामध्ये बाळ ठेवून दिले, की बाळ गार पडत नाही; आणि सोबत गरम पाण्याची पिशवी ठेवता येते.

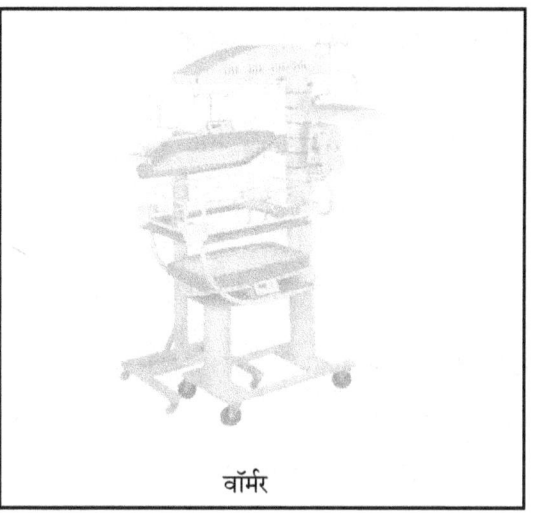

गरम पाण्याच्या पिशवीने बाळ भाजू नये म्हणून पिशवीवर ट्रे ठेवतात किंवा मुलांच्या परीक्षेचा कार्डबोर्ड ठेवायला पाहिजे. त्यावर बाळ ठेवायला पाहिजे. ही पद्धत गेली १६ वर्षे आम्ही वापरतो आणि नुसत्या ग्रामीण भागातच मुले दगावतात असे नाही तर मुंबईच्या एका पंचतारांकित हॉस्पिटलमधून दुसऱ्या पंचतारांकित रुग्णालयामध्ये नेताना माझ्या परदेशी कंपनीत काम करणाऱ्या इंजिनिअर मित्राचे बाळ दगावले गार पडून ते प्रिमॅच्युअर बाळ होतं. हे मुंबईमध्ये सुद्धा सर्व वापरायला हवे आणि मोठ्या हॉस्पिटलमध्ये तर मुलांचा भाग एका बाजूला आणि एक्स-रे विभाग किंवा तपासणी विभाग एका बाजूला असतात. नुसत्या एक्स-रे विभागात बाळ नेऊन आणायचे, तेवढ्यामध्ये पण बाळ गार पडतं. मोठ्या हॉस्पिटलमध्ये अशा एका भागातून दुसऱ्या भागात बाळ पाठवायचे असेल तर असा उबपेटीचा उपयोग केला पाहिजे. थर्माकोलचा डबा त्याला वापरायला पाहिजे.

कोणत्या मुलांना (P.B.U.) मध्ये ठेवावे लागते ?

नवजात कक्षात भरती करण्याची गरज असणारे रुग्ण खालीलप्रमाणे आहेत.

(१) कमी दिवसांचे बाळ ३५ आठवडे (Preterm)
(२) कमी वजनाचे बाळ २००० ग्रॅम (Low Birth Weight)
(३) श्वसनास अडथळा (Respiratory Distress)
(४) तीव्र श्वासावरोध (Birth Asphyxia)
(५) अति रक्तस्राव
(६) प्रसूती होताना मार लागणे (Birth Trauma)
(७) मधुमेह असणाऱ्या आईचे बाळ.
(८) गर्भावस्थेतील वयापेक्षा लहान बाळ (SGA)
(९) गर्भावस्थेतील वयापेक्षा मोठे बाळ (LGA)
(१०) तीव्र आजार (Fatal Sepsis)
(११) मोठ्या जन्मजात विकृती (Major Malformation)
(१२) आई व बाळाचे रक्तगट वेगळे असल्यास (Rh-Isoimmunization).

खालील लक्षणे असणारे बाळ

(१) काविळीत.
(२) निळेपणा (Cynosis).
(३) अस्वस्थता (Irritability).
(४) सुस्तपणा (Lethargy).
(५) उलटी (Vomiting).
(६) जास्त रडणे (Abnormal Cry).
(७) थंड पडणे (Hypothermia).

(८) ताप (Fever).
(९) पोट फुगणे (Abdominal distension).
(१०) झटके (Convulsions).
(११) परिचारिकांना बरे न दिसणारे बाळ.
(१२) सामाजिक कारण - आजारी आई, आई नसलेलं बाळ.
(१३) दुसऱ्या दवाखान्यातून पाठवलेलं बाळ.

या प्रिमॅच्युअर बेबी युनिटमध्ये काय असते ?

बाळाला ऊब मिळाली म्हणून एक विजेवर चालणारे 'वॉर्मर' असते. त्याला 'रेडिअन्ट वॉर्मर' म्हणतात. त्याच्यामध्ये बाळाच्या डोक्यावर एक विजेवर चालणारा हिटर लावलेला असतो आणि त्याची उष्णता सूर्याची उष्णता जशी आपल्याला मिळते तशी बाळाला मिळते. बाळ गार पडत नाही. कधी कधी ह्या मुलांना काचेच्या पेटीत ठेवतात. या पेट्यांना इनक्यूबेटर उर्फ उबपेटी म्हणतात. ही मुले लवकर आजारी पडून दगावतात. यांना लवकर जंतूसंसर्ग होतो. त्यांना हे होऊ नये म्हणून सर्वांच्या वर्दळीपासून दूर ठेवतात. डॉक्टर मंडळी सुद्धा स्वत: हात धुवून आणि वाफेने शुद्ध केलेले कपडे घालूनच त्या खोलीमध्ये प्रवेश करतात आणि ह्या बाळांना कमीत कमी हाताळतात. त्यांना जगण्यासाठी जी आवश्यक आहे ती ती सेवा पुरवतात. प्राणवायू लागला तर प्राणवायू पुरवतात. त्यांची हृदयगती कमी असेल तर हृदयगती वाढवायचे औषध देतात. श्वास कमी होत असेल तर श्वास वाढवायचे औषध देतात. कावीळ झाली असेल तर कावीळ उतरवतात. जे दूध पिऊ शकत नसतील त्यांना शिरेद्वारे सर्व अन्नघटक पुरवतात. त्यांच्या नाकातून किंवा तोंडातून पोटात नळी घालतात. पहिले पाणी मग आईचे दूध पुरवतात आणि त्यानी मुले वाढली, अंगाने भरली, दणकट झाली की आईजवळ देतात. चांगल्या बाळाचे रोज वजन वाढते व जन्मवजनापेक्षा जास्त वजन झाले, की बाळाला घरी पाठवतात. या कामाला आठवडे वेळ लागू शकतो.

त्याचे रक्तातील कॅल्शियम कमी होऊन जर आकडी येत असेल तर त्याला कॅल्शियम देतात. खूपदा कावीळ वाढते. कावीळ वाढली तर जिवाला धोका होऊ शकतो. म्हणून त्यांना ट्यूबलाईटच्या उजेडाने सुद्धा कावीळ कमी होते त्या प्रकारचा लाईट देतात. (सूर्याच्या उष्णतेने जसा कपड्यांचा रंग उडतो तशी कावीळ कमी होते. तरीही जास्त कावीळ असेल तर जिवाला धोका होऊ शकतो. म्हणून अशावेळी कावीळ रक्तात असते. म्हणून रक्त तपासतात. पहिले खराब झालेले रक्त काढून त्या जागी त्यांना दुसरे रक्त भरून त्यांचा जीव वाचवतात आणि बाळ चांगले झाले की त्यांना घरी पाठवतात.

हे लिहायला आणि वाचायला खूपच सोपे आहे. पण प्रत्यक्षात करायला खूपच कठीण आहे. यासाठी एका मुलामागे एक सिस्टर अशी बाळाची काळजी घेतात. सर्वत्र एका वॉर्डाला २०-२५ पेशंट असतात. तर या वॉर्डाला ३ बाळासाठी एक सिस्टर डोळ्यांत तेल घालून दिवसरात्र न झोपता त्यांची सेवा करते. सिस्टर व मावश्या त्यांच्या बाळाला जीव लावतात; मग ही मुले वाचतात.

या युनिटमध्ये सर्वाधिक काम कोण करतात ?

सर्वाधिक काम ह्या स्वच्छता सांभाळणाऱ्या मावश्या व सिस्टर लोकच करतात.

येथे अजून काय काय उपकरणे वापरतात ?

(१) येथे पल्स ऑक्सीमीटर (Pulse Oximeter) नावाचे एक उपकरण असते. ह्यावर नाडीची गती सतत दिसते व शरीरातील प्राणवायूचे प्रमाण. मुलाला प्राणवायू किती प्रमाणात मिळतो हे कळते. जर प्राणवायू कमी झाला किंवा नाडी कमी झाली तरी हे उपकरण शिट्टी वाजवते.

(२) काही उपकरणे असतात ती श्वास मोजतात व त्यावर लक्ष ठेवतात. श्वास कमी-जास्त झाला तर शिट्टी वाजवतात. डॉक्टर किंवा सिस्टर्सचे लक्ष आपल्याकडे वेधून घेतात. मग योग्य उपाय केले जातात.

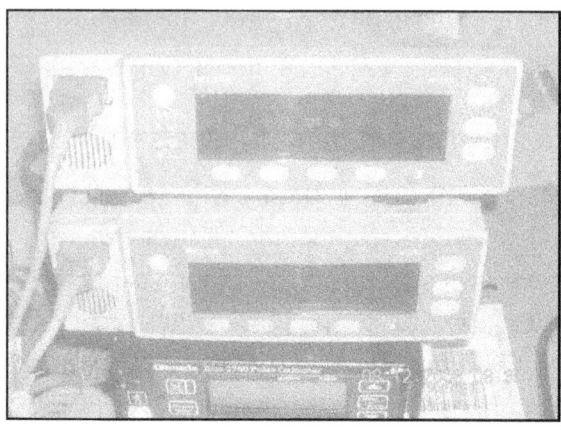

पल्स ऑक्सीमीटर

(३) एक तापमान सेंसर असतो. तपमान मोजायचे उपकरण असते. जे बाळाचे तपमान कमी झाले, की हिटर आपोआप चालू करते. वॉर्मरमध्येच एक सेंसर असतो. तो तपमान बघतो. जर आपण वॉर्मर ३५° C वर ठेवला व तपमान (Temperature) काही कारणाने कमी झाले (जसे रात्रीच्या गारव्याने) तर तो वॉर्मर चालू करतो व पुन्हा इच्छित तपमान (Temperature) आल्यावर बंद होतो.

(४) एक इनफ्यूजन पंप नावाचे उपकरण असते. ते आवश्यकतेप्रमाणे सलाइनचे पाणी मुलांना देते. म्हणजे त्यात चुका होत नाहीत. मुले दोन प्रकाराने दगावू शकतात. सलाईन कमी पडून किंवा जास्त होऊन. ही मुले खूपच नाजूक असतात. त्यांना पाणी कमी जास्त झाले तरी दगावतात. तेव्हा हे पाणी प्रमाणशीर देण्यासाठी पंप हे वापरतात.

(५) व्हेंटीलेटर (Ventilator) कृत्रिम श्वसन यंत्र - हे उपकरण ज्या मुलांना श्वास घेता येत नाही त्यांना कृत्रिमरीत्या श्वास देते. मुलांची फुप्फुसे चांगली होईपर्यंत मशीन काम करते. बाळाची फुप्फुसे काम करायला लागली की मशीन काढून टाकता येते.

(६) फोटोथेरपी युनिट काय असते ? - फोटोथेरपी युनिट हे फोटो म्हणजे प्रकाश थेरपी म्हणजे उपकरण फोटोथेरपी म्हणजे 'प्रकाश उपचार'. त्याच्यामध्ये ट्यूबलाईट लावलेल्या असतात. त्याच्यामागे आरसा असतो. त्याने उजेड वाढतो. हा उजेड त्वचेवर पडला, की मुलांची कावीळ कमी होऊ शकते.

या मुलांना काय काय अडचणी येतात ?

एक तर ही कमजोर मुले नीट दूध पिऊ शकत नाहीत. त्यांचा अन्नाचा साठा तर फार कमी असतो. त्यामुळे कधी कधी त्यांच्या रक्तातील साखर कमी होऊन आकडी येते. ह्यांचे सर्व साठे कमी असतात. त्यांचे कॅल्शियम कमी असते म्हणून कधी आकडी येते. म्हणून यांना सलाईन मधून कॅल्शियम द्यावे लागते.

मुलांना जन्मवेळी कमी-जास्त प्रमाणात रक्तस्राव होतो. अगदी थोडासा रक्तस्राव झाला तर बिघडत नाही. कमी दिवसाच्या मुलांना रक्तस्राव होण्याची शक्यता जास्त असते. मेंदूमध्ये जरा जास्त रक्तस्राव झाला तर मुले खूप

रडतात. अजून जास्त रक्तस्राव झाला तर त्यांना आकडी येऊ लागते आणि खूपच जास्त रक्तस्राव झाला तर त्यांचा श्वास कमी होतो. ती सुस्त पडून राहतात व ती दगावू शकतात. त्यांच्या मेंदूच्या सोनोग्राफीने किती रक्तस्राव झाला ते कळू शकते आणि त्यामुळे आपल्याला हा मुलगा वाचणार की नाही ते कळू शकते.

इ.इ.जी. नावाचा तपास असतो. हा म्हणजे मेंदूचा विद्युतआलेख. आकडी आली तर इ. इ. जी. करतात.

कमी दिवसाच्या मुलांना आईचे दूध वाटीत काढून पाजतात. खूप वेळा आई दुसऱ्या हॉस्पिटमध्ये असेल तर आपण धुतलेल्या, उकळवलेल्या स्वच्छ डब्यामध्ये आईचे दूध काढायचे आणि प्रसूतिगृहाच्या फ्रिजमध्ये ठेवून द्यायचे आणि जेव्हा बाळाला भेटायला कुणी येईल तेव्हा घेऊन यायचे. हे दूध जर बाहेर ठेवले तर ४/६ तास चांगले राहते. फ्रिजमध्ये २४ तास राहते व बर्फाच्या खणात ठेवले तर ३ महिने राहते. प्रिमॅच्युअर बाळाला बाहेरचं दूध देण्याऐवजी दुसऱ्या आईचं दूध देणं सर्वात चांगलं. खूप ठिकाणी तर सर्व चांगल्या मातांचे जादा दूध काढून वाटीत फ्रिजमध्ये ठेवून देतात व याला 'आईच्या दुधाची बँक' असे म्हणतात. मुंबईच्या सायन हॉस्पिटलमध्ये अशी बँक आहे. परंतु सर्वत्र अशा बँका व्हायला हव्यात. युनिटमध्ये जर चार बाळे असतील आणि दोनच आया असतील तर त्यांचे दूध चारही बाळांना पुरते. हे द्यायला पण हवं. आपण म्हणतोच की, 'माय मरो आणि मावशी जगो.' त्या सगळ्या बाळाच्या मावश्याच असतात. ज्या बाळांना आई नसते त्यांना दुसऱ्या आईने दूध दिले पाहिजे. या दुधानी त्यांची वाढ लवकर होते आणि आजारपण कमी होते. आईच्या दूधातून आजारप्रतिबंधक गोष्टी बाळाला मिळतात.

पुणे आणि इतर ठिकाणच्या मेडिकल कॉलेजमध्ये व आमच्या कडील अनुभव असा आहे, की जर आपण सर्व वयाच्या बारीक मुलांना तेल-तूप दिलं तर त्यांना रूप येतं. ते अंगाने भरतात आणि प्रिमॅच्युअर मुलांना कमी दिवसाच्या / कमी वजनाच्या मुलांना जर तेल दिलं, कोणतंही रिफाइंड तेल दिलं हे तेल त्यांना पचून त्यांची बुद्धी, वजन, उंची वाढते. त्यांची वजनं लवकर वाढतात. व ही मुले सशक्त व बुद्धिमान होतात पुणे सायन हॉस्पिटलचा सुद्धा असा अनुभव आहे, की मुलांना अंगाला जर तेल लावलं तर मुलं गार पडत नाहीत. म्हणून तेलाने रोज दोन वेळा मालीश केलं पाहिजे. त्यांची वजनं पण लवकर वाढतात. मेंदूची वाढ ही डोक्याच्या घेरानं मोजतात. तेव्हा असं लक्षात आलं, की ज्या मुलांना तेल पाजलं, त्यांच्या मेंदूचा घेर डोक्याचा घेर जास्त होता, ती जास्त बुद्धिमान झाली. तेव्हा आमचं आग्रहाचं सांगणं असं आहे की, जी मुले बारीक आहेत, ज्या मुलांचं वजन कमी आहे त्यांना तेल पाजा.

तेल किती पाजावे ?

३ कि. ग्रॅम बाळाला ३ थेंब दर दूधाआधी पाजावे. १२ वेळा पाजा. रोज पाजा. बाळ सशक्त होईपर्यंत पाजा. आपल्याकडे आजीची गोष्ट आहेच आहे. आजी म्हणते लेकीकडे जाईन, तेल तूप खाईन, जाडजूड होईन. भोपळ्या एवढा होऊ देऊ नका. पण सशक्त / गुटगुटीत होईपर्यंत पाजा.

आपल्याकडे शेकडो आयांनी 'माझ्या मुलाला तेल पाजल्याने खूप फायदा झाला असे सांगितले आहे.'

निरनिराळे आजार

खूप मुले जन्मवेळी गुदमरतात. गुदमरल्यामुळे त्यांच्या जीवाला धोका निर्माण होतो. यासाठी निळा उजेड देणाऱ्या ट्यूब किंवा एल.सी.डी. पॅनेलही वापरतात. जर ते जन्मवेळी आईच्या पोटात गुदमरले तर ते आईच्या

पोटातच शी करते आणि शी मिश्रित पाणी जेव्हा ते श्वास घेतो तेव्हा त्याच्या श्वासनलिकेत जाते. आणि ते गुदमरते. त्याच्या फुप्फुसाला इजा होते. फुप्फुसे काम करीत नाहीत. दोन्ही फुप्फुसे काम करीत असतील तर बाळ मिनिटाला ४०/५० वेळा श्वास घेतो. एक फुप्फुस खराब झाले तर दुसऱ्या फुप्फुसाला जास्त श्वास घ्यायला लागतो. आणि प्राणवायूअभावी हा मुलगा मरतो. जन्मवेळी हा जेव्हा गुदमरतो तेव्हा त्याच्या पूर्ण शरीरालाच प्राणवायू मिळत नाही. यामुळे त्याच्या मेंदूला इजा होते. मूत्रपिंडाना इजा होते. शरीराच्या प्रत्येक भागाला इजा होते. आतड्याला इजा होते. म्हणून नंतरच्या दिवसांमध्ये त्याला अन्न पचत नाही. त्याला लघवी बनविता येत नाही. मेंदूला त्रास झाल्याने आकडी येऊ शकते व जीवाला धोका होऊ शकतो. त्याला इंग्रजीमध्ये मल्टी ऑरगन फेल्युअर असे म्हणतात. व याची फुप्फुसे काम करीत नाही. म्हणून प्राणवायू नीट मिळत नाही. म्हणून ते खूप श्वास घेतात. त्यांना प्राणवायू द्यावा लागतो. कोणाला ३/४ दिवसांत बरे वाटते. कोणाला आठवडा सुद्धा लागतो. कोणी कोणी श्वास घेऊन थकून जातात व श्वास थांबतात. दगावतात. अशावेळी यांना जर श्वासयंत्र नावाचे मशीन लावले, हे मशीन कृत्रिमरीत्या श्वास द्यायचे काम करते तर ह्यातील निम्मी बाळे तरी वाचतात. श्वासयंत्रानी निम्मी मुले दगावतात. परंतु, जर ते लावले नाही तर १००% दगावतात. त्यामुळे श्वासयंत्राची अडचण अशी आहे, की श्वासयंत्र हा ८ लाख रुपयांना पडतो. त्याला रोज चार टाक्या ऑक्सिजन लागतो आणि एक टाकी ८०० रुपयांची असते. आणि एका बाळामागे रोज तीन डॉक्टर आणि चार नर्स रोज लागतात. एवढी साधनसामग्री असेल तेथेच श्वासयंत्र घेता येतो आणि या सर्वांचे खर्च खूपच वाढत जातात. त्यांना सारखे रक्तातील प्राणवायू आदी तपासावे लागते. त्यांचाही खर्च खूप असतो. महाग औषधेही लागतात. त्यामुळे श्वासयंत्र वरच्या बाळाचा खर्च दिवसाला ६००० ते १०,००० रु. येतो.

मुलांना आकडी कशामुळे येते ?

मेंदूला कोणताही त्रास झाल्यामुळे आकडी येते. मुलांचा मेंदू खूपच नाजूक असतो. सर्वाधिक मुलांना रक्तातील साखर कमी झाल्यामुळे आकडीचा त्रास होतो. मूल कमजोर असेल, त्याने आईचे दूध नीट प्यायले नसेल तर रक्तातील साखर कमी होऊन आकडी येते. जन्मवेळी रक्तस्राव मेंदूत झाला तरी त्याला आकडी येते. आईच्या आहारातून कॅल्शियम, मॅग्नेशिअम कमी पडले तरी त्याला आकडी येते. मेंदूला काविळीचा त्रास झाला तरी आकडी येते. दूध पिताना श्वसननलीकेत दूध गेले आणि श्वास कमी झाल्याने प्राणवायू कमी होऊन मेंदूला इजा होऊनही मुलांना आकडी येते. एक दुर्मिळ आजार असा आहे, की पायरीडॉक्सीन नावाचे जीवनसत्त्व आहे. त्याचा अभाव असला तरी त्याला आकडी येते. कधी कधी नात्यामध्ये लग्न करतात. आत्याघरी सून देतात. तर अशावेळी आनुवंशिक आजार झाले तर मेंदूला आजार असेल तर आकडी येते.

आकडी मध्ये मुलांना वाल्पारीन औषध दिले, की आकडी कमी होऊन जाते. आकडी आल्याबरोबर ती थांबविण्यासाठी फेनीटॉईन, वाल्पारीन, फीनीबर्बीटोन व डायलॅटीन, डायझीपाम ही औषधे वापरतात.

कधी कधी जन्मवेळी गुदमरलेल्या बाळांना आकडी येते. जिवाला धोका होऊ शकतो. श्वास कमी होतो. नाडी कमी होते, अशा वेळी मॅनीटॉल नावाचे इंजेक्शन देतात आणि डेक्सा मिथासोन नावाचे इंजेक्शन देतात. याने मेंदूची सूज उतरते आणि मुले वाचतात.

नवजात बालकांना कावीळ का होते ?

आपलं रक्त लाल असते. दर १२० दिवसांमध्ये आपलं रक्त सगळं बदलतं. रक्ताचा १२० वा भाग रोज फाटतो. त्यातला जो लाल भाग असतो तो पिवळा होतो. तो यकृताच्या पेशी रक्तातून काढून एका नळीवाटे आतड्यात

सोडतो त्याला बिलीरूबीन असे म्हणतात. व ही शी मधून बाहेर पडते. म्हणून आपली शी पिवळी असते. मुलांमध्ये रक्त खूप जास्त असते.

नवीन बाळाच्या यकृतातील पेशी हे काम करायला तयार नसल्यामुळे कावीळ वाढते. आणि तिसऱ्या, चवथ्या, पाचव्या दिवशी सर्व मुले पिवळी दिसतात आणि त्यांनतर ती चांगली होतात. काही मुलांमध्ये काविळीचे प्रमाण जास्त प्रमाणात असते. विशेषत: आईचा रक्तगट O असेल व मुलाचा A असेल तर त्यापैकी काहींमध्ये जास्त कावीळ होते. आई Rh Negative असेल आणि बाळ Rh Positive असेल तर तिच्या दुसऱ्या, तिसऱ्या बाळाला कावीळ होण्याची शक्यता वाढते. सकाळी किंवा समुद्रकिनारी उन्हाळ्यामध्ये खूप उष्णता असते व हवेमध्ये आर्दताही खूप असते. मग हे रक्तातील बिलीरूबीन जर वाढले तर ते मेंदूला इजा करू शकते. बाळ अपुऱ्या दिवसांचं असेल तर त्याला कमी बिलीरूबीन असतानाही इजा होऊ शकते.

मग हे बिलीरूबीन कमी कसं करायचं ?

प्रकाशोपचार उर्फ ट्युबलाईटचा उजेड जर बाळावर टाकला तर कावीळ कमी होते. त्याला शिरेवाटे सलाईन दिले तर त्याचे पाणी कमी झाल्यामुळे कावीळ वाढलेली असते. ती कमी होते. पाणी कमी झाल्यामुळे शरीरातील सगळ्या यंत्रणांची कार्यक्षमता कमी होऊन जाते. शिरेतून ग्लुकोज भरले, की या यंत्रणा पुन्हा चांगल्या प्रकारे काम करतात. त्याच्यामध्ये ब कॉम्प्लेक्स जीवनसत्त्व दिले तर त्याने कावीळ कमी होण्याची जी गती असते ती दुप्पट होते आणि बाळाच्या सर्व बाजूने ट्युबलाईट लावल्या तर कावीळ जलद कमी होते. कावीळ खूप जास्त झाली तर मेंदूला इजा होते. त्यामुळे कावीळ वाढली तर मुलांना अतिदक्षता विभागात हलवून त्यांचे रक्त बदलायला पाहिजे. ह्या कामाला उशीर झाल्यामुळे मेंदू खराब होतो. त्याचा उपचार कावीळ वाढते कळल्याबरोबर तातडीने सुरू व्हायला पाहिजे.

ह्यातील किती टक्के मुले वाचतात ?

साधारणत: ८५ टक्के मुले वाचतात. पण जर युनिट नसेल तर जास्त मुले दगावतात. पण १ किलो ग्रॅम खालच्या मुलांना ३० आठवड्यांपेक्षा कमी असलेली ७ व्या महिन्यांची मुले वाचणे खूप कठीण असते. १ १/२ कि. ग्रॅम खालच्या मुलांना धोका जास्त असतो. ६ व्या महिन्यांपेक्षा कमी महिन्याच्या बाळालाही खूप धोका असतो.

मुली ७ व्या ८ व्या महिन्यात बाळंत होऊ नये म्हणून काय करावे ?

जर मुलीने योगासने केली, मुली दणकट राहिल्या (बारीक मुलीने दर दोन-तीन तासांनी खाल्ले तर ह्या मुली सशक्त होतील.) तर मग त्यांना कमी दिवसांची, अपुऱ्या महिन्यांची मुले होणार नाहीत. ज्या मुली कामावर जातात त्यांची पाळी चुकल्यापासून ते मुलाच्या वाढदिवसापर्यंत बिन पगारी, अर्धपगारी, फूलपगारी किंवा जशी मिळेल तशी रजा घेतली तर आपल्याकडील ही अपुऱ्या दिवसांची मुलं होणेच कमी होईल. हे आवश्यक आहे. कारण अपुऱ्या दिवसाची मुले होतात त्यापैकी १० टक्के मुलांना काही ना काही व्यंग असते. कोणाला कमी ऐकायला येते, कमी दिसते, कोणाची बुद्धिमत्ता कमी असते. तर हे होऊ नये म्हणून लग्न झाल्यावरती किंवा पाळी चुकल्यानंतर घराबाहेर बिलकूल खाऊ नये. कारण गर्भवती आजारी पडली, तिला उलट्या-जुलाब झाले, लघवीचे आजार झाले, ती कमी दिवसातच बाळंत होऊन जाते आणि कमी दिवसाचे बाळ वाचले तर ते कमजोर राहते.

जुळ्या - तिळ्यांच्या काय अडचणी असतात ?

आईच्या गर्भाशयात एका बाळाची वाढ छान होते. दोन-तीन बाळांची वाढ छान होते. दोन-तीन बाळांची दाटी होते. त्यामुळे या आया लवकर बाळंत होतात व मुलेही लहान, कमी वजनाची होतात.

एकत्र कुटुंब असेल, घरी बघायला खूप लोक असतील व सधन कुटुंब असेल तर मुले छान वाढतात. वज्रेश्वरी देवीच्या पायऱ्या सुरू होताना श्री. कोंडलेकर यांचे पूजा साहित्याचे दुकान आहे. त्यांना ईश्वर कृपेने तिळे - ३ मुले झालीत. हे अभिमानाने सांगायला हवे, की त्या आईने तिघांनाही आपल्याच दुधावर वाढवले. तीनही मुले छान वाढली आहेत. आता १५ वीत आहेत. सध्याच्या दिवसात एका बाळाला वाढवायचा त्रास होतो, जुळ्यांच्या पालकांना खूपच होतो. छोट्या कुटुंबात जुळे वाढवणे अवघड काम असते. मुलांची आबाळ होते. त्यामुळे जुळे आहेत असे कळल्यावर पाळी चुकल्यावर पहिल्या ३-४ महिन्यांत गर्भपात करून घेणारी सुज्ञ जोडपी आमच्या परिचयाची आहेत. छोट्या कुटुंबात कमावती स्त्री असलेल्या मध्यमवर्गीय कुटुंबातील मुलांचे व त्यांच्या आई-बाबांचे हाल पाहून असे वाटते की, ज्यांच्याकडे एक बाळ आहे त्यांना दुसऱ्यावेळी जुळी आहेत असे पहिल्या ५ महिन्यांत कळले तर गर्भपात करू द्यावा हा विचारही दु:खद व नकोसा वाटतो पण तोच श्रेयस्कर आहे.

प्रत्येक मातेने स्तनपान शिकावे, मुलांना जगवावे!

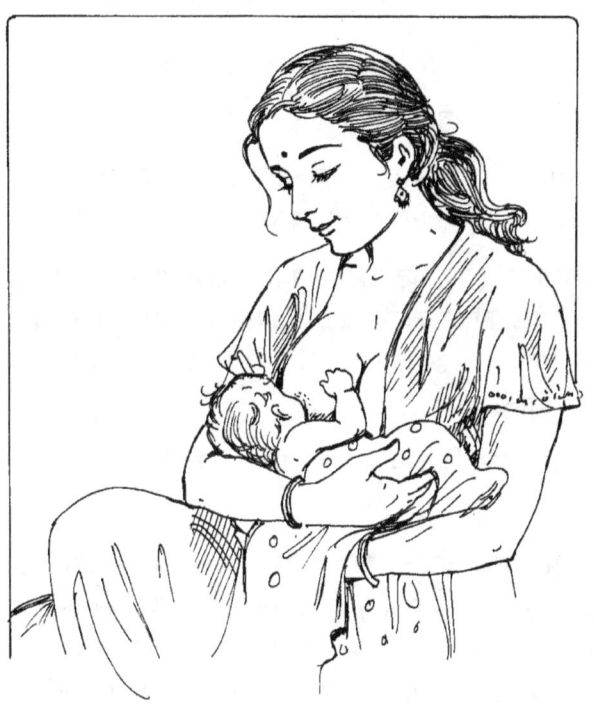

आईचे दूध = अमृत

स्तनपान शिकणे म्हणजे कसे जगावे याचे शिक्षण आहे.

'कोवळी पानगळ' हा आधुनिक ग्रंथ डॉ. अभय बंग व डॉ. राणी बंग यांच्या महाराष्ट्रातील बालमृत्यूवरील अहवाल जगप्रसिद्ध आहे. या अभ्यासानुसार महाराष्ट्रात दरवर्षी २ लाख बालके पहिला वाढदिवस होण्याआधी मरतात. स्तनपान सर्वांनी नीट शिकले व सर्वांना शिकवले तर यातील खूप मुले रोज वाचतील. कारण स्तनपान सुरू करणे, चालू ठेवणे व स्तनपान हे घरचा तेल - तूपयुक्त घन आहार देऊन सोडवणे यात होणाऱ्या चुकांमुळे मुले अर्धपोटी, उपाशी, कमजोर राहून आजारांनी दगावतात. उत्तम स्तनपानाने मुले सशक्त, दणकट, बुद्धिमान, दीर्घायुषी होतात.

शास्त्रशुद्ध स्तनपान शिकणे महत्त्वाचे आहे.

देश स्वतंत्र झाल्याने स्वातंत्र्यानंतर आज आपले आयुष्य दुप्पट झाले आहे. १९४७ मध्ये साधा माणूस ३७ वर्षे जगायचा आता ६७ वर्षे जगतो. चला आपला रोजचा पाव दिवस, पाव श्वास, आपले पाव उत्पन्न देशासाठी, समाजासाठी खर्च करू या. स्तनपानाचा प्रचार करणे हे यातील सर्वोत्तम काम आहे.

मी शपथ घेतो / घेते स्तनपानाचे शिक्षण हे जीवन शिक्षण आहे. मी हे शिकेन व ११३ कोटी भारतीयांना व ४० कोटी मराठी भावा-बहिणींना शिकवेन. भाषण, लेख, टि.व्ही, रेडिओ, वृत्तपत्रातून व चर्चेतून ही माहिती १५ भाषांतून सर्वांना देऊन यापुढील सर्व बालकांना सशक्त, दीर्घायुषी 'बाळकृष्ण' बनवेन. मी ही शपथ व ही माहिती सर्वांना देईन.

आपले पूर्वज सांगायचे, की गुरूला दोन गुरूदक्षिणा द्याव्यात. पहिली पैसे, दुसरी 'मला दिलेले ज्ञान मी मरेपर्यंत सर्वांना देईन ही शपथ!' आम्ही ही गुरुदक्षिणा देऊ. आयुष्यभर आम्ही उत्तम स्तनपान सर्वांना शिकवू.

मुला-मुलींना, तरुण-तरुणींना विनंती. आवाहन व आव्हान - छोटे डॉक्टर व्हा!

प्रिय मित्र-मैत्रिणींनो, तुम्ही भावी आई-बाबा आहात. तुमच्यात उदंड / खूप उत्साह व शक्ती आहे, ती वापरा. ही स्तनपानाची माहिती ओळखीच्या प्रत्येक मित्र-मैत्रिण व बाई माणसाला द्या.

प्राण्यांचे स्तनपान पाहून असे लक्षात येते की, मुलांना आईजवळच ठेवा. पाळण्यात, दूर ठेवू नका. ससे, मांजर, कुत्री, डुक्कर यांना खूप पिल्ले एकावेळी होतात त्यांचे डोळेही उघडत नाहीत तेव्हा ते आईपाशी दुधाला लागूनच पडलेले असतात. दूध प्यायचे, झोपायचे, झोपेत वाढायचे. भूक लागली की उठून दूध प्यायचे एवढेच काम, अशानी ते आठवड्यात दुप्पट होतात.

आमच्या घरोघरी हेच व्हावे. ही कल्पना विरारचे सुप्रसिद्ध स्त्रीरोगतज्ज्ञ डॉक्टर दीपक देसाई यांची. याचे तीन फायदे आहेत. -

(१) लहान मुले लवकर थंड पडतात व थंडीत नीट वाढत नाहीत. ती आईपाशीच असली तर आईच्या उबेत ती भराभर वाढतात. हे खूप महत्त्वाचे आहे. कारण बऱ्याचदा मुले गार पडूनच मरतात.

(२) मुले आईजवळच असल्याने जादा स्तनपान करून भराभरा व छान वाढतात.

(३) आईजवळची मुले कमी आजारी पडतात. ती दुर्लक्ष होऊन खराब होण्याची, मरायची शक्यता कमी होते.

जेव्हा जेव्हा जमेल तेव्हा नवजात बालके कांगारू प्राण्यांसारखी आईने व बाबांनीही आपल्या पोशाखाच्या आत छातीशी ठेवावी. त्याने बालमृत्यू घटतात व मुले जास्त चांगली वाढतात. याला 'कांगारू मदर केअर' असे म्हणतात. हे जगभर करतात. हे घरोघरी व्हावे.

> मुलांना आईजवळच ठेवा. पाळण्यात, झुल्यात दूर ठेवू नका. वाघिणीची पिल्ले तिच्या आईजवळच असतात.

बाळाच्या दुधाच्या गाठींना हात लावू नये हे सर्वांना सांगू.

भारतातील दोनशे वैद्यकीय महाविद्यालयांत शेकडो विषयांवर दरवर्षी संशोधन सुरू असते. त्यांचे निष्कर्ष फाईल होतात. ते लोकांपर्यंत प्रसारमाध्यमांमधून पोहोचून लोकांचे आरोग्य सुधारायला हवे. अशा अभ्यासांतून हे कळले की, माय-लेकांना स्तनपानाला खालील अडचणी येतात.

दर पंधराव्या म्हणजे १०० पैकी ७ मातांना चांगले निपल नसते. कधी ते सपाट असते, कधी ते खराब झालेले

असते. हा त्रास फक्त माणसांमध्येच आहे, की इतर प्राण्यांमध्येही असतो? गेली २० वर्षे याचा आम्ही अभ्यास केला. डुक्कर पैदास केंद्रात जाऊन डुकरांची पिल्ले व त्यांच्या आया पाहिल्या, शेळ्या, मांजरी, कुत्री, गाई, म्हशी यांचा अभ्यास केला. तेव्हा असे शिकलो की, या सर्व प्राण्यांना खूप पिल्ले होतात. प्रत्येक प्राण्याच्या मादीला खूप स्तन व निपल होते. पण, एकही खराब निपल असलेला एकही प्राणी दिसला नाही. हे प्राणी पाळणाऱ्यांनीही याला दुजोरा दिला. प्राण्यांच्या ३-४ डॉक्टरांशी बोललो, त्यांना २०-२० वर्षांचा अनुभव आहे. त्यांनीही खराब निपल वा सपाट निपलचे प्राणीच पाहिले नाहीत. दापोली कृषी विद्यापीठाच्या प्राणी विभागातही हेच कळले.

तेव्हा आम्ही या निष्कर्षाला आलो की, निपल खराब असणे हे फक्त माणसांमध्येच होते. हे काय होते याचा खूप वर्षे शोध घेतल्यावर हे कळले की, बाळांची उपासमार करणारा व आईला अत्यंत त्रासदायक अशा स्तनातील दुधाच्या गाठी देणारा खराब निपलचा त्रास हा मानवनिर्मित आहे. चला आपण हा आजार नष्ट करू या व खूप माय-लेकांना सुख देऊ या.

आईच्या अंगातील दूध आणणाऱ्या हार्मोन्सने (अंत:स्राव) सर्व बाळांना जन्मवेळी स्तनात दूध बनते व स्तनाच्या गाठी होतात. त्या गाठी पिळल्या जातात आणि दूध काढले जाते. जर अशा वेळी बाळ नशीबवान असेल तर फारशा इजा होत नाहीत. पण जर इजा झाल्या तर खालील परिणाम होतात.

(१) स्तनाच्या गाठी पिकणे : बाळाच्या या गाठी पिकल्या तर तेथे गळू होते. आजार वाढून बाळ मरू शकते. लगेच डॉक्टरकडून औषध द्या. मुलगी असेल तर ते स्तन / निपल नष्ट होऊ शकते. पुढे तिचे बाळ दुधाअभावी मरू शकते. (आपणच आपला निर्वंश करतो.)

(२) जरी जखमा पिकल्या नाहीत तरी त्या जखमा भरताना निपल नष्ट होते. वाचले, तर खराब होते व त्यातील दूध आणणाऱ्या नलिका कमी-जास्त प्रमाणात किंवा पूर्णपणे बंद होतात. अशी मुली पुढे आई झाली, की तिला खालील अडचणी येतात -

(१) एका किंवा दोन्ही बाजूला दूध येत नाही किंवा कमी येते.

(२) दूध नलिकांतून जरी दूध बाहेर आले नाही तरी, ते स्तनात बनतेच. त्याच्या गाठी होतात. त्यांनी आईला असह्य वेदना होतात. दुधात आजार व गळू पिकवणारे जंतू भराभरा वाढतात. आईची स्तनाची गाठ पिकते. तिला ताप येतो. कधी प्रतिजैविके घेऊन भागते, कधी चिरा द्यावा लागतो. आजार, त्रास, पैशांचा खर्च वाढतो. आजार वाढला तर आईच्या जिवाला धोका संभवतो.

त्याचबरोबर कमी दूध मिळणारे बाळ उपाशी राहते. मरता मरता वाचले तर बारीक, किडकिडे, अल्पायुषी होते. त्याला आईचे दूध कमी पडते. म्हणून दिलेले वरचे पाणी, टाकलेले पातळ दूध त्याची उपासमार करते. बाटली लावली तर आईचे उरले - सुरले दूधही जाते. वारंवार जुलाब होतात व बाळ अल्पायुषी होते.

आईच्या दुधातूनच बाळाला अन्न व पाणी मिळते. ज्यांना पाणी कमी पडते, त्यांची कावीळ बळावते. जन्मानंतर ३-५ दिवसांनी सर्वच बाळांना कावीळ होते, पण आईला निपल नसल्याने कमी दूध व कमी पाणी मिळणाऱ्यांमध्ये काविळीचे प्रमाण जास्त होते व त्यानेही बाळाला धोका निर्माण होतो. काविळीसाठी त्वरित उपचार करावा लागतो. बाळाला भरपूर स्तनपान व पाणी द्यावे, कोवळ्या उन्हात ठेवावे. डॉक्टर / परिचारिकांना लगेच दाखवावे.

काही बाळांना आईला निपल नाही म्हणून किंवा इतर कारणाने दूध कमी पडते. त्यांच्या रक्तातील साखर कमी होते. त्यातील काही मरतात. उरलेल्यांपैकी काहींना मेंदूला इजा होऊन पुढे डोळे खराब होतात. चष्मे लागतात व आकडीचा त्रास होतो. बुद्धिमत्ता कमी राहते. चला हे टाळू या.

हे त्रास मुलींना व त्या मुलींच्या मुलांना होतात. मुलांना पुढे दूध पाजायचे नसते. त्यामुळे मुलांना काही त्रास होणार नाही.

धडे : हे अभ्यास हे शिकवतात की, नवजात बाळाच्या दुधाच्या गाठीला हात लावणे म्हणजे आपल्या हाताने आपला नातू खराब करणे / मारणे, आपला निर्वंश करणे आहे. हे टाळा. हे सर्वांना शिकवा.

स्तनपान २ वर्षे द्या. ते थोडे दूधरूपी अमृत मुलांना आजारांपासून वाचवते.

स्तनपानाला पर्याय नाही ...

केंद्र सरकारच्या कर्मचाऱ्यांना आता सहा महिने स्तनपान व मातृत्वाची भरपगारी रजा मिळते.

सर्वच आया बाळाला पाजतात आणि सर्वच मुले आईचे दूध पितात व स्तनपानावर विशेष लेख लिहिण्याची काय गरज आहे ? तर नॅशनल फॅमिली हेल्थ सर्व्हे असे दाखवतो, की खूप आया बाळांना दुधाआधी येणारा चीक पाजत नाहीत. पहिले दोन-तीन दिवस आईला पिवळ्या रंगाचे घट्ट दूध येते. त्याला चीक म्हणतात; तर कुणी त्याला दूषित दूध समजतात व ते दूध टाकून देतात आणि बाळाची उपासमार होते. त्याऐवजी बाळाला वरचे दूध आणि पाणी पाजतात. त्यामुळे बाळाला जुलाब लागतात व बाळाला आजार होऊ शकतो; तर असे होऊ नये.

पहिले दोन-तीन दिवस बाळाला काहीच देत नाही. दुसरे काय, की बाळाला वरचं अन्न उशिरा देतात. वर्षं वर्षं फक्त अंगावरच पाजतात. खूप ठिकाणी तर ९० टक्के पाणी असलेल्या आईचे दूध देतात. या अन्नावर चारच महिने वाढ होते. सहा महिन्यांनंतर हे अन्न कमी पडते. म्हणून त्याला वरचे अन्न उष्टावण करून दर आईच्या दुधाआधी त्याला चाटवायला हवे. पण हे भारतभर होत नाही. हे सर्वांना शिकवण्याची गरज आहे.

भारतभर असे दिसते, की फक्त दूध पाजणे कमी होते. म्हणजे खरं तर चांगल्या मातेने अशी शपथ घेतली पाहिजे, की बाळाला फक्त माझेच दूध पाजीन, माझ्या दुधाशिवाय काही पाजणार नाही. परंतु, असं न करता भारतभर वरचा आहार बालकांना ६ महिने आधीच दिला जातो. यातून मुले आजारी पडतात व बालमृत्यूचे प्रमाण वाढते.

शहरात व सर्व ग्रामीण भागामध्ये बाटलीने दूध पाजण्याचे प्रमाण वाढत आहे. यामुळे राष्ट्रीय बाल आरोग्याला धोका होत आहे. हे सर्व टाळण्यासाठी सर्वांना स्तनपानाचे शिक्षण द्यायला पाहिजे. स्तनपानाचे शिक्षण देणे हे अत्यंत गरजेचे आहे. हेच जीवन शिक्षण आहे.

लोकसंख्या नियंत्रण हा सर्वात तातडीचा भारताचा अग्रक्रमाचा कार्यक्रम आहे. तर ज्या आया स्तनपान देतात व ज्यांना पाळी येत नाही अशा १०० पैकी ९८ आयांना पहिले ६ महिने दिवस राहत नाही अशा प्रकारे स्तनपान हे फॅमिली प्लॅनिंगचे कार्य करते. हे फॅमिली प्लॅनिंगचे एक प्रभावी साधन आहे. ९८ टक्के हा सक्सेस रेट आहे. हा निरोध व इतर साधनांचे सक्सेस रेट ९८ टक्केच आहे. म्हणजे निरोध आदी साधनांएवढेच प्रभावी गर्भनिरोधक स्तनपान आहे. म्हणून ही माहिती सर्वांपर्यंत पोहोचविण्यासाठी स्तनपानाच्या मोहिमेची अत्यंत आवश्यकता आहे. जर स्तनपानाऐवजी सर्व भारतीय स्त्रियांनी बाटलीने दूध पाजणे सुरू केले तर होणाऱ्या जुलाबाच्या औषधाला शासनाचे वार्षिक बजेटही पुरणार नाही. हे होऊ नये म्हणून स्तनपानाची मोहीम अत्यावश्यक आहे.

स्तनपानाविषयी ६ महत्त्वाचे मुद्दे

(१) **स्तनपान हेच बाळासाठी सर्वोत्तम अन्न व पाणी आहे. सहा महिने केवळ हेच द्यावे. दुसरे**

कुठलेही अन्न त्याची बरोबरी करीत नाही. पेज, कण्हेरी हे सर्व दुधापेक्षा दुय्यम आहे. अगदी गरम दमट ठिकाणी मुंबईसारख्या दमट समुद्रासारख्या ठिकाणीही जास्त पाण्याची गरज नाही. कारण पाण्यासह रोगजंतू गेल्यास मुलाला जुलाब होऊन धोका होऊ शकतो.

(२) बाळाचे दर महिन्याच्या जन्माच्या तारखेला वजन करावे; बाळाच्या उंची, वजन व डोक्याचा घेर त्याचा आलेख काढावा. त्याने बाळ नीट वाढते की नाही हे कळेल. दरमहा मोजून असे जगभर करतात. जर बाळाचे वजन नीट वाढत नाही असे लक्षात आले तरच त्याला ६ महिन्यांआधी वरील अन्न सुरू करावे. जर ते नीट वाढत असेल तर ६ व्या महिन्यापर्यंत बाळाला वरच्या अन्नाची गरज नाही. ६ व्या महिन्यापर्यंत सर्वसाधारण मुलांना वरच्या अन्नाची मुळीच गरज नाही.

(३) **आपल्या बाळाचे दर महिन्याच्या जन्मतारखेला वजन करावे व जर त्याची वाढ खुंटली असे लक्षात आले तर वरचे अन्न सुरू करावे.** ६ व्या महिन्याला उष्टावण करून आई-आजीच्या मांडीवर बसवून घरचे अन्न चाटवावे. शिरा, तेल, खिचडी, डाळ, भात चाटवावा. बाळ हळूहळू अन्न आवडीने खायला लागेल. अन्नाचे प्रमाण वाढून दुधाचे प्रमाण हळूहळू कमी होईल. अन्नाची गोडी लागेल व वर्षं दोन वर्षांमध्ये त्याची गाडी स्तनपानावरून घरच्या अन्नावर येईल.

(४) जन्मल्याबरोबर शक्य तेवढ्या लवकर बाळाला स्तनपान सुरू करावे आणि प्रत्येक आई हे करू शकते. बाळाला आईजवळ देऊन सतत २४ तास स्तनपानाची संधी द्यायला हवी.

(५) बाळ व आईला अलग खोलीत ठेवू नये. बाळाला कुठलेही दुसरे पाणी व अन्न देऊ नये. बाळाला मध, पाणी व कण्हेरी देऊ नये. जन्मल्यानंतर एक तासाच्या आतच बाळाला स्तनाला लावायला हवे. बाळाने स्तनाग्र चोखल्यानंतरच आईच्या शरीरामध्ये दूध बनवण्याची क्रिया सुरू होते. पहिल्या दिवशी येणाऱ्या पिवळ्या दुधाला ‘चीक’ म्हणतात. हा बाळासाठी उत्तम असतो, चांगला असतो. त्यात प्रतिकारशक्ती असते. त्याने बाळाचे आजार टळतात. इतर कुठल्याही अन्नाची बाळाला गरज नाही.

(६) पहिलटकरणीला स्तनपानाला अडचणी येऊ शकतात. त्यांना इतरांनी मदत करावी. स्तनपान करताना बाळाला छातीशी नीट लावावे नाहीतर स्तनाग्र (निप्पल) बाळ चावतो व त्याला दूध न मिळाल्यामुळे तो रडतो व नंतर त्याला दूध नीट मिळत नाही.

❍ बाळाचे संपूर्ण शरीर आईकडे वळलेले असते. बाळ चांगले दूध पिताना दिसते. बाळ आरामशीर स्तनपानाच्या आनंदात मग्न असते. बाळ आनंदी व सुखी असते व आईला स्तनाग्रामध्ये दुखत नाही. सर्व आयांना छान दूध येते. बाळाला नीट छातीशी लावले तर बाळाला हवे तेवढे आणि हवे तेव्हा स्तनपान द्यावे.

❍ बाळ रडले म्हणजे त्याला भूक लागली, दूध हवे असे नाही तर बाळ रडले म्हणजे आईने त्याच्याकडे लक्ष द्यावे एवढाच होतो. कधी कधी कपडे ओले असतील, थंडी वाजत असेल, कधी त्याला लाड करून घ्यायचे असतील. जर बाळाला भूक लागली असेल तर त्याने जास्त चोखल्यामुळे जास्त दूध बनेल व त्याला मिळेल. काळजी घेण्याचे कारण नाही.

जर बाळाला काही कारणाने वरचे दूध दिले तर बाळ स्तनाला कमी ओढेल व कमी दूध येईल व यामुळे हळूहळू आईचे दूध कमी होते म्हणून हे आईला सांगायला हवे. गाढव, कुत्रा, मांजर, उंदीर कोणीही बाळाला वरचे काहीही देत नाही. जसे त्यांच्या आयांना भरपूर दूध येते तसे तिलाही भरपूर दूध येणार आहे, तिला चिंता नसावी.

काम करणाऱ्या मातांना ६ महिन्यांची मातृत्वाची रजा मिळायला हवी. कामाच्या जागेवर पाळणाघर असावे. जेथे बाळाला नीट ठेवता येईल. हे होण्यासाठी कामगार संघटनांनी व मालकांनी मदत करायला हवी. पतीने, सासूने, आईने व घरच्या इतर मंडळींनी बाळंतिणीला पाजतेवेळी खाण्याला व खातेवेळी पाजायला मदत करावी व तिला विश्रांती मिळू द्यावी. तिची कामे इतरांनी करावी.

○ बाळाला दूध पाजल्याने आईचे दूध वाढते. जेव्हा जेव्हा रडून आईकडे बाळ दूध मागते तेव्हा तिने बाळाला दूध पाजायला हवे. आईचं दूध पिणे हा प्रत्येक बाळाचा जन्मसिद्ध हक्क आहे आणि बाळाला दूध पाजणे हे प्रत्येक आईचे निसर्गदत्त कर्तव्य आहे. वारंवार पाजल्याने दूध पुरवठा वाढतो. **जसे, 'मागेल त्याला काम, कसेल त्याची जमीन' असे सूत्र आहे.** तसेच मागेल तेवढे दूध व मागेल तेव्हा दूध असे स्तनपानाचे सूत्र आहे. एकदाही चोखणी किंवा निप्पल किंवा बाटली बाळाला दिली तरीही आईचे दूध कमी होते असा शास्त्रीय संशोधकांचा निकष आहे.

○ स्तनपानामुळे बाळाचे गंभीर आजारापासून व मृत्यूपासून संरक्षण होते. बाटलीने पाजल्यामुळे गंभीर आजार व मृत्यूचे प्रमाण वाढते. आईचे दूध हीच बाळाची पहिली लस आहे. ही बाळाची जुलाब, सर्दी, खोकला व इतर आजारांचे संरक्षण करते. वरच्या आहारातून प्रतिकारशक्ती मिळत नाही. बाटलीने जुलाब लागतात; न उकळलेल्या पाण्यापासून व दूध भरून न उकळलेल्या बाटलीमुळे मुलाला जुलाब होऊ लागतात. बाळाची अत्यंत काळजी घेणाऱ्या आईच्या बाळालाही जुलाब लागतात. वारंवार आजारामुळे बाळ अशक्त होते.

मातांना आलेल्या अडचणी सोडवायला सर्वांनी मदत करावी. ती जर दूध पाजू शकली नाही तर इतर आहार तिला शिकवायला हवे. जर बाळ आईचे दूध ओढू शकले नाही तर आईच्या स्तनातले दूध वाटीत काढून त्याला पाजायला हवे. जर वरचे अन्न काही द्यायला लागलेच तर ते चमचा वाटीने बोंडल्याने द्यायला हवे, बाटलीने नव्हे.

आईचे दूध न मिळणाऱ्या मुलाला योग्य आहार मिळाला तर तेही चांगले वाढते. वरचे दूध काही तासातच खराब होते, तर आईचे दूध ६ तास बाहेर वाटीमध्ये नीट राहते. आजच्या घडीस एका मुलाला बाटलीने दूध पाजण्याचा खर्च १००० रुपयांवर आहे. डबे वापरले तर १००० रु. खर्च पडतो व बाहेरचे दूध पाजले तर ५०० रु. होतो आणि याने बाळ आजारी पडते ते वेगळेच. आईच्या दुधाने हे पैसे वाचतात.

○ सहा महिन्यांपासून घरचे सर्व अन्न बाळाला भरवावे व त्यानंतर अंगावर पाजावे असे दुसऱ्या वाढदिवसापर्यंत करावे. ६ महिने ते २ वर्षे या काळात आईचे दूध जे बाळाला मिळते त्यातून त्याला जादा प्रथिने, 'अ' जीवनसत्त्व, शक्ती मिळते व प्रतिकारशक्तीही मिळते. बाळाने काय, केव्हा, किती खावे बाळाची मर्जी आहे व त्याप्रमाणे आईने त्याला द्यायला हवे.

६ महिन्यानंतर आईने बाळाचे दूध कसे सोडावे हा बाळाचा व आईचा खाजगी प्रश्न आहे. यात इतरांनी ढवळाढवळ करू नये.

आजारी मुल दुसरे काही खात नाही, आईचे दूध पिते व त्यावर जगते. म्हणून हा झरा अखंड ठेवावा. दुसऱ्या वाढदिवसापर्यंत ते कोणत्याच कारणाने तोडू नये. बऱ्याचदा सख्ख्या आईचे दूध तोडतात. गाई-म्हशीचे दूध चालू करतात. हे चुकीचे आहे. शिवाय १ ते २ वर्षांच्या मुलाला रात्रभर स्तनपान मिळते तेवढा त्याला बोनस आहे आणि घाबरलेल्या, जखमी झालेल्या, रागवलेल्या, रडणाऱ्या व आजारी मुलाला स्तनपान हे वरदानच असते. त्याने त्याला आईचे सुख मिळते. यामुळे त्याला आईचा लोभ मिळतो व सुख मिळते.

❍ **दिवसभर स्तनपान देणाऱ्या आयांना पहिले ६ महिने दिवस राहात नाहीत. हा स्तनपानाचा लोकसंख्या नियंत्रणासाठी सर्वात मोठा फायदा आहे. स्तनपानाने पाळी लांबते व पुन्हा दिवस जात नाही.** पाळी आल्यानंतर दिवस राहू शकतात. म्हणून बाळ ६ महिन्यांचे झाल्यास व पाळी आधी झाली किंवा बाळाला वरचा आहार सुरू केला तर कुटुंबनियोजनाच्या इतर साधनांचा वापर करावा व हे काहीही नसले तर प्रत्येक बाळाच्या जन्मानंतर प्रत्येक आईला कुटुंबनियोजनाच्या सर्व साधनांबद्दल माहिती द्यावी व बाबांनाही सांगावे. **पाळणा लांबवण्याच्या गोळ्यांनी स्तनपानावर काहीही परिणाम होत नाही.**

स्तनपानाने नवीन पिढी सशक्त, हुशार व समृद्ध होईल. कारण हे राष्ट्रीय कार्य आहे. हे सर्वांनी करावे. सर्वांना सांगावे.

अशक्त आई, आजारी आई, अबसेंट (कामाला गेलेली) आई, अपघात झालेली आई या चार मातांना दुधाचा प्रॉब्लेम येतो, तो कसा सोडवायचा ?

अशक्त आई कोण ? जी लग्नाच्या वेळी ४५ किलो नाही व जिच्या डाव्या दंडाचा घेर २३ सें. मी. नाही, अशक्त बाळंतपणात जिचे वजन ५५ किलो नाही किंवा जिच्या डाव्या दंडाचा घेर २३ सें. मी. नाही, ती अशक्त आई! अशा आयांचे दूध तिसऱ्या-चौथ्या महिन्यांत कमी पडायला लागते. रोज बाळाला अर्धा ते पाऊण लीटर दूध मिळते व तेवढी आईची झीज होते व या आयांचे दूध तीन-चार महिन्यांत जाऊन त्यानंतर बाळ-बाळंतीण दोघेही खराब होतात.

दर महिन्याला आयांचे एक-दोन किलो वजन घटते. हे टाळण्यासाठी खातेवेळी पाजावे व पाजतेवेळी खावे हा सोपा मंत्र आहे. त्यासाठी आपल्या घरचे डिंकाचे लाडू खाणे सर्वात चांगले. त्यात सर्व तेलबिया असतात. ज्याला परवडतात त्याने लाडू खावे. ज्याला परवडत नाही त्याने नारळ-खोबरे खावे. एक नारळ खाल्ला तरी चालेल व दर महिन्याला बाळाआधी आईचे वजन करावे. ज्या आईचे वजन घटत नाही तिला भरपूर २ वर्ष दूध येते असा हजारो मातांचा अनुभव आहे.

कामाला जाणाऱ्या आईला वाटते, की मी नंतर कामावर जाईन म्हणून आत्ताच वरचे दूध लावते. म्हणजे मे मध्ये पाऊस पडेल, म्हणून डिसेंबरपासूनच पाणी कमी प्यायल्यासारखे करू नये आणि जेव्हा एकदाही बाटली किंवा चोखणी लावली तर दूध कमी होऊन शेवटी दूध नष्ट होते. म्हणून हे बिलकूल करू नये. आई खरोखरच जेव्हा कामावर जाईल तेव्हा तेथे चांगल्या पाळणाघराची व्यवस्था असावी. त्यामुळे तिला मधल्यावेळेस स्तनपान देण्याची संधी मिळेल. ६ महिन्यांची पगारी किंवा बिनपगारी रजा घ्यावी. मूल आपले असते, सरकारचे नाही. बाहेर जायचे असेल तेव्हा वाटीमध्ये दूध काढून ठेवता येईल. आईच्या पोटात जेव्हा बाळ असते तेव्हा आईच्या पोटातील हार्मोन्सचा परिणाम होऊन प्रत्येक बाळाला स्तनाच्या गाठी होतात. आज्या किंवा सुइणी पिळून त्यातून दूध काढतात हे करताना स्तनाग्राच्या अंकुरालाही इजा होऊन तो लहान होतो किंवा नष्ट होतो. स्तनाग्र म्हणजेच निप्पल नसेल तर दूध पाजता येत नाही. अशा प्रकारे आईची आई आपल्या नातवाचे अहित करते. हे होऊ नये म्हणून स्तनाग्राला कोणी हात लावू नये. त्या गाठी आपोआप जिरतात. याने पुढच्या पिढीचे तरी कल्याण होईल.

सर्दी, खोकला आदी आजार हवेतून येतात. घरात अन्य कोणाला वा आईला झाला तरी ते हवेतून येऊन बाळाला मिळतात. पण आईच्या अंगातल्या प्रतिकारशक्तीमुळे आईची सर्दी जाते व ही प्रतिकारशक्ती आईच्या

दुधातून बाळाला मिळते व बाळाची सर्दी लवकर कमी होते. बाळंतपणात किंवा इतर सर्व आजारांमध्ये आईला जर स्तनपानामुळे त्रास होत असेल तरच आईने स्तनपान देऊ नये.

शंकाग्रस्त आई

शरीराची सर्व कार्ये मनाच्या आदेशाने चालतात. लालबहादूर शास्त्री यांना तणाव आला आणि त्यांना हृदयविकाराचा ॲटॅक आला व त्यात ते दगावले. आपणही घाबरलो, की आपल्या हातातील भांडी पडतात व घाम येतो. तसेच दूध सोडायचे किंवा बंद करायचे? आदेश मेंदूतून सुटतात. मूल रडायला लागले, की असे वाटते त्याला दूध अपुरे पडत असावे. शंकेपायी दूध जाते. त्यामुळे या शंकेचे भूत मनात घेऊ नका. कारण शंकेला औषध नसते.

दर तीन तासांनी म्हणजे दर प्रहरी एक मोठी लघवी होणे हेच भरपूर स्तनपानाचे लक्षण आहे. छान खेळून छान झोपणे हे चांगल्या स्तनपानाचे लक्षण आहे.

ही माहिती भारतातल्या ११३ कोटी लोकांच्या २० कोटी घरामध्ये ४ लाख गावांमध्ये गेली तरच या देशाचे कल्याण होईल.

मुलांसाठी दुधाची किंमत

पहिल्या तीन महिन्यांपर्यंत बाळाला
पाऊण लिटरपेक्षा जादा (८५० मि. ग्रॅ.) दुधाची गरज असते.

आईचे दूध	गाय, म्हैस, आदी पशूंचे दूध	डब्याचे दूध
१ लीटरची किंमत ० रु.	१ लीटरची किंमत ३० रु.	१ लीटरची किंमत १००रु.
१ दिवसाचा खर्च ० रु.	१ दिवसाचा खर्च २२.५० रु.	१ दिवसाचा खर्च ७५ रु.
१ महिन्याचा खर्च ० रु.	१ महिन्याचा खर्च ६७५ रु.	१ महिन्याचा खर्च २२५० रु.
अमूल्य किमतीचा नैसर्गिक सर्वोत्तम आहार	**जादा किंमत जादा आजार**	

स्तनपान + बाळंतपणाची रजा ६ महिन्यांची हवीच हवी

महाराष्ट्र, मध्यप्रदेश, पंजाब, हरियाणा आदी राज्ये, केंद्र सरकार, भारतीय आयुर्विमा निगम, सरकारी बँका यांच्या कर्मचाऱ्यांना आता ६ महिने स्तनपान व मातृत्वाची भरपगारी रजा मिळते. हे आमच्या प्रयत्नाने झाले. असे सर्वत्र व्हावे.

इंडियन अॅकेडमी ऑफ पेडिअॅट्रिक्स या बाल आरोग्य तज्ज्ञांच्या राष्ट्रीय संस्थेने दि. ९.१.९२ रोजी एकमताने ठराव मंजूर केला, की स्तपानासाठी आईला बाळाच्या जन्मापासून सहा महिने रजा मिळायला हवी. डॉ. हेमंत जोशी व डॉ. सौ. अर्चना जोशी यांनी हा ठराव मांडला होता.

UNICEF (युनिसेफ) युनायटेड नेशन्स चिल्ड्रेन्स इमर्जन्सी फंड ह्या संस्थेचा अहवाल असा आहे की, बाळाला सहा महिने आईचे दूध पूर्ण वेळ मिळालेच पाहिजे. त्याने बालकांच्या आजारामध्ये व बालमृत्यूंच्या प्रमाणामध्ये प्रचंड घट होते.

नोकरी करणाऱ्या मातांना बाळंतपणाची रजा ३ महिनेच मिळते. अधिकाधिक स्त्रिया नोकरी करायला लागल्याने अधिकाधिक मुले स्तनपानाला मुकणार. कधी कधी आईला बाळंतपणाच्या पुष्कळ आधी संपूर्ण विश्रांतीसाठी रजा घ्यावी लागते तर बाळंतपणानंतर लवकरच कामाला जावे लागते. त्यांच्या मुलांना सर्वाधिक त्रास होतो.

बाळ बोलले असते तर ते म्हणाले असते, की-

स्तनपान हा माझा जन्मसिद्ध हक्क आहे. आईचे दूध मला १-२ वर्षे मिळालेच पाहिजे. आईला स्तनपानासाठी ६ महिने रजा मिळालीच पाहिजे.

पूर्वी बरीच बाळंतपणे होत असून दरवेळी तीन महिन्यांची रजा मिळायची.

आता एक किंवा दोन बाळंतपणाला ६ महिन्यांची रजा मिळायलाच हवी.

आज कमावत्या आईला या ना त्या खऱ्या-खोट्या कारणाने रजा वाढवावी लागते. बाळ सहा महिन्यांचे होण्याआधी आई कामावर गेली तर बाळांचे आजार वाढतात, ती अशक्त होतात. वरच्या दुधासाठी बाटली लावल्यास अस्वच्छ बाटलीने जुलाब वाढतात, तर पाणी टाकलेल्या, साय काढलेल्या दुधाने बाळाचे पोट न भरल्याने बाळ अशक्त होते, हे जगभर दिसते.

बाळाच्या आजारपणामुळे आईचे लक्ष कामात लागत नाही. तिला वारंवार रजा घ्यावी लागते. ऑफिसचे काम पण बिघडते.

बाळ, घर, ऑफीस अशी धावाधाव व काळजी ह्याने आईची पण तब्येत खराब होते. अशा प्रकारे बाळ, बाळाची आई व ऑफीस तिघांचाही तोटा होतो.

आई बाळंतपणानंतर सहा महिने घरी राहिल्यास ऑफीस पर्यायी व्यक्ती नेमू शकते. बाळ पण सहा महिन्यात छान वाढते, डाळ-भात खायला शिकते व आई समाधानाने कामावर जाऊ शकते. या प्रकारे बाळ, आई व ऑफीस तिघांचाही फायदा आहे.

म्हणून प्रत्येक आईला सहा महिने स्तनपानासाठी रजा मिळालीच पाहिजे.

इंडियन ॲकॅडमी ऑफ पेडिऑट्रिक्सच्या सदस्यांना हे पटले. त्यांनी आधी एक तज्ज्ञ समिती नेमून सांगोपांग विचार वर्षभर करून मातांना स्तनपानासाठी सहा महिने रजा मिळावी हा ठराव एकमताने मंजूर केला आहे.

आपणास हे पटत असेल तर हा लेख सर्व जबाबदार व मान्यवर व्यक्तींना उदा. ऑफिसचे अधिकारी, आमदार, खासदार, कामगार संघटनांचे पदाधिकारी, पत्रकार, वकील इत्यादींना दाखवा व आम्हालाही आपले मत कळवा.

केंद्र शासनाच्या सेवेतील सर्व स्त्रिया बाळंतपणाच्या तारखेपासून एक वर्ष सलग रजा घेऊ शकतात, अगदी बाळ दत्तक घेतले तरीही. यासाठी त्यांना तीन महिन्यांच्या बाळंतपणाच्या रजेला भरपगारी, अर्धपगारी इत्यादी कोणताही वैद्यकीय दाखला द्यावा लागणार नाही. या रजेनंतर त्यांच्या इतर रजा जोडता येतील. सर्व राज्य सरकारे व इतरांनी पण केंद्र सरकारचे अनुकरण करायला हवे.

चीनच्या काही प्रांतांमध्ये पण बाळंतपणानंतर आता ६ महिने रजा मिळते.

पुरेसे उष्मांक देणारे अन्न प्रोटीन्स्‌ची गरज भागवतेच भागवते.
प्रोटीन्स्‌चे डबे आणण्यात पैसे घालवू नका.

बाजारच्या प्रसिद्ध बेबी ऑईलने अंगावर पुरळ उठते.
बाजारचे बेबी ऑईल खनिज तेलापासून बनलेले असते;
त्याचा शरीराला काहीही उपयोग नाही.
बाळाला घरच्या खोबऱ्याचे तेल, पामतेल, शेंगतेल,
राईतेल इत्यादी कोणत्याही तेलाने मालीश करा.

आईचे दूध कमी पडल्यावर
बाळाचे उष्टावण करा

५००० वर्षांपासून आपल्या पूर्वजांनी लोकांना छान, सुखी, दीर्घायुषी, चांगले जगता यावे म्हणून १६ संस्कारांची निर्मिती केली. त्यातला एक संस्कार लग्न जो आपण सर्व करतो. त्यानंतर मुले होतात. त्यानंतरचा संस्कार आहे मुलाचे उष्टावण. हा आजही भारतात होतो, पण बरेच लोक तो करत नाहीत. म्हणून आपल्या देशामध्ये मुले बारीक होतात व सर्व व्यक्ती अल्पायुषी आहेत. हे कसे कळले? गेली ३ दशके मुलांचा डॉक्टर म्हणून काम करत असताना असे लक्षात आले, की जगातील सर्वात जास्त बालमृत्यू या देशात होतात. जी मुले दगावतात त्यातली ९० टक्के मुले ही उपाशी, बारीक, अशक्त असतात. आजाराचा ताण सहन करू शकत नाहीत व दगावतात. ही सर्व मुले बारीक, अशक्त केव्हा होतात. ती पहिल्या वर्षी होतात. भारतातील सर्व पुरुष साडेसहा फूट उंच व मुली सहा फूट उंच पाहिजे होते. पण आम्ही खुरटले आहोत. आपली सरासरी उंची, वजन कमी आहे. भारतीय माणसाचा मेंदू हा जगातील सर्वात लहान मेंदू आहे. मेंदूची वाढ जन्मानंतर पहिल्या वर्षीच होते. जर अन्न कमी पडले तर माणूस खुरटतो, त्याची उंची कमी होते, त्याचं वजन कमी होते, त्याच्या मेंदूची वाढ होत नाही. त्यामुळे त्याच्या डोक्याचा घेर कमी होतो व मेंदू लहान होतो. हे सर्व कशामुळे झालं. तर पहिल्या वर्षी अन्न नीट मिळत नाही. अन्न नीट का मिळत नाही ? कारण, आम्ही मुलाचं उष्टावण करणे विसरलो आणि मुलाला घन अन्नाऐवजी त्याला पातळ अन्न द्यायला लागलो. आपण भाताचं पाणी, डाळीचं पाणी, फळांचा रस देतो, या सर्वांमध्ये पाणीच जास्त असते. आईच्या दुधामध्ये, गाईच्या दुधामध्ये ९० टक्के पाणी असते, म्हशीच्या दुधामध्ये ८५ टक्के पाणी असते. त्यात दूधवाला पाणी टाकतो, आपण दुधावरची साय काढून घेतो व जे उरते त्यातही ते घट्ट वाटते म्हणून घरची मंडळी पाणी टाकून मुलांना प्यायला देतात. ४ / ६ महिन्यानंतर जेव्हा बाळाला आईचे दूध कमी पडते तेव्हा त्याला घरचा घन आहार द्यायला पाहिजे. त्याऐवजी आम्ही त्याला दूध, पेज, कण्हेरी, फळांचा रस, शहाळे नावाचं पातळ पाणी पाजतो. यांनी पहिल्या वर्षी मुले खुरटतात. त्यांची उंची, वजन, मेंदूची वाढ कमी होते व आयुष्यभर ही घट भरून काढता येत नाही आणि अशीच मुले दगावतात. हीच कमी उंची, कमी वजन, मेंदूची वाढ न झालेली मुले राष्ट्राला खुजे करतात. हे बदलून राष्ट्र प्रबळ करायचे असेल तर आम्हांला पुन्हा उष्टावण हा संस्कार सुरू करायला पाहिजे. उष्टावण म्हणजे जेव्हा आईचे सशक्त दूध कमी पडते, तेव्हा त्याला वरचे अन्न भरवायला सुरुवात करतात.

जेव्हा आईचे दूध कमी पडते म्हणजे ४ / ६ महिन्यांचे बाळ झाल्यावर त्याचे उष्टावण करतात. मग त्याला घरचे घन अन्न भरवायला लागतात.

बाळाचे पोषण

बाळाच्या पोषणाची सुरुवात आईच्या पोटातच होते. सशक्त स्त्रीच्या दंडाचा घेर २२.५ सें.मी हवा व बाळंतपणाच्या वेळी कमीत कमी २४.५ सें.मी. असावा. यापेक्षा जर तो कमी असेल तर ती स्त्री अशक्त आहे. अक्षयपात्रातील चणे, कुरमुरे, शेंगदाणे तिने रोज खाल्ल्यास तिचे वजन व दंडाचा घेर वाढेल. ती सशक्त होईल. ६ महिन्यांच्या गर्भाचे वजन अर्धा किलो तर बाळंतपणाच्या वेळेस तीन ते साडेतीन किलो असते. अशा प्रकारे शेवटच्या ३ महिन्यात गर्भाचे वजन ५ पटीने वाढते. ही आयुष्यातील सर्वाधिक वेगाने होणारी वाढ आहे.

आई अशक्त असल्यामुळे या गर्भाची वाढ झाली नाही तर ही घट आयुष्यभर भरून काढता येत नाही.

जर होणारे बाळ पुढे चांगले पाहिजे असेल तर त्याच्या आईचा आहार चांगला हवा. गर्भारपणाच्या शेवटच्या तीन महिन्यांत विशेष काळजी व जादा आहार, संपूर्ण विश्रांती व नोकरीतून रजा घ्यावी.

स्तनपान देणाऱ्या आयांची जादा शक्ती, गरज व प्रथिनांची गरज अक्षयपात्राने पुरविली जाते. आम्ही प्रत्येक स्तनपान देणाऱ्या आईला बाळाला पाजतेवेळी शेंगदाणे, चणे, कुरमुरे खायला सांगतो. रोज १०० ग्राम शेंगदाणे, चणे, कुरमुरे खाल्ले पाहिजेत. दर महिन्याला आयांचे वजनही आम्ही करतो व त्यांना आवश्यक तो सल्ला देतो. अशा दोन हजार मातांपैकी कुणाचेही दूध सुकले नाही व वजनही कमी झाले नाही. मातांची वजने वाढली, की त्यांच्या बाळांचीही वाढ चांगली होते.

बाळाला दूध कोण पाजते ?

प्रत्येक आई म्हणते मी माझ्या बाळाला दूध पाजते. पण सत्य हे आहे, की बाळ स्वत: दूध पिते. निसर्गाने त्याला उपजतच ही देणगी दिली आहे. ते स्वत: स्वत:चे पोट भरायला समर्थ आहे. बाळाची जर इच्छा नसली तर कोणी आई त्याला दूध पाजू शकत नाही. आई हे निसर्गाचे दूध बनवण्याचे साधन आहे. निसर्ग आईच्या माध्यमातून दूध बनवून देते आणि बाळाला उपजतच ते कसे प्यायचे हे माहीत असते. बाळ आईचे दूध पिते. त्यामुळे आईला दूध येते. बाळाने स्तन चोखले नाही तर आईला दूध येत नाही. बाळाचे दूध केव्हा बंद करायचे असे माता विचारतात.

प्रश्नोत्तरे

बाळाला पुरेसे दूध मिळते हे आईला कसे कळेल ?

बाळ दूध प्यायल्यावर दोन-तीन तास झोपते. वरचे पाणी न पिताही दररोज २०-२५ ग्रॅम वजन वाढते. भरपूर लघवी होते. अशावेळी समजावे, की बाळाला पुरेसे दूध मिळत आहे.

बाळाला स्तनपान किती दिवस द्यावे ?

बाळाला हवे असेल तितके दिवस. पहिल्या वर्षी पाजावेच. सहा महिन्यानंतर घन आहार सुरू करावा. दुसऱ्या वर्षी बाळाला पाजल्यास प्रथिने, चरबी, व्हिटॅमिन्स, कॅल्शिअम व रोगांविरुद्ध संरक्षण करणारी प्रतिकारशक्ती आईच्या दुधातून बाळाला मिळते. जी इतर कोणीही बाळाला देऊ शकत नाही. बाळाला आईचे दूध सहा महिने पुरेसे होते. त्यानंतर आम्ही त्याला भरवतो आणि त्यात आम्ही कमी पडलो तर बाळाच्या वाढीत त्रुटी निर्माण होतात. बाळाची वाढ नीट होत नाही.

४ ते ६ महिन्यांनी आपण जेवतो ते सर्व अन्न गिळता येईल एवढेच पातळ करून बाळाला भरवायला हवे. आमच्याकडे घन आहाराऐवजी गाई, म्हशीचे, बकरीचे दूध बाळाला भरवले जाते; यासाठी बऱ्याचदा बाटलीचा पण वापर केला जातो. या बाटलीमुळे जुलाब होऊन लाखो मुले दरवर्षी मरतात; म्हणून आम्ही बाटलीला पुतनामावशी म्हणतो.

आईचे काम फक्त स्वत:चे दूध उपलब्ध करून देण्याचे असते. आईने ते बाळाला हवे तेवढा वेळ आणि हव्या त्या वयापर्यंत घेऊ द्यायला हवे. आईच्या दुधाव्यतिरिक्त कोणतं दूध द्यायचं ? बाळाला कोणत्याही इतर दुधाची गरज नाही. प्रत्येक प्राण्याचे दूध वेगळे असते. जसं उंदराच्या दुधामध्ये १४ टक्के प्रथिने असतात व मानवी दुधामध्ये मात्र एक टक्का प्रथिनं व चार टक्के स्निग्धांश असतो. कारण आपल्या बाळाची ती गरज आहे. लॅक्टोज-साखर आपल्या दुधामध्ये सर्वात जास्त असते व मेंदूची वाढ व्हायला त्याची जास्त गरज असते.

> बाळकृष्णाची आई कैदेत होती. तो आई यशोदेच्या दुधावर वाढला. गाई-म्हशींच्या दुधावर नव्हे. कृष्णाने लोणी, तूप खाल्ले. पण दूध प्यायलाचा उल्लेख नाही. आपल्या मुलाला तेल, तूप, लोणी देऊन कृष्ण करा.

चार महिन्यांनंतर फक्त आईचे दूध पिऊन बाळाचं पोट भरत नाही. त्यावेळेस निसर्ग बाळाला शिकवतो, की तुला यापुढे दूध कमी पडेल. तेव्हा आता खायला शीक; म्हणून हे बाळ प्रथम हात तोंडात घालते. मूठ चोखायला लागते. मग त्या हाताने जे जे त्याला धरून तोंडात घालता येईल ते ते तोंडात घालून हे अन्न आहे का ? हे मला खाता येईल का ? अशी चाचपणी ते करू लागते. आई-बाबा भरवत असताना बाळाचे तोंड एकवेळ उघडणार नाही, पण त्याचा हात काही वस्तू घेऊन आला, की बरोबर तोंड उघडते. ही निसर्गाची योजना आहे. उताणा पडून पाठीवर झोपून कसं कोणाला खाता-पिता येईल; म्हणून देव त्याला पालथं पण पडायला शिकवितो. बाळ पालथं होतं.

अन्न लांब असेल तर बाळ रांगत जातं. खाता-खाता काही खाली सांडतं. काही पोटात जातं. परंतु हेच जर आजीने बाळाला दोन पायांच्या मध्ये झोपवून दूध पाजलं तर त्यातलं कधी-कधी काही दूध श्वासनळीत जाऊन बाळाला ठसका लागतो. बाळ काळं-निळं पडतं. खोकला येतो. एखाद्या वेळी बाळाच्या जिवाला धोकाही पोहोचू शकतो. प्रत्येकाने एकदा पाठीवर झोपून एक वाटी पाणी पिऊन बघावं. मग त्या बाळाला काय यमयातना होत असतील ते कळेल.

बाळाला जर पातळ अन्नपदार्थ पाजायचे असले तर त्याला मांडीवर किंवा कुशीत बसवून चमच्याने पाजायला हवं. अगदी कमी सातव्या-आठव्या महिन्यात जन्माला आलेले, कमी दिवस भरलेले अर्भक देखील तोंडाला बोंडलं किंवा वाटी लावली की, चुटूचुटू दूध पिते.

आईचं दूध कमी पडल्यावर बाळानं काय खावं ?

कोंबडीच्या, गाईच्या, हत्तीच्या बाळाला सुके गवत पचते, परंतु आमचं बाळ या सर्वांपेक्षा हुशार ! आमच्या बाळाला देवाने कच्चे देखील पचायची क्षमता दिली आहे. म्हणून कच्चे दिले पाहिजे असे नाही. एक वाटी डाळ व एक दोन वाटी तांदूळ यांचे मिश्रण करा. ते भाजा, दळा आणि डब्यात भरून ठेवा आणि पाण्यामध्ये किंवा

दुधामध्ये कालवून त्यात थोडे तेल, तूप, चवीसाठी मीठ, साखर टाकून गिळता येईल एवढं पातळ करून बाळाला कुशीमध्ये घेऊन अंगावर दूध पाजण्याआधी भरवा.

बाळ स्वत:च्या तोंडात भाताची शिते घालून खायला शिकेल तेव्हा त्याला दिवसभर अन्न उपलब्ध राहू द्या.

आमच्याकडे कपाटं भरलेली असतात. पण मुलं मात्र उपाशी असतात. छोट्या बाळाला दोन-दोन तासांनी भूक लागते, ते भुकेचं रडणं आईला लगेच कळतं. ती त्याला पाजते, हे जोपर्यंत चालू असते तोपर्यंत म्हणजे चार-पाच महिने बाळ चांगले वाढते. त्यानंतर मात्र रडलं तर त्याला चिऊ, काऊ दाखवतात. प्लॅस्टिकची खेळणी किंवा तुकडे चोखायला देतात. याने मन रमतं, पण पोट भरत नाही. तो चिडचिडा होतो आणि उपाशी राहतो व बारीक होतो.

त्यांना काय दिले तर पचेल ?

आपल्या घरामध्ये जे काही अन्न असेल ते सर्व दिलं तरी चालेल. त्यांना कच्चे पचते, तेव्हा शिजवलेले तर पचणारच, तेव्हा हे मनातलं काढून टाका. पण खेळण्यापायी किंवा शाळेत गेल्यामुळे बाळ मागू शकत नाही. त्याला दर दोन तासांनी म्हणजे दिवसाला दहा-बारा वेळा अन्नाची गरज आहे. हे आई-वडिलांच्या ध्यानी न आल्यामुळे त्याला ते दिवसाला दोन वेळाच जेवू घालतात. त्यामुळे दिवसभर मुले उपाशी राहतात.

बाळ हा घराचा राजा असतो. तो जर जेवला नाही तर घरी कोणाला जेवण जात नाही. तो आजारी असेल तर कोणाला झोप लागत नाही. पण त्याला आहाराचे स्वातंत्र्य आहे का ?

नक्कीच नाही. मुलाला तहान लागली तर त्याला पाणी देखील मिळत नाही. कारण तो सांडेल म्हणून ते त्याच्या आवाक्याबाहेर ठेवलेले असते. त्याला तहान लागून तो तळमळतो व रडतो. त्याला तहान लागली आहे, हे कोणाला तरी कळेपर्यंत त्याला तहानलेलेच रहावे लागते.

सर्वसाधारणपणे आमच्या घरी मुलांना तेच खावे लागते जे आई-वडील देतील; त्यांना ते आवडो किंवा न आवडो. त्यांना तेव्हाच मिळेल जेव्हा आई-वडील देतील; त्यांना भूक असो किंवा नसो ते त्यांनी भराभरा खाल्ले पाहिजे. ते चावो अथवा न चावो. या सर्वांमध्ये मुलांना आई-वडिलांचे ऐकावेच लागते. यासाठी आई-वडील मुलांना मारतात, रागवतात, भीती दाखवतात, निरनिराळे औषधोपचार करतात. उपचार कसले? औषध अत्याचारच ते! या सर्व प्रकारे मुलांची भूक मरून जाते. त्यांचे पचन मंदावते व खाल्लेले अन्न त्यांच्या अंगी लागत नाही.

बाळाचा आहार कसा असावा ?

बाळाचे अन्न ताजे, शिजवलेले, स्वच्छ निरनिराळ्या प्रकारचे हवे. जेवणाची वेळ आनंदाची हवी. जबरदस्ती रागावणे टाळा. घरचेच अन्न द्या. बाळासाठी खास काही बनवायला नको. बाळाला सहज खाता येईल तेवढे घट्ट अन्न भरवा. त्यापेक्षा पातळ अन्नाने बाळाची भूक भागत नाही.

बाळाने दिवसातून दोन वेळा जेवणे म्हणजे मोठ्या माणसाने आठवड्यातून दोनदाच जेवल्यासारखे आहे; त्यामुळेच या देशातील जवळपास ९० टक्के मुलं कोणत्याही वेळी अर्धपोटी किंवा उपाशी, कमजोर, अशक्त असतात. आपले स्वयंपाकघर मुलांच्या कामाचे नाही, मुलं खेळ सोडून स्वयंपाकघरात येणार नाहीत. त्याचा खिसा २४ तास भरून ठेवायला हवा. त्याने त्याला त्याच्या मर्जीने खाण्याचे स्वातंत्र्य मिळते. चणे, कुरमुरे,

डाळे असले काहीही अन्न ठेवले तरी चालेल. त्यात शेंगदाणे, खोबरे टाकता येईल. बाळाला ते खाली सांडू द्या. तर त्याचे पोट नक्कीच भरेल.

बाळाला आईने अन्न भरवावेच पण त्याबरोबर त्याला खिशातील आहाराचीही जोड द्यावी.

मुलांना स्वत: हाताने खायची इच्छा असते. तुम्ही ते त्याला दिले पाहिजे. आपण फार तर घोड्याला पाण्यापाशी नेऊ शकतो. आपण बाळाला अन्न उपलब्ध करून देऊ शकतो. त्याला जबरदस्ती करायची गरज नाही. बाळ आई-वडिलांना खाताना बघते, त्यांचे अनुकरण करते. असे करायला त्यांना प्रोत्साहन दिले पाहिजे. विंचवाचे घर पाठीवर तसे मुलांचे स्वयंपाकघर खिशात हवे. मुलांना सतत आहार हा त्यांच्या खिशातून सहज मिळू शिकतो.

त्यांची सर्वांगीण प्रगती होण्यासाठी त्यांना अन्नाचा अनिर्बंध पुरवठा केला पाहिजे. मुलांचा खिसापण शेंगदाण्यांनी दिवसभर भरून ठेवला तर तीन महिन्यांच्या आत त्यांचे वजन निश्चितच वाढेल. कमीत-कमी पैशांमध्ये जास्तीत जास्त उष्मांक कोणत्या अन्नामधून मिळतील ? सोयाबीन ३० रुपये किलो पडते. १०० ग्रॅम सोयाबीन खाऊन ४२० कॅलरीज व २२ ग्रॅम प्रथिने मिळतात, तर ३ रुपयाचे १०० ग्रॅम म्हशीचे दूध केवळ ६७ उष्मांक शक्ती व ४ ग्रॅम प्रथिने देते. जे अन्न आपणास पुरेसे उष्मांक देते ते आपल्याला प्रथिनांचा पुरेसा पुरवठा करते. तेव्हा आपण प्रथिने कमी पडण्याचा विचार करायला नको. फक्त उष्मांकाचा विचार करायला हवा. आपल्या दंडाचा घेर आवश्यकतेपेक्षा कमी असेल तर त्याचा अर्थ आपणास उष्मांक कमी पडतात.

सोयाबीन इतर डाळीप्रमाणे पचायला जड आहे. म्हणून ते भाजून वापरावेत. आपल्या पोटामध्ये जंत, आव असतील तर आपण खाल्लेलं अन्न जंत खाणार. आपले यकृत हे बाइल हा पचनास मदत करणारा रस बनविते, तसेच अन्नापासून तयार होणाऱ्या साखरेचा साठा करते. यकृत खराब झाले असेल तर ते नीट काम करणार नाही. बाहेरचे उघडे अन्न खाल्ले तर त्यावर बसणाऱ्या माशा, धुलिकण तसेच अस्वच्छ विक्रेत्याच्या हातातून आपल्याला बाधा होऊ शकते. आपल्याला जंत व आव होते. यकृत (लिव्हर) खराब होते. त्यामुळे बाहेरचे अन्न खाणे कटाक्षाने टाळावे.

सकाळी नाश्ता हवा.

मुलांना दर चार तासांनी भूक लागते. सकाळी मूल उठते. तेव्हा जवळ जवळ १०-१२ तास त्याने काही खाल्लेले नसते.

हा उपवास सकाळी नाश्ता करून सोडायचा. त्याला इंग्रजीत 'ब्रेक-फास्ट' हा योग्य शब्द आहे. हा मुलांच्या आवडीचा हवा. जे मूल सकाळी नाश्ता करत नाही. त्याचे अभ्यासात वा कोणत्याही कामात नीट लक्ष लागत नाही. जे आई-वडील नाश्ता करतात त्यांचेही दिवसभराचे काम चांगले होते. म्हणून आई-बाबांनी रोज सकाळी मुलांसोबत नाश्ता करावा. मुले अनुकरणाने शिकतील.

मुलांना चॉकलेट किंवा तत्सम पदार्थ कमी द्यावेत. गोड चॉकलेट, गोळ्या दाताला चिकटतात. साखर टाकून दूध प्यायल्यावर त्याचा थर दातांवर राहतो. त्यामुळे जंतू वाढतात व दात किडतात. हे दूध जर आपण बाळाला पाजत असू तर दात येता-येताच किडायला लागतात. म्हणून मुलांना दूध-साखर देणे बंद करा. दुधातील कॅल्शियमने दात चांगले येण्यास मदत होईल म्हणून दूध दिले जाते, पण दुधाने दात किडून पडतात. उपायांऐवजी अपायच होतो. दात पडलेल्या सिंहाची उपासमार होणार तसेच दात किडलेल्या मुलांची उपासमार होते. म्हणून

इंग्लंडमध्ये जेवणाव्यतिरिक्त गोळ्या, चॉकलेट खाण्यास बंदी आहे व जेवताना गोळ्या, चॉकलेट खाल्ले तर दात घासणे आवश्यक आहे.

मुले नेहमी पेस्ट खातात अशी मातांची तक्रार असते. खाता येईल असे दंतमंजन काही आहे का ?

हो, आहे. आवळा, बोरे, चिंचा व इतर सर्व फळे गाजर, टोमॅटो हे सगळे मुलांनी जेवणानंतर दिवसभर खाल्ले तर दात साफ पण होतात व त्यांचे पोट भरते आणि व्हिटॅमिन पण मिळते. यामुळे मुलांचे आरोग्य नीट राहील व कुटुंबातही आनंद फुलेल. अमेरिकेत तर दिवसांत पाच वेळा फळे खावीत असा तज्ज्ञ सल्ला देतात.

दूध आणि चॉकलेटने दात किडतात, पाहुण्यांनी पण ते आणू नये. किडलेल्या दातात जंतू राहतात. त्यामुळे वारंवार आजार उद्‌भवतो.

आव व जंत

खूप भारतीयांना आव व जंताचा त्रास आहे. आपल्या डॉक्टरांच्या सल्ल्याने आवेसाठी टीनीडांझॉल व जंतासाठी अलबैडाझॉल हे औषध घ्या. शिवाय घराबाहेर कोणाच्याही हातचे खाऊ नका. त्यानी आव व जंत तुम्हाला लागण्याचा धोका आहे. पंडुरोग रक्त कमी असल्यामुळे होतो. अंदाजे ७५ टक्के भारतीयांना पंडुरोग आहे. यामुळे लवकर थकवा येतो, भूक कमी होते. स्मरणशक्ती कमी होते. कामात लक्ष लागत नाही. आजारपण लवकर येते. यावर उपाय म्हणजे औषधाच्या दुकानात फेरस सल्फेट नावाची गोळी मिळते. ती सरकारी दवाखान्यातून मोफत मिळते. १२ वर्षांखालील व्यक्तींना दोन गोळ्या, सहा वर्षांवरील सर्व व्यक्तींना एक गोळी सहावर्षांखालील मुलांनी १/२ गोळी रोज जेवणासोबत तीन महिने घेतल्यास पंडुरोग बरा होईल. याने शौचास काळी होते.

आहार कमी पडल्याने बद्धकोष्ठतेचा त्रास होतो. बद्धकोष्ठता असेल तर त्याला घन आहार जास्त द्या. बाळाला शौचास होत नसेल तर झायलोकेन मलम शौचाच्या आधी लावा.

मुलांना मस्त निरोगी दीर्घायुषी करा!

खालील सूचना दरमहा नीट वाचून पाळल्यास आपलेही बाळ निरोगी व दणकट होऊन शंभर वर्षे जगेल.

अमेरिकेत जन्मलेल्या दर १०० मुलांपैकी ९५ मुले ७७ वर्षे जगतात. भारतात जन्मलेल्या दर १०० मुलांपैकी १२ मुले पहिल्या वर्षी व एकूण २० मुले पाचव्या वर्षापर्यंत मरतात. कधी दर शंभरातील १०-२० आजारी असतात व बहुतेक मुले अशक्त असतात. त्यांची मुख्य कारणे पुढीलप्रमाणे -

(१) सर्व रोग प्रतिबंधक लसी न देणे.
(२) आजाराकडे दुर्लक्ष करून इलाज उशिरा करणे.
(३) पोटभर अन्न मुलांच्या पोटात न जाणे.
(४) अस्वच्छ अन्न व पाणी वापरणे. (९० टक्के मुले त्यामुळे दगावतात.)
(५) खूप मुले असणे.
(६) आरोग्याबद्दल अज्ञान असणे.

हे टाळायचे असल्यास काय करावे ?

(१) गोवर, पोलिओ, गालफे, धनुर्वात, डांग्या खोकला, घटसर्प, टायफॉईड, टी.बी. रोटाव्हायरसने होणारे जुलाब, काही निमोनिया, कावीळ, कॉलरा, फ्लू याची रोग-प्रतिबंधक लस दिल्यास बाळाला होत नाहीत. आजच डॉक्टरांना भेटा व त्यातील एखादी लस आपल्या मुलांना द्यायची राहिली असेल तर लगेच द्या.

(२) आजाराने मुले अशक्त होतात. या अशक्त मुलांना आजार जास्त होतात म्हणून आजारावर लवकर उपचार करा. त्याने तो लवकर बरा होईलच, शिवाय इतरांमध्ये तो रोग पसरणार नाही. सर्वसाधारणपणे मुलांचे एक किलो वजन वाढायला सहा महिने लागतात. पण सहा दिवसांच्या आजारात एक किलो वजन घटते; म्हणून आजार टाळावे व आजार झाल्यास लगेच उपचार करून बरे करावे.

(३) बाळाला जन्मवेळेपासून दीड, दोन वर्षे आईचे दूध द्यावे. ते सर्व रोगांपासून बाळाचे रक्षण करते. पहिले सहा महिने केवळ आईचे दूध पुरे! बाळाला पाजताना दरवेळी आईने वाटीभर आहार घ्यावा. चणे, दाणे खाल्ले तरी चालेल. पाजल्यावर बाळाला खांद्यावर घेऊन ढेकर काढावी.

(४) सातव्या महिन्यापासून फक्त दुधाने पोट भरत नाही म्हणून घरातील सर्व पदार्थ बाळाला भरवता येतात. बाळाला घरचे सर्व अन्न अगदी जन्मदिवसापासून पचते. त्रास घेऊन मुद्दाम काहीही करायची गरज नाही. आई-बाबांच्या ताटातील सर्व पदार्थ चाखता येतील असे बाळाला द्यावेत, त्यात तिखट, मसाले कमी हवेत. त्यासाठी आंबवून तयार केलेले पदार्थ पचायला हलके म्हणून सर्वोत्कृष्ट उदा. इडली-डोसा, ढोकळा, ताक इत्यादी. हे पदार्थ किंवा खिचडी, डाळ-भात, शिरा, फळे, बिस्किटे गिळता येईल एवढेच (जादा नव्हे), आईच्या दुधाने, पाण्याने पातळ करून भरवता येईल. हे केल्यास बाजाराच्या फॅरेक्स / सेरेलॅक सारख्या डब्यांची गरज नाही. हळूहळू आहार वाढवा. दरवेळी स्तनपानाआधी भरवा.

(५) कण्हेरी अशी बनवता येते - एक वाटी तांदूळ व अर्धी वाटी मिश्र डाळी तुपात / तेलात भाजा. दळून हवाबंद डब्यात ठेवा. हे पीठ थोड्या पाण्यात लगेच शिजते व त्यात साखर टाकून बाळाला भरवा.

(६) बाळाला हातात अन्नपदार्थ धरून खायला उत्तेजन द्या.

(७) बाटली म्हणजे जुलाबाला, मृत्यूला निमंत्रण. दूध द्यायचेच असेल तर नेहमी बोंडल्याने, वाटी चमच्याने पाजा.

(८) कोंबडीच्या पिल्लांसारखे मुलांना दिवसभर खाऊ द्या. प्रत्येक ड्रेसला खिसा व त्यात घरी केलेला खाऊ (चणे, दाणे, खोबरे, चिवडा इत्यादी) नेहमी हवा. भूक नसो पण शिदोरी असो. वर्षभर तीळगूळ, गूळ-दाणे, लाडू, चुरा खायला द्या.

(९) शक्यतो सर्वांनीच रोज : (अ) एक पालेभाजी, (ब) एक स्वस्त फळ (चिकू, पेरू, केळं, जांब), (क) नारळ, गाजर, टोमॅटो, काकडी, हिरवा वाटाणा, मोड आलेले मूग, मटकी यापैकी एखादे खायला हवे. मोड आलेल्या धान्यातील पाचकरस अन्नपचनास मदत करतो. म्हणून २, ३ चमचे तरी मोड आलेलं धान्यं कोशिंबिरीतून रोज जेवणात हवे.

(१०) सशक्त बाळ जन्माला यायला गर्भारपणात आईचे १२ किलो वजन वाढायला हवे. बाळ जन्मत: कमजोर असेल तर कधी कधी खूप प्रयत्न करूनही ती कमजोरी संपूर्णपणे दूर करता येत नाही. म्हणून ती मुळातच टाळावी. यासाठी आईचा वरीलप्रमाणे आहार हवा.

निरोगी बाळाचे वजन नीट वाढते ते पहिल्या वाढदिवसाला जन्म वजनाच्या तिप्पट होते व नंतर दर ३ महिन्याला १/२ किलो वाढते. बाळाची निकोप वाढ होत आहे की नाही हे बघायला पहिल्या वाढदिवसापर्यंत दरमहा व नंतर दर ३ महिन्यांनी बाळाचे वजन करा. ९० टक्के आजार अस्वच्छ अन्न व पाण्याच्या सेवनाने होतात म्हणून मुलांना बाजारचा खाऊ देऊ नका.

(११) उलटी जुलाब होता बाळराजाला मीठ, साखर, पाणी पाजा.

(१ चिमूट मीठ) + (१ पेला पाणी व असल्यास चवीला लिंबू) प्रत्येक जुलाबासाठी १ वाटी पाणी, वरील सरबत, नारळपाणी किंवा तांदळाची पेज पाजा. वरणाचे पाणी व भाताचे पाणी सर्वोत्तम.

(१२) औषधे नेहमी – (अ) बाटली हलवून, (ब) वेळच्या वेळी, (क) योग्य तितके दिवस द्या. (ड) मुलांपासून दूर ठेवा. डॉक्टरांकडून समजून घ्या. मराठीत नावे लिहून घ्या. आता बहुतेक औषधांवर मराठीत नावे आहेत. डॉक्टरांना विनंती करा की औषधे मराठीत लिहून द्या. औषधाबरोबरच्या चमच्यानेच घ्या. १ चमचा ५ मि.ली., १ मि.ली., १६ थेंब, घरचा चमचा वापरू नका.

(१३) दर रविवारी नखे कापा. काहीही खाण्यापूर्वी व शौचास जाऊन आल्यानंतर साबणाने हात धुवा.

(१४) वीज, भाजणे, रस्त्यावरची वाहने, चुकून रॉकेल व औषध पिणे, पलंगावरून पडणे यापासून बाळाचे रक्षण करा.

(१५) मुले अनुकरणाने शिकतात. त्यांनी जे करायला हवे ते त्यांना कृतीने शिकवा. जे त्यांनी करू नये ते आपण करू नका.

(१६) बेबी पावडर, बेबी सोप, बेबी ऑईलवर पैसे घालवू नका. शास्त्रीयदृष्ट्या सर्व तेलं, साबण, पावडरी सारख्याच.

(१७) लेकुरे उदंड जाहली। तो ते लक्ष्मी निघोन गेली॥
बापुडी भिकेस लागली। खावया अन्न मिळेना॥ (रामदास स्वामी)
म्हणून शक्यतो एकच बाळ पुरे. दोन बाळात तीन ते पाच वर्षे अंतर ठेवा. त्यासाठी सर्वोत्तम तांबी.

(१८) घरात चपला जोडे आणू नका. जमीन स्वच्छ ठेवा. कारण रांगते बाळ जमिनीवरील वस्तू तोंडात घालते.

अक्षयपात्र

नेहमी खाऊने भरलेल्या ७ सें. मी. लांबी-रुंदीच्या व ८ सें. मी. उंचीच्या पारदर्शक प्लॅस्टिकच्या डबीला आम्ही **अक्षयपात्र** म्हणतो. त्याच्यामध्ये १०० ग्रॅम भाजलेले शेंगदाणे राहतात. यातूनच बाळाला ५७० कॅलरीज शक्ती व २६.५ ग्रॅम प्रथिने मिळतात. १५० ग्रॅम चणे कुरमुऱ्याच्या मिश्रणातूनही एवढ्याच कॅलरीज मिळतात.

अक्षयपात्र पारदर्शक असल्यामुळे त्यात भरून ठेवलेले चणे, कुरमुरे, शेंगदाणे सगळ्यांना दिसतील. ज्याला पाहिजे तो खाईल. फक्त हे रिकामे व्हायच्या आत पुन्हा भरले गेले पाहिजे.

सर्वसाधारण भारतीय माणसाला १५ टक्के अन्न कमी पडते, असे भारतातील राष्ट्रीय आहार पाहणीत आढळलेले आहे. अक्षयपात्रातील अन्नामुळे ही घट भरून निघते.

गर्भवती व स्तनपान करणाऱ्या मातांना जेवढे जास्त अन्न लागते तेवढे एका अक्षयपात्रामध्ये असते. गर्भवतींना नेहमीच्या आहारापेक्षा ३०० कॅलरी व ६ ग्रॅम प्रथिने जास्त लागतात. स्तनपान देणाऱ्या मातांना ६०० ग्रॅम कॅलरी व १२-१५ ग्रॅम प्रथिने जास्त लागतात. अक्षयपात्र ५७० कॅलरीज व २२ ग्रॅम प्रथिने देते. कोणीही व्यक्ती नकळत दिवसभरात थोडं थोडं करून एका अक्षयपात्राएवढे चणे, कुरमुरे व डाळी सहज खातो. त्याला दिवसभरात ५७० कॅलरीज व २२ ग्रॅम प्रथिने सहज मिळतात. त्याचे वजन १ ते ३ महिन्यात वाढते.

आजारी बाळाला खायची इच्छाच नसते. ते चिडचिड करते, त्याला ताप येतो त्यामुळे त्याला जास्त ऊर्जा लागते. ते खात नसल्यामुळे शरीरातील पेशी नष्ट होऊन ते ऊर्जा बनते व तो अशक्त होत जाते.

> आजारी माणूस इतर काहीही न खावो पण चणे, कुरमुरे, भाजलेले दाणे जरूर खातो हा आमचा अनुभव आहे. अशा प्रकारे त्याचे पोट भरते. त्या आजाराशी तो जास्त चांगला लढा देऊ शकतो. त्याला अशक्तपणा कमी येतो व तो लवकर बरा होतो. अगदी काविळीचा रोगी पण!

सर्दी खोकल्यामुळे बाळ जेव्हा खारेदाणे, कुरमुरे खाते ते सारखे खाल्ल्याने त्याच्या तोंडाला पाणी सुटते. घशाची खवखव कमी होते व बाळाला आराम पडतो. घशाला व कानाला जोडणारी युस्टेशिअन नळी असते. सर्दी झाली असताना ती बंद पडून कान फुटतो. कान वाहतो. चणे, कुरमुरे खाताना ही नळी वारंवार उघडते त्यामुळे कानाला त्रास होण्याचा संभवही कमी होतो. वाहणारा कान लवकर बरा होतो.

उलटी, जुलाबाच्या रोग्यासाठी-मीठ साखर-पाणी हेच खरे औषध असते. खारेदाणे, कुरमुरे यातून अन्न व मीठ मिळते. तहान पण लागते. पाणी प्यावेसे वाटते. या सोबत पाणी भरपूर प्यायल्यास जुलाबाचा रोगी लवकर बरा होतो. अक्षयपात्र भरून ठेवलेले असल्यास शेजाऱ्या-पाजऱ्यांची मुले खाणार; ते तुमचे अतिथीच! 'अतिथी देवो भव' असे आपल्या संस्कृतीत सांगतात. अक्षयपात्रातील चणे, कुरमुरे देऊन त्यांचा चांगला सत्कार केला पाहिजे. मग शेजारीही तुमच्या मुलाचे लाड होतील.

बहुधा डॉक्टर लोकांनाच जास्त भीती वाटते की, चणे, शेंगदाणे श्वासनलिकेत जातील. रस्त्याने चालताना कधी कधी अपघात होतो त्यामुळे आपण काय चालायचे सोडून देतो ? तो अपघात असतो. आपण काळजी घेतो, नीट चालतो. त्याप्रमाणे फार तर लहान मुलांना आधी कुरमुरे द्यावेत आणि मोठे झाल्यावर डाळ्या नि मग शेंगदाणे दिले तरी चालेल.

अक्षयपात्र सर्वांची गरज भागवते

	ऊर्जा (एनर्जी)	प्रथिने
एका अक्षयपात्रातील	(कॅलरीज)	(प्रोटीन्स)
कुरमुरे / शेंगदाणे देतात.	ग्रॅम्समध्ये	ग्रॅम्समध्ये
सर्वसाधारण भारतीयांच्या आहारात असलेली १५ टक्के तूट	५७०	२२
आहारातील तूट	४५०	१६
गर्भवतींची जादा गरज	३००	०६
दूध पाजणाऱ्या मातांची	६००	१२-१

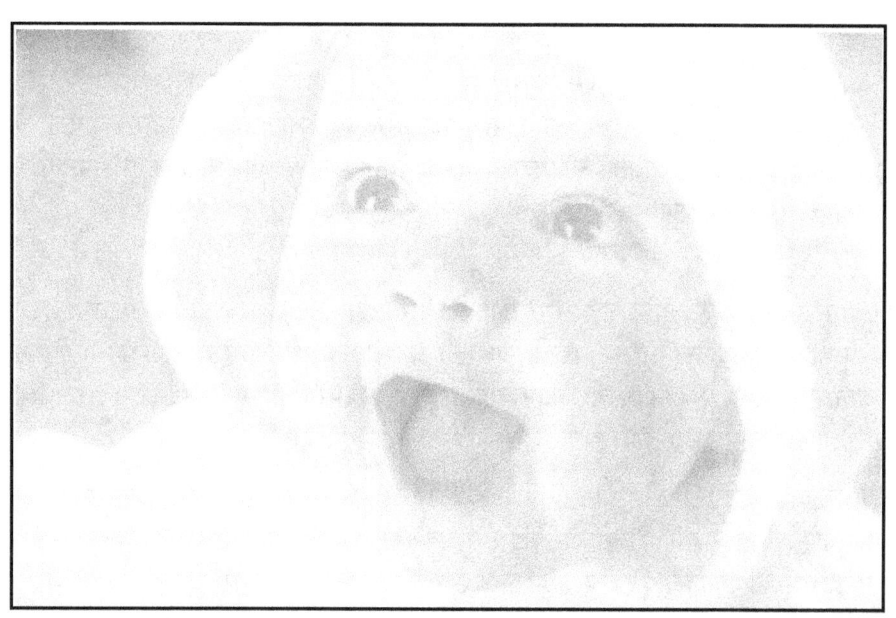

बालसंगोपन तक्ता

बालसंगोपन	आवश्यक	अनावश्यक व खर्चिक
तेल मालीश	घरचे कोणतेही (खोबरेल, तिळाचे इत्यादी कोणतेही) व चण्याचे पीठ, पावडर.	३०० रु. लीटर बेबी ऑईल, २० रु. चा बेबी सोप. ५० रु. ची बेबी पावडर
५-६ महिन्यांपासून आहार	घरचे सर्व अन्न. उदा. खिचडी, पेज, २४ तास बाळाला चावायला व खायला कुरमुरे, पोळी ब्रेडचा, बिस्किटाचा तुकडा. (ज्यांना हे अन्न मिळत नाही ते उपाशीपोटी माती, बूट खातात, बोटे चोखतात.) अंडी, सर्व फळे	महागडे डबे, प्लॅस्टिकच्या, रबराच्या चोखण्या.
खेळायला मुलांना खाऊ व खेळ	साध्या बाहुल्या. चणे, शेंगदाणे, स्वस्त फळे, (ह्यांनी दात स्वच्छ व शरीर दणकट रहाते.)	रु. ३००० चा बाहुली सेट, चॉकलेट, गोळ्या, ह्याने दात किडतात व अन्न नीट चावता न आल्याने उपासमार व कमजोरी येते म्हणून दोन जेवणांसोबत सोडल्यास इतर वेळी खाण्यास इंग्लंडमध्ये बंदी.
खेळून दमल्यास खाणे	स्वस्त फळे, (विंबल्डनमध्ये लगेच शक्ती मिळवण्यास केळी खातात.)	बाजारी वस्तू ९० टक्के पाणी असलेले (फ्रुटी, ट्री टॉप, मँगोला वगैरे)

बाळांना भरवायच्या अन्नामध्ये मोड आलेल्या धान्याचा वापर करा. त्यातील अमायलेझ या पाचक रसामुळे बाळाचे अन्न पचायला हलके होते.

बाजारातील बेबीऑईल हे मिनरल ऑईल पासून बनवतात. मिनरल ऑईल म्हणजे मातीचे तेल. हे रॉकेलसारखे असते. हे शरीरात शोषले जात नाही. तेव्हा खायचे तेल मालीशला वापरा. हे त्वचेतून शरीरात जाते व बाळाचे वजन वाढते.

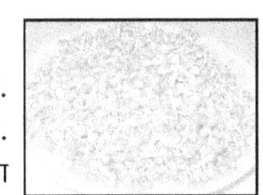

मोड आलेले धान्य

निरागस हास्य

मी पहात होतो
ते मूल
श्रीमंताचं
सहा महिन्यांचं
सोन्याच्या पिंजऱ्यात
बंदिस्त झालेलं.
अशक्त, किरकिरं....
भरल्या घरात
उपासमारीनं मलूल पडलेलं
शेप बदलेलच्या नावाखाली
स्तनपानास दुरावलेलं
बाटलीच्या, डब्यांच्या गराड्यात
सापडलेलं....
ब्लँकेटच्या उबेवर जगलेलं
टॉनिकांकडे आशाळभूतपणे
पाहणारं....
मी पहात होतो
हे मूल
गरिबाचं
सहा महिन्यांचं
सशक्त..... हसरं नि खट्याळ
हाता-पोटावर असलेल्या घरात
असूनही आनंदी असलेलं
मुक्तपणे स्तनपान करणारं
मायेच्या उबेवर जगलेलं
तृप्तीनं मायेच्या कुशीत
दडणारं.

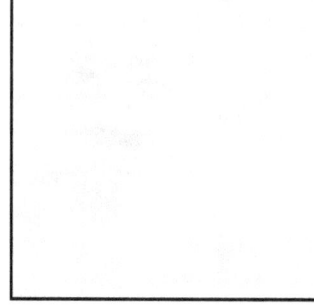

ते मूल.....
असं घडवायचं तर
पिंजऱ्याचं दार उघडायला हवं
निरागस हास्य फुलवायचं तर
आहारस्वातंत्र्य द्यायला हवं
मी पहात होतो
नव्या पिढीच्या चेहऱ्यावरती
भडकलेली आग
नव्या विचारांची
त्याचबरोबर
जठराग्नीतील वणव्याची
आग विझवायला हवी
पोटाची खळगी भरायला हवी
अंशदीप नि वंशदीपची
सुदृढतेने घडण व्हायला हवी
त्यासाठी फार काही करू नका
एक चिराग मनात उजळा
डॉ. जोशींचा संजीवनी मंत्र
चणे, कुरमुरे अन्
शेंगदाणे हे त्याचेच तंत्र
उक्तीला कृतीची जोड द्या
आपला दीप
शतायुषीच घडवा

- शरदचंद्र भा. पंडित

'बाळ द्या, बाळ घ्या' संघटना

काही घरांमध्ये पाळणा हालतच नाही तर- खूप घरी नको असताना बाळ होते. देणाऱ्याने बाळ द्यावे व घेणाऱ्याने बाळ घ्यावे, सर्वांनी सुखात रहावे. आम्हाला बाळाच्या लग्नाला बोलवावे. ज्यांना बाळ हवे त्यांची व ज्यांना बाळ घ्यायचे आहे त्यांची गाठ घालून द्या किंवा त्या व त्यांची नावे पत्ता आम्हाला कळवा. आपल्या गावात आपण पुढाकार घ्यावा व ही सुखाची चळवळ वाढवावी. एकीकडे जन्मत: नको असलेली मुले अनाथाश्रमात जातात. ३ महिन्यांची होण्याआधी निम्मी मुले दगावतात. उरलेली कशीबशी वाढतात. दुसरीकडे ज्या घरी बाळ नाही तेथे सुखच नसते.

गुलाबाचा डोळा व हापूसचे कलम कोवळेच लावावे लागते. तसे बाळ जन्मत:च दत्तक घ्यायला हवे. कृष्णाचा जन्म तुरुंगातमध्ये झाला. त्याला जन्मवेळीच नंदाघरी हलवले म्हणून तो वाचला. शक्यतो जन्मवेळीच बाळ दत्तक घ्यायला हवे. देणाऱ्या-घेणाऱ्याची संमती असेल तर कायद्याने बाळ दत्तक घ्यायला हवे. देणाऱ्या-घेणाऱ्याची संमती असेल तर कायद्याची काही अडचण येणार नाही. ('मियाँ बीवी राजी तो क्या करेगा काजी' तसे) ही माहिती सर्वांना द्या व बाळ नाही म्हणून दु:खी असलेल्यांना सुखी करा, बाळांनाही चांगले जगण्याची संधी द्या. ही देशसेवाच आहे. बाळ काय आहे, बाळ घराचा जीव आहे, बाळ घराचा देव आहे.

बाळ दत्तक घेण्याआधी ६ महिने फक्त लाड, काळजी घ्या. नंतरच दत्तक घ्या. कधी कधी काही बाळांमध्ये काही दोष निघाला, मंदबुद्धी असेल तर आई-वडिलांना धक्का बसतो. ६ महिन्यांत हे कळते.

दत्तक कायदा सोपा करा

कित्येक मुलांना आई-वडील नसतात. ते अनाथ अनाथाश्रमात असतात. अनाथ अनाथाश्रमातील निम्मी मुले पहिल्या तीन महिन्यांत दगावतात. त्याआधीच ती दत्तक जायला हवीत. अनाथआश्रमात कित्येक मुले पडलेली असतात. तर मुलं होत नाही म्हणून कित्येक जोडपी दुःखी असतात.

दत्तक कायदा फारच किचकट आहे. जे आई-वडील मूल दत्तक घ्यायला तयार आहेत त्यांचे त्यासाठी समाजाने व शासनाने ऋणी व्हायला हवे. कारण त्यांनी आपल्या अनाथाश्रमावरील बोजा कमी होतो. परंतु ते एवढ्या अटी घालतात, की बाळ दत्तक घेणे नको वाटते. कायदा एवढा किचकट आहे जसे ते बाळ देऊन उपकारचं करतात. खरं तर शासनाची व अनाथाश्रमाची भूमिका याचिकाची. 'आपण या व बाळ दत्तक घ्या' म्हणून. इथे याचकच अटी घालतो, की आम्हांला असे पालक हवे. तसे पालक नकोत; त्यामुळे दत्तक घ्यायला ६-९ महिने किंवा वर्ष वेळ लागतो. तेव्हा दत्तक कायदा सुलभ व्हायला हवा. कारण अगदी गरीब पालकही त्या अनाथाश्रमापेक्षा खूप चांगले असतात. ते प्रेम देतात.

कायदा जरूर हवा. बाळ दत्तक घेणाऱ्या पालकाची जरूर चौकशी व्हावी परंतु आडमुठेपणा करून जो त्रास होतो तो कायदा सुलभ व्हायला पाहिजे.

बाळ दत्तक घेणे ही सुविधा आहे. तसे आजी-आजोबाही दत्तक मिळाले तर मुलांना किती सुख लाभेल. आमची प्रार्थना आहे, की ही आमची याचिका ऐकावी व गेले ५२ वर्षांत ज्यांनी मुलांसाठी काहीही केलेले नाही त्यांनी आपला बॅकलॉग भरून काढावा व तातडीने बालग्राहकांच्या सेवेसाठी शक्य ती पावले उचलावीत.

लसीकरणाचा लढा

आजाराची आग लागल्यावर ती विझवतातच. पण जीवनाच्या धकाधकीत आजाराची आग लागू नये म्हणून लसी व आरोग्यशिक्षण घ्यायला वेळ मिळत नाही. डॉक्टरांना विनंती, की त्यांनी छोट्या त्रासासाठी आलेल्यांना लसी द्याव्या व आरोग्यशिक्षणाच्या पुस्तिका दवाखान्यात वाचायला / विकायला ठेवाव्या, कारण प्रत्येकाशी भरपूर बोलायला वेळ कमी पडतो. मोठा आजार असेल तर तो बरा झाल्यावर तपासायला रुग्ण आला, की त्याला त्यांनी आधी न घेतलेल्या लसी द्याव्या. याने लोकांचे भविष्यातील आजार / औषधे टळतील. पैसेही वाचतील.

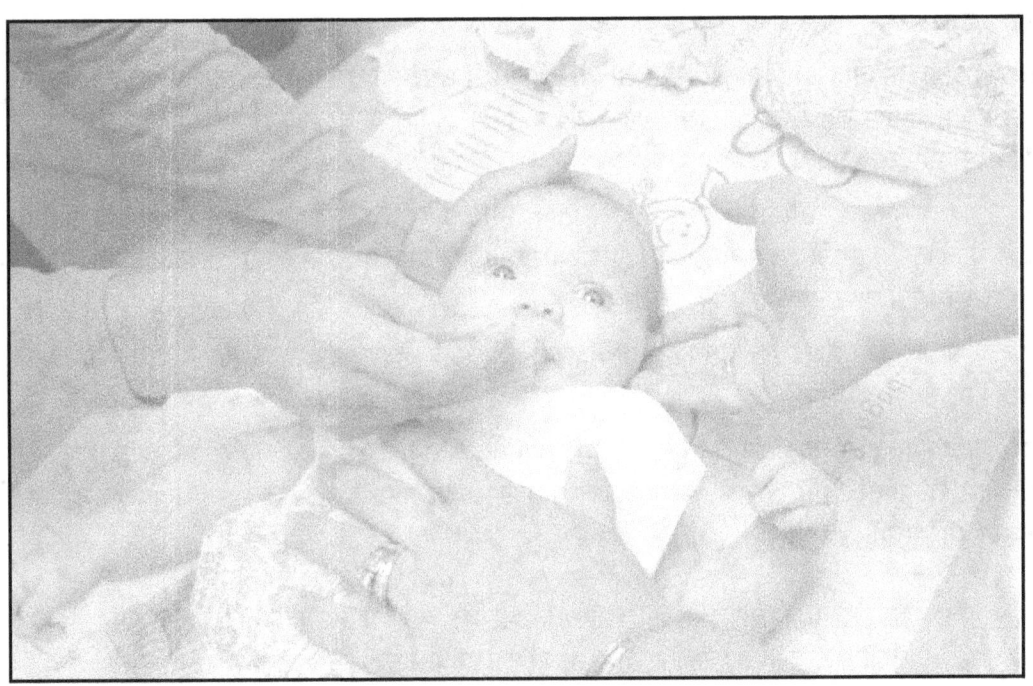

पोलिओ लस पाजताना

लसींबद्दल प्रत्येकाला माहिती हवे
ही माहिती सर्वांना द्या

१०० टक्के सर्व मुलांना सर्व लसी
लगेच युद्धपातळीवर देण्याची शपथ घेऊ या.

लसी आधुनिक कवचकुंडले आहेत. सर्व मुलांना सर्व लसी आताच द्या. त्याने सर्व मुलांचे खूप आजार, औषधे, खर्च, जागरण, मरण टळेल. रुग्णालयातील आरोग्य सेवेवरील कामाचा बोजा कमी होईल. देशाचे आरोग्य सुधारेल.

सर्व मुलांना या देशाच्या सर्व नागरिकांना जगण्याचा हक्क आहे. तो घटनेने त्यांना दिला आहे. मुलांच्या हक्काच्या सनदेवर भारताने सही करून मुलांना चांगले जगण्याचा हक्क इतर १२१ देशांसह दिला आहे. जगण्यासाठी सर्व लसी मिळण्याचा मुलांना हक्क आहे. त्या देणे आपले कर्तव्य आहे.

दिल्ली राज्य सरकार व गोवा राज्य सरकार सर्व मुलांना आपल्या खर्चाने मोफत ३ जादा लसी देतात. त्या आहेत - *टायफॉईड, हिपॅटायटीस बी* व गालगुंड, गोवर विरोधी *एम. एम. आर. लस.* इ.

मुंबई महानगरपालिकाही *एम. एम. आर.* व *हिपॅटायटीस बी.* ची लस देते. तिला विनंती करूया, की *टायफॉईडचीही* लस द्यावी.

इंडियन ॲकॅडेमी ऑफ पेडिआट्रिक्स ही मुलांच्या डॉक्टरांची संघटना आहे तिने सांगितले आहे, की टायफॉईड लस सर्व मुलांना द्यावी. सरकारने लसीकरण कार्यक्रमातून ती सर्वांना द्यावी हेही आपण मुंबई महानगरपालिका व इतर सर्वांना सांगू या.

महिला व बालकल्याणासाठी १० टक्के पैसे असतात. नगरपालिका, जिल्हापरिषद, सर्वांकडे ते असतात. ते फक्त हळदीकुंकवासाठी वापरतात, असे एका मोठ्या सरकारी अधिकाऱ्याने म्हटले आहे. हे मुलांच्या लसीकरणांसाठी वापरायला सांगा.

लसींनी सर्वांत कमी पैशांत सर्वाधिक आरोग्यरक्षण होते. आज हिंदुस्थान आजारस्थान झाला आहे. त्याला लसीकरण स्थान बनवू या.

लसी न दिल्याने होणाऱ्या आजाराने मुले मरतात. त्यांना वाचवायला रुग्णालये २४ तास काम करतात. लसी २४ तास दिल्या तर गंभीर आजार, मरण व रुग्णालयांची गरजच कमी होईल. जेव्हा आरोग्यकेंद्र उघडे असते तेव्हा लसी द्याव्या. २४ तास द्याव्या.

महागडी कांजण्यांची लस आज भारतात उपलब्ध आहे. पण स्तनपान करणाऱ्या एक वर्षाखालील मुलांना कांजण्या आल्या तरी फारसा त्रास होत नाही. कांजण्या आयुष्यात एकदाच निघतात. कांजण्यांचा त्रास टाळायला एक वर्षाखालील सर्व स्तनपान करणाऱ्या मुलांना कांजण्या आलेल्या मुलांबरोबर खेळू द्यावे. त्याने त्यांना कांजण्या येऊन त्यांच्यामागील कांजण्यांची ब्याद कायमची टळेल.

न दुखणारे इंजेक्शन

नवीन सुया अगदी बारीक व तीक्ष्ण असतात. त्यांनी दिलेले इंजेक्शन दुखत नाही. **सुई देण्याआधी स्पिरीट लावतात. त्याने चामडी ओली असेल तरच सुई दुखते. स्पिरीट वाळल्यावर आग होते, दुखते. तर दुखत नाही हे सर्वांना सांगा.**

आईच्या मांडीवर बाळ असताना सुई द्या. आईच्या मांडीवर बाळ असताना सुई दिली तर त्याला कमी त्रास होतो. भरल्यापोटी सुई घेतली तर कमी दुखते. म्हणून नेहमी बाळाला अंगावर पाजा किंवा साखर / खाऊ / चणे खायला द्या व नंतर ५ मिनिटांनी सुई द्या. **५ वर्षांखालील मुलांना मांडीतच सुई द्यायला सांगा. कमरेत पायाची नस असते. सुई देताना मुले हलतात. नर्सला सुईचा त्रास झाला तर पाय नेहमीसाठी वाकडा पडतो. हे टाळावे.** झोपलेल्या बाळाला लस देणे सर्वांत चांगले. त्याची झोप चाळवते, पण तो पुन्हा लगेच झोपतो.

दरमहा जन्मतारखेला लसी द्या व बाळाचे वजन, उंची व मेंदूची वाढ मोजायला डोक्याचा घेर मोजून त्यांचे आलेख भरायला जन्मतारीख सर्वोत्तम. आई-बाबाही तो दिवस कधीही विसरत नाहीत. पहिल्यावर्षी दरमहा व नंतर १८ वर्षे दर ३ महिन्यांनी बाळाच्या वाढीकडे लक्ष ठेवायला डॉक्टरकडे जाऊन हे आलेख भरा. वाढीचे आलेख हे बाळाचे वाढीचे दाखले व उत्तम वाढायची लसच आहेत.

लसी भेट द्या : लसी कवचकुंडले आहेत. हेच दागिने मुलांची सर्वोत्तम भेटवस्तू आहे. हे दागिने मुलांचे जीव वाचवतात, आयुष्य वाढवतात. वाढदिवसांची, दिवाळी, दसऱ्याची ही सर्वोत्तम भेटवस्तू आहे, हे सर्वांना सांगा.

शाळेत घालण्याआधी *टायफॉईड* (विषमज्वर) लस द्या.

चिदंबरम् गावचे डॉ. शिवप्रकाशम् यांचा अभ्यास दाखवतो, की सर्वाधिक मुले नापास होणे, मागे पडणे याचे कारण टायफॉईड झाल्यामुळे खूप दिवस गैरहजर रहाणे हे आहे. हे होऊ नये म्हणून आपल्या **सर्व शाळांमध्ये शाळाप्रवेशाआधी *टायफॉईड* लस देणे अत्यावश्यक करा. ही लस दर तीन वर्षांनी परत द्यावी लागते.**

गेल्या २५ वर्षांत आम्ही जेवढी मुले गंभीर आजारी झालेली पाहिली, जेवढी दगावली, त्यातील बहुतेक टायफॉईडची होती. त्यात डॉक्टरांची मुले होती. मोठ्या मोठ्यांची मुले होती. ज्याला मुले आवडतात त्याने सर्व मुलांचे आई-बाबा होऊन सर्व मुलांना '*टायफॉईड* लस' द्यावी.

सर्वोत्तम टायफॉईड लस हाफकिन बनवीत होती. आपल्या आमदारांना सांगून किंवा माहितीच्या अधिकारात माहिती मागून, विनंती करून हाफकीनची लस आपण उपलब्ध करून घेतली पाहिजे.

भारतात ८५ टक्के मुले व मोठ्या व्यक्ती बारीक आहेत. रोज पुरेसे अन्न न मिळाल्याने मुलं व मोठे बारीक होतात. खिशात चणे, शेंगदाणे किंवा काहीही अन्न ठेवून दिवसभर खाल्ले तरी बारीक मुलं व व्यक्ती अंगाने भरतील. १०० दिवसांत सशक्त होतील. अगदी कच्चे तांदूळ ठेवले तरी चालेल. (निवडताना बायका कच्चे तांदूळ खातात. त्यांचे पोट दुखत नाही.) खाऊने, चणे, दाणे, तांदळाने सतत भरलेला खिसा ही अशक्तपणा टाळायची लस आहे. खाऊने भरलेला खिसा हेच अशक्तपणाचे १०० टक्के गुणकारी रामबाण औषधही आहे.

मतदानाला नेतात तसे सर्व मुलांना लस द्यायला न्या. प्रत्येक मुलाची काही ना काही लस राहिलेलीच आहे. हे टाळा. वेळोवेळी लस देण्याचे कर्तव्य करा.

मुलांना सुई मांडीतच लावावी. स्पिरीट वाळल्यावर सुई टोचावी. दर वेळी नवीन सुई वापरावी अशी विनंती करा. तो तुमचा हक्क आहे.

आजार व आरोग्याबद्दल शिका म्हणजे आजार टळतील.

झालेच तर लवकर बरे व्हाल व निरोगी रहायला शिकाल. यालाच 'आरोग्य शिक्षण' म्हणतात. आरोग्य व आजाराबद्दल शिका, सर्वांना शिकवा ही सर्वाधिक आजार टाळणारी आरोग्यशिक्षण नावाची लस सर्वांना द्या.

लोकशाहीत लोकांच्या मताने राज्य चालते. आपण आपले मत मांडण्यासाठी योग्य माणसाला निवडणुकीत निवडून देतो. त्यांना लोकप्रतिनिधी म्हणतात. सर्व मुलांना सर्व लसी सरकारने लगेच द्याव्यात. *टायफॉईड, एम. एम. आर.* ने सुरुवात करावी हे आमचे मत आहे. आपणही तशी विनंती करा. आपले लोकप्रतिनिधी हुशार आहेत ते आपली विनंती आनंदाने मानतील.

२००१ च्या जनगणनेनुसार भारताची ४९ टक्के लोकसंख्या मुलांची आहे. लोकशाहीत ४९ टक्के लोकसंख्या असलेल्या मुलांसाठी सरकारचे निम्मे पैसे खर्च व्हायला हवेत. निम्मे आमदार, पत्रकार, मुलांसाठी काम करणारे हवेत. किमान मुलांना सर्व लसी तरी मिळाव्यात. आवाज, नोट व व्होट नसणाऱ्या ४९ कोटी मुलांचे पालक बनूया. त्यांना सर्व लसी मिळवून देऊ या.

मुले आपली आहेत. सरकारची नाहीत. सरकार देईल तेव्हा देवो. आजच आपण आपल्या मुलांना सर्व लसी देऊ या व ही माहिती तळागाळातल्या लोकांना, आपल्या मोलकरणीला, पेपरवाल्यांना, दूधवाला, भाजीवाला, पोस्टमन आदी सर्वांना देऊ या.

१५ भाषांतून भाषणे, लेख, एस.एम.एस., ई-मेल, टि.व्ही., रेडिओ, पेपरच्या मदतीने ११३ कोटी भारतीयांना देऊया. हीच ईश्वरसेवा आहे. ही करूया.

लसींचा तक्ता - पहिल्या वर्षीच्या लसी

लस जन्म १ म. २ म. ३ म. ४ म. ५ म., ६ म. ७ म. ९ म. १ वर्ष

बीसीजी क्षयरोग टाळायला — जन्मानंतर एकदा १ ला

पोलिओ तोंडाने पहिल्यावर्षी ३-५ वेळा

पोलिओ इंजेक्शन पहिल्या वर्षी ३ वेळा

ट्रिपल पहिल्या वर्षी ३ वेळा
त्रिगुणी लस मग $१^{१/२}$, $४^{१/२}$ वर्षाला

हिब पहिल्या वर्षी ३ वेळा (हिमोफिलस
इन्फ्लूएन्झी बी) मग $१^{१/२}$ वर्षाला

हिपॅटायटीस बी पहिल्या वर्षी ३ वेळा

न्युमोकॉकल लस पहिल्या वर्षी ३ वेळा
मग $१^{१/२}$ वर्षाला

गोवर लस ९ महीने वयाला

रोटाव्हायरस जुलाब लस २ वेळा / ३ वेळा
$१^{१/२}$ महिने ते ६ महिने

पेडाटाईफ २ महिने वयानंतर २ वेळा
(टायफॉईड लस)

पहिल्या वाढदिवसानंतरच्या लसी म्हणजे दुसरे वर्ष सुरू झाल्यावर देण्याच्या लसी

एम. एम. आर. १ ला डोस (गोवर गालगुंड, रूबेला लस)	१५ महिन्यांनी	दुसरा डोस काही महिन्यानंतर
कांजण्या (चिकनपॉक्स) (१३ वर्षानंतर दिली तर दोनदा)	१ डोस	
कावीळ हिपॅटायटीस ए	१ किंवा	२ डोस ६ महिने अंतराने
ट्रिपल त्रिगुणी (पोलिओ) लस	$१^{१/२}$ वर्षाला	$४^{१/२}$ वर्षाला
धनुर्वात घटसर्प (डी.टी.)	दर १० वर्षांनी	
हिब (हिमोफिलस इन्फ्लूएन्झी बी)	$१^{१/२}$ वर्षाला	
न्यूमोकॉकल लस	$१^{१/२}$ वर्षाला	
टायफॉईड लस	पहिला डोस २ वर्षे पूर्ण झाल्यावर दर तीन वर्षांनी एकदा	

लसीकरण

लस केव्हा द्यावी ?

आजार होण्यापूर्वी लस द्यायला पाहिजे. जसे धनुर्वात जन्म झाल्यावर होतो. तेव्हा गर्भवती ती लस आईला देतात. सर्व लसी एकमेकांच्या कामात अडथळा आणत नाही तेव्हा सर्व एकाच वेळी घेता येतात. फक्त एकदा लस दिल्यावर दुसरी लस साधारण एक महिन्यानंतर द्यावी. यास्तव आपल्या मुलाची जन्मतारीख हा दिवस जर लसीकरणासाठी दर महिन्यात ठरवला तर आपले काम सोपे होते. दोन लसींमध्ये कमीतकमी महिन्याभराचे अंतर असावे. जर २ ते ३ महिन्यांचे अंतर असेल तर जास्त फायदा होतो.

DPT आदि मृत लसींमधले दुसऱ्या व तिसऱ्या डोसमध्ये अंतर एक वर्षापेक्षा जास्त असू नये. दुसऱ्या व तिसऱ्या डोसमध्ये कमीत कमी १ महिना, उत्तम अंतर २-३ महिने असावे व जास्तीत जास्त अंतर ५ वर्षे.

लसी दोन प्रकारच्या आहेत.

(१) प्रतिकारशक्तीची लस - उदा. साप चावल्यानंतर सर्प विषाविरुद्ध प्रतिकारशक्ती असणारी लस दिली जाते. अशा शक्तीला 'पॅसिव्ह इम्युनिटी' म्हणतात.

(२) आजार करू न शकणारे मेलेले जंतू वा जिवंत जंतू इंजेक्शनच्या स्वरूपात दिले त्याला 'ॲक्टिव्ह इम्युनिटी' म्हणतात.

कोणत्याही लसीच्या पहिल्या इंजेक्शननंतर शरीरात १ ते ४ आठवड्यात प्रतिकारशक्ती तयार होते. यानंतर एक / दोन महिन्याने दुसरा व ३-५ महिन्यांनी तिसरा व ५ वर्षांनी अजून एक डोस दिला तर ही प्रतिकारशक्ती अधिकाधिक वाढते या प्रतिकारशक्ती वाढवणाऱ्या डोसला 'बुस्टर' असे म्हणतात. पहिल्या ३ इंजेक्शनला 'प्राथमिक कोर्स' असे म्हणतात.

तोंडाने द्यायच्या पोलिओ डोसमध्ये, रोटाव्हायरस लसीमध्ये व गोवरचे एम.एम.आर. लसीमध्ये आजार करण्याची शक्ती नष्ट केलेले जिवंत जंतू असतात. त्रिगुणी लसीमध्ये, रेबीज व लसीचे इंजेक्शन यांच्यामध्ये आजाराचे जंतू मारून त्यापासून लस तयार केलेली असते. घटसर्प व डांग्याखोकला याचे जंतू विष तयार करतात व या विषाला 'टॉक्सीन' असे म्हणतात. या टॉक्सीनविरुद्ध लस तयार केलेली असते व ती वापरली जाते. टायफॉइड या जंतूवरचे जे ॲन्टीजेन असतात व *हीपॅटायटीस ॲन्टीजेन* असतात व *हीपॅटायटीस बी* व्हायरसच्या वरच्या आवरणातील ॲन्टीजेन असतात. त्यापासून लस बनविली जाते.

शरीरातील प्रतिकारशक्ती दोन प्रकारची असते.

(१) लिंफोसाईट नावाच्या पांढऱ्या पेशी प्रतिकारशक्ती देतात. याला सी. एम. आय. (सेल मेडीएटेड इम्युनिटी) म्हणतात.

(२) दुसरीला ह्यूमरल प्रतिकारशक्ती असे म्हणतात. ही ग्लोब्यूलीन नावाच्या प्रथिनांमध्ये रक्तात असते.

बी. सी. जी. ने सेल मेडीऐटेड इम्युनिटी वाढते. यात लिंफोसाइट या पांढऱ्या पेशी वाढतात. आईकडूनही बाळाला प्रतिकारशक्ती मिळू शकत नाही. म्हणून त्याला बी.सी.जी. जन्मत:च द्यायला पाहिजे. पोलिओचे थेंब तोंडाने देतात व हे आतड्यांमध्ये प्रतिकारशक्ती तयार करतात. हेही जन्मवेळी देता येते.

स्तनपान हीच बाळाला मिळणारी पहिली नैसर्गिक लस आहे. याने आजार करणारे अनेक जीवजंतू मरतात व अनेकांविरुद्ध यात प्रतिकारशक्ती असते. आईच्या संरक्षक पांढऱ्या पेशीही यात असतात.

गोवराची लस मात्र आईच्या पोटात बाळ असताना त्याला मिळालेल्या प्रतिकारशक्तीमुळे नष्ट होते. ही प्रतिकारशक्ती जन्मापासून कमी कमी होऊन ९ महिन्यांपर्यंत खूप कमी होते. म्हणून गोवरची लस ९ व्या महिन्याला देतात. गावात जर साथ असेल तर ६ महिन्यांनंतर लस द्यायला पाहिजे व ३ महिन्यांनंतर दुसरा डोस द्यायला पाहिजे.

ही बीसीजी लस क्षयरोगाविरुद्ध प्रतिकारशक्ती देते. यामध्ये आजार नष्ट करणारे क्षयरोगांचे जंतू असतात. याची गार पावडर असते (बर्फात ठेवलेली) ही पाण्यात टाकून पातळ करून ४ ते ६ तासांत वापरावी. ह्या लसीचे डाव्या दंडावर त्वचेमध्ये इंजेक्शन दिले जाते. तेथे दोन आठवडे काही दिसत नाही. नंतर गाठ येते, ती फुटते, जखम होते, खड्डा पडतो व व्रण होतो.

हा व्रण आयुष्यभर राहतो. जर गाठ झाली नाही तर *बी.सी.जी.* लस घेतल्यामुळे जीवघेणा मेंदूचा क्षयरोग होत नाही. १०० जणांनी लस घेतल्यावर ७० ते ८० टक्के लोकांना एवढा फायदा मिळतो, म्हणून *बी.सी.जी.ची* मेंदूचा व जीवघेणा क्षयरोग टाळण्याची संरक्षक क्षमता आहे असे म्हणतात. *बी.सी.जी.* जन्मत:च किंवा लवकरात लवकर घ्यायला हवे.

तोंडाने द्यावयाची पोलीओ लस यामध्ये *पोलिओ* व्हायरसचे १, २, ३ टाईपचे विषाणू असतात. हे थेंब बर्फात ठेवलेले असतात. बर्फाबाहेर हे लवकरच नष्ट होतात. तीन वेळा लस दिली, की पोलिओपासून रक्षण होते. असे ९० टक्के लोकांनी *पोलिओ* लस घेतली तरी देशातील *पोलिओ* नष्ट होत नाही पण जर एकाच वेळी सर्वांनी घेतली तर समाज पोलिओमुक्त होऊ शकतो. म्हणून पल्स *पोलिओ* राबविण्यात येते. सर्वांनी ५ वर्षांच्या खालील मुलांना पल्स *पोलिओ* दिले पाहिजे. जागतिक आरोग्य संघटना व त्याच्या सदस्य संघटनांनी असे ठरविले होते, की २ हजार सालापर्यंत संपूर्ण जग पोलिओमुक्त करायचे. जर आपणास कोणीही पांगळा मुलगा दिसला तर नजीकच्या आरोग्य केंद्रात दाखवा.

त्रिमुनी लस (डी.टी.पी.) ही लस घटसर्प, डांग्या खोकला व धनुर्वात या तीन आजारांपासून संरक्षण देते. ही लस स्नायूमध्ये टोचून देतात व मांडीच्या मध्यभागी व बाहेरच्या बाजूने द्यायला हवी.

इंजेक्शनच्या जागेवर रुपयाएवढी गाठ येते. ती तीन दिवसानंतर हळूहळू कमी होते व तापही येतो. यासाठी *पॅरासिटीमॉल* नावाचे औषध १० किलो वजनाच्या बाळाला पाच मिली. तीन वेळा असे दोन दिवस द्यावे किंवा त्याखालील मुलाला २.५ मिली. द्यावे. क्वचित एखादे बाळ खूप रडते. त्याला *पॅरासिटीमॉल* द्यावे किंवा डॉक्टरांकडे घेऊन जावे. क्वचित आकडी पण येते. तेव्हा डॉक्टरकडे न्यायला पाहिजे.

इंग्लंडमध्ये डांग्याखोकल्याचे प्रमाण कमी झाले म्हणून त्यांनी ही लस काढून टाकलेली होती. पुन्हा त्याचे प्रमाण वाढले त्यामुळे त्यांनी ही लस पुन्हा चालू केली आहे. ही प्रत्येकाने घ्यायलाच हवी.

ही लस जर कमरेत दिली तर कमरेतील पायाच्या शिरेला इजा होऊन पाय अधू होऊ शकतो. भारतातील सर्वाधिक मुले वाकडी चालतात, कारण कमरेत सुई दिल्यामुळे. ही लस दोन वर्षांखालील मुलांना चुकूनही डॉक्टरांना व सिस्टरला कमरेवर द्यायला सांगू नका. बाळ चंचल असते. बाळाने जर पाय हलवला तर पांगळेपणा त्याच्या नशिबी येईल.

जी जी मुले उशिरा चालतात, वाकडी चालतात ते बहुधा कमरेत दिलेल्या सुईमुळे, इजा झाल्यामुळेच चालतात. दर १० वा २० वा मुलगा असा चालताना दिसेल. ट्रीपलचे पहिल्या वर्षी तीन डोस द्यायला हवे. दिड वर्षाला एक बुस्टर द्यायला हवा. शासनाच्या कार्यक्रमाप्रमाणे ५ वर्षाला द्विगुणी लस देतात. या डांग्या खोकल्याची लस नाही. परंतु, डांग्याखोकल्याचे प्रमाण मोठ्यातही आढळले त्यामुळे ५ वर्षाला त्रिगुणी लस द्यावी असे *आय. ए. पी.* च्या तज्ज्ञांचे म्हणणे आहे. नंतर १० व १५ वर्षाला व त्यानंतर दर १० वर्षांनी धनुर्वाताचे इंजेक्शन घेतले तर धनुर्वात होणार नाही, म्हणून माणसाने आपल्या दर १० व्या वाढदिवसाला २५, ३५, ४५, ५५ वर्षाचे होतो तेव्हा धनुर्वाताची लस घ्यावी, म्हणजे कोणी कितीही वेळा पडला तरी त्याला इंजेक्शन घ्यायची जरूर नाही. त्यामुळे शेकडो इंजेक्शन वाचतील. ही माहिती सर्वांना द्या.

रोटाव्हायरसने जुलाब होतात हे टाळणारी तोंडाने देण्याची लस मिळते. दिड महिने वयापासून देतात. जुलाबाने खूप मुले दगावतात. म्हणून परवडेल त्याने ही लस घ्यावी.

गोवर हा सर्वधिक बालमृत्यू घडवून आणायचा. परंतु, लसीकरणाने गोवराचे प्रमाण कमी झाले आहे व अनंत बालमृत्यू या देशात कमी झाले. गोवरच्या लसीमध्ये आजार न करणारे गोवरचे जिवंत विषाणू असतात. हे त्वचेखाली इंजेक्शन देतात. सुई लावल्यावर ५ दिवसानंतर प्रतिकारशक्ती वाढते, नंतर गोवर होत नाही. ही लस ९ महिने पूर्ण झालेल्या मुलांना देतात व जर साथ असेल तर ६ महिन्यांत देतात. अशा वेळी दुसरा डोस द्यायला हवा. हा दुसरा डोस एम.एम.आर. लसीचा दिला तर तो गोवर, गालगुंड व जर्मन गोवर या तिन्ही रोगांपासून बाळाचे संरक्षण करतो. गोवर लस दिल्यावर क्वचित एखाद्या बाळाला दोन दिवस बारीक ताप येतो व त्यासाठी *पॅरासिटीमॉलचे* औषध दिले तर चालते. क्वचित, एखाद्याला बारीक पुरळ येते. आधी गोवर आला असेल तरीही लस द्यावी कारण खूप आजारामध्ये गोवरासारखे पुरळ येते.

आधी पोलिओ, ट्रिपल घेतलेल्यांनी १० व १६ वर्षाला धनुर्वाताची लस घ्यायला हवी. आधी लस घेतलीच नसेल तर त्यांनी २ डोस. १ ते ३ महिन्याच्या अंतराने घ्यावे. आधी लस न घेतलेल्या गर्भवतींनीही २ डोस ४ आठवड्याच्या अंतराने घ्यावे. यातील दुसरा डोस बाळंतपणाच्या कमीत कमी १५ दिवस आधी घ्यावा. कारण त्याचा फायदा मुलाला होईल. त्रिगुणी लसीची ३ इंजेक्शन पहिल्या वर्षी, दीड वर्षाला ४ थे इंजेक्शन व साडे चार वर्षाला ५ वे इंजेक्शन घेतले असेल व १० व १६ वर्षाला धनुर्वाताचे इंजेक्शन घेतले असेल तर कमीत कमी १० वर्षांपर्यंत तरी म्हणजे २६ वर्षांपर्यंत धनुर्वाताच्या इंजेक्शनची गरज नाही व २६ वर्षांनंतर १ इंजेक्शन घेतले तर अजून १० वर्ष इंजेक्शनची जरूर नाही.

भारतातील ३ ते ६ टक्के लोकांना काविळीच्या ब विषाणूंमुळे यकृताचा आजार होतो. त्यांच्या रक्तात 'हिपॅटायटिस बी सरफेस अँटीजेन' नावाचे कण मिळतात. हा तपास सर्वत्र होतो. आईपासून बाळाला किंवा लैंगिक संबंधातून

हा होतो. हा रोग झालेल्या व्यक्तीचे रक्त दिल्यामुळे किंवा अशा रोग्याला इंजेक्शन दिल्यावर सुया शुद्ध न करता वापरल्यामुळे हा होतो. अशा रुग्णाची सुई चुकून डॉक्टरांना किंवा नर्सला लागल्यामुळे किंवा अशा रोगाचे ऑपरेशन करताना डॉक्टर किंवा नर्सच्या आधीच्या जखमेवर रक्त लागल्यामुळे रुग्णापासून डॉक्टरला होऊ शकतो. हा रोग होण्याची शक्यता परिचारिकांना व वैद्यकीय व्यावसायिकांना असते. त्यामुळे त्यांनी ही लस जरूर घ्यावी.

ही लस बर्फाच्या खणात ठेवल्यास खराब होते. त्यामुळे फ्रिजमध्ये खाली ठेवावी. एखाद्या आईला 'हिपॅटायटिस बी' आहे असे कळले तर तिला झालेल्या बाळाला १२ तासांच्या आत *हिपॅटायटिस* बी ची लस तिच्या बाळाच्या शरीरात प्रतिकारशक्ती तयार करण्यासाठी द्यावी. आईकडून जे विषाणू मिळालेले असतात ते नष्ट करायला *हिपॅटायटिस* बी इम्युनोग्लोब्यूलीन नावाचे इंजेक्शन १२ तासांच्या आत बाळाला द्यावे. हे जर इंजेक्शन उपलब्ध नसेल तर नुसत्या लसीकरणानेही ९५% आजारी बाळांना संरक्षण मिळते.

सर्व आयांची *हिपॅटायटिस* बी ची तपासणी करण्याची आवश्यकता नाही.

हिपॅटायटिस बी जन्मत:च द्यावे; तर त्याचा सर्वोत्तम फायदा बाळाला मिळतो. या लसीचे ३ डोस असतात. जन्मत:च पहिला डोस, दुसरा १ ते १.२ महिने व तिसरा ६ ते ९ महिने वयाला देतात. जन्मत:च जर दिला नसेल तर १.१, २.२ व त्यानंतर ६ ते ९ महिने नंतर ३ रा डोस. इतरांसाठी पहिला डोस एक दिवस, त्यानंतर एक महिन्यानंतर एक डोस व ६ महिन्यानंतर दुसरा डोस.

एम.एम.आर. (गोवर, रूबेला व गालगुंडाची एकत्र लस) आईला जर रूबेला (म्हणजे जर्मन गोवर) झाला तर तिच्या मुलाला व्यंग असू शकते. म्हणून सर्व मुलींनी रूबेलाची लस घ्यावी.

> ज्या आजाराने खूपच जास्त मृत्यू होतात, त्यांच्याच लसी बनतात. लसींचे दुष्परिणाम आजारापेक्षा हजारो पटींनी कमी असते.

गालगुंडाचा आजार आठवडाभर राहतो. ताप येतो. गालफुगी होते. चिडचिडेपणा येतो. काहींना मेंदूला सूज येते. उलटी होते, डोके दुखते, पॅन्क्रिआला सूज येते. अंडकोशाला सूज येऊ शकते. मेंदूचा एनकेफेलाटी नावाचा जो आजार आहे तो सर्वाधिक गालगुंडाच्या विषाणुंमुळेच होतो. गालगुंड, त्याचा खर्च व त्याचा त्रास यापेक्षा लस स्वस्त पडते. परदेशातील कित्येक देशात एम.एम.आर. घेतल्याची नोंद दाखविल्याशिवाय शाळेत प्रवेश मिळत नाही. हे भारतातही व्हायला हवे. एम.एम.आर. ही १५ महिन्याला देतात.

भारतात खूपच टायफॉइड आहे. लस घेणे व घराबाहेर न खाणे यानेच विषमज्वर टळेल. पूर्वी TAB नावाचे टायफॉइड, Paratyphoi नावाची एकत्र लस मिळायची. त्यामुळे जास्त इंजेक्शनचा त्रास व्हायचा व आता शुद्ध टायफॉइडची लस असते. त्यामुळे त्रास कमी होतो. ही अत्यंत सुरक्षित लस आहे. ही चांगले काम करते. टायफॉइडच्या लसींची संरक्षणक्षमता जवळजवळ सारखीच आहे. यापैकी लसींपैकी VI Antigen नावाची लस आहे. ही २ वर्षांखालील मुलाला देता येत नाही व फक्त हाफकीनची लस मात्र ६ महिन्यांपासून देता यायची. त्याचा फायदा खूप मुलांना झालेला आहे. सोबत पॅरॅसिटीमॉलचे औषध दिले, की या लसीचा काहीही

त्रास होत नाही. ज्यांनी ती वापरलीच नाही त्यांचेकडून टायफॉइड लसीचा बाऊ केला जातो. पण त्रिगुणी लसीच्या १/४ इतकाही त्रास टायफॉइड लस घेतेवेळी होत नाही. २ डोस नंतर १ बुस्टर देतात व त्यानंतर ३ वर्षांनी बुस्टर. त्यामुळे तयार झालेली प्रतिकारशक्ती १० वर्षे टायफॉइडविरुद्ध संरक्षण देते. हे संरक्षण रोज हळूहळू कमी होते व त्यामुळे दर ३ ऱ्या वर्षी टायफॉइड डोस द्यावा. हाफकीनच्या स्वदेशी लसीला एका रुग्णामागे १० रु. खर्च येतो.

ह्या लसीचा उपयोग नाही अशा ऐकीव व वाचीव माहितीवर विसबूंन हाफकिनच्या या लसीचे शासनाने उत्पादन थांबविले आहे. संबंधितांनी शासनाच्या मागे लागून ही लस पुन्हा चालू करायला हवी.

> आजाराचे औषध करण्यापेक्षा तो टाळणे बरे. कारण कधी कधी काही आजारांवर औषध नसतेही ! जसे रेबीज (श्वानदंश), पोलिओ, कावीळ, गालगुंड, कांजण्या, सर्दी, खोकला, एड्स व संसर्गाने होणारे जुलाब व विषाणूंच्या आजारात विषाणू मारणारे औषध नाही.

लसी उष्णतेने नष्ट होतात त्यामुळे त्यांची ने-आण एका ठिकाणाहून दुसऱ्या ठिकाणी बर्फातूनच करतात व फ्रीजमध्ये ठेवतात. यापैकी लसीचा बर्फ झाल्यास काही लसी खराब होतात. उदा. डीपीटी; टीटी, टायफॉइड व हिपॅटायटीस बी, या लसी फ्रिजच्या खालच्या खणात ठेवाव्यात व जिवंत लसी पोलिओ, मिझल्स, बीसीजी, एम. एम. आर. या बर्फाच्या खणात ठेवतात.

सर्व लसी विनंती केल्यावर शासनाकडून डॉक्टरांना मोफत मिळतात. डॉक्टर आपले लस देण्याचे पैसे घेऊ शकतात. फक्त त्यांनी लस दिल्याची मुलांची यादी शासनाला द्यायला हवी. आपल्या सोयीसाठी सर्वजण लसीकरण आठवड्यातून किंवा महिन्यातून एकदा करतात. रोज पट्टी, इंजेक्शन सेवा पुरवणाऱ्यांनी रोज लस देण्यास काहीच हरकत नाही. कारण इतर सेवांचे जसे पैसे घेतात तसेच लस देण्याचेही पैसे घेतात. आजाराचे औषध दिल्यास परंतु लस दिल्यास तो आजार परत कधीच होत नाही त्यामुळे लसीकरण हे राष्ट्रीय काम सर्व डॉक्टरांनी रोज करावे.

> डॉक्टरांना विनंती की त्यांनी रोज लसी द्याव्या. याने लसीकरणाच्या दिवशी गर्दी होते. ती आठवडाभर, महिन्याभरच्या दिवसामध्ये विभागली जाईल. याने सर्वांचा फायदा होईल.

लवकरच नवीन नवीन जादा लसी येऊ लागतील तेव्हा राष्ट्रीय कार्यक्रमात सर्वत्र एच.बी.; एम.एम.आर. येऊ शकतील. हिमोफिलस इन्फ्लुएनझी बी ही लस परवडेल त्याने घ्यावी. ही लस मुलांमध्ये त्या जंतूमुळे मेंनेंजायटीस न्यूमोनिआ होऊ देत नाही.

कांजण्यांची लस कांजण्या होऊ देत नाही. पहिल्या वाढदिवसानंतर एकदा देतात. ती दोनदा द्यावी असा विचार तज्ञ मांडतात. कावीळ (हिपॅटायरीस डा)ची लस पण पहिल्या वाढदिवसानंतर देतात. एक कंपनी जीवंत लस

देते. 'तिचे एकच इजेक्शन पुरे' असे सांगते. दुसरी 'मृत जंतूंची' लस देते व दोनदा लस द्या सांगते. आपल्या डॉक्टरच्या सल्ल्यानुसार ही लस घ्या. कॉलराची तोंडाने पिण्याची लस आता मिळते. गावात कॉलरा साथ आली तर ही लस घ्या व सर्वांना द्या.

आता एका वेळी ५-६ लसी एक सुईतून देण्याची सोय उपलब्ध होत आहे. ही जरुर वापरावी.

नवीन लसींवर काम चालू आहे. त्या नजीकच्या काळामध्ये मिळू लागतील. यांची नावं आहेत जुलाब करणारे व सर्दी खोकला निर्माण करणारे विषाणू, शिगेला व इ. कोलाय व न्यूमोकॉके या सर्व लसी आपल्याला मिळाल्यावर आपले निरोगी व सुखी आयुष्य वाढेल.

दरवेळी लस घेताना ही माहिती डॉक्टरांना विचारा

(१) लसीचे नाव   (२) प्रकार
(३) किती डोस   (४) कोणता आजार टळतो
(५) लसीचा त्रास काय ?   (६) तो झाला तर औषध
(७) पुढील लस केव्हा घ्यायची ?

विभाग दुसरा

केवळ... टॉनिकने वजन वाढत नाही

शरीराच्या उत्तम पोषणासाठी आपण जो उत्तम आहार घेतो त्यात ८९% डाळ, भात, (तांदूळ) व १०% तेल व एक टक्का जीवनसत्त्वे, खनिजे हवीत.

९९% एवढे लागणाऱ्या डाळ, तांदूळ, गहू, तेल किंवा तेलबिया यांच्या अभावाने अशक्तपणा येतो. तो एक टक्के लागणाऱ्या जीवनसत्त्वे व खनिजांच्या भडिमाराने जात नाही. बाजारात हीच जीवनसत्त्वे व खनिजे टॉनिक म्हणून अशक्तता घालवण्यासाठी विकली जातात. अज्ञानी भारतीय वर्षाला अंदाजे १००० कोटी रुपयांची टॉनिके विकत घेऊन पैसे अक्षरश: पाण्यात घालवतात व पैशांअभावी पुरेसे अन्न विकत घेऊ शकत नाहीत. या १००० कोटी रुपयांत १० लाख टन गहू, तांदूळ येतो. त्याने अनंत लोकांची अशक्तता कमी करता येईल.

जीवनसत्त्वे व खनिजे यांच्या भडिमाराने डाळ, तांदूळ, गहू, तेलबियांची घट कशी भरेल?

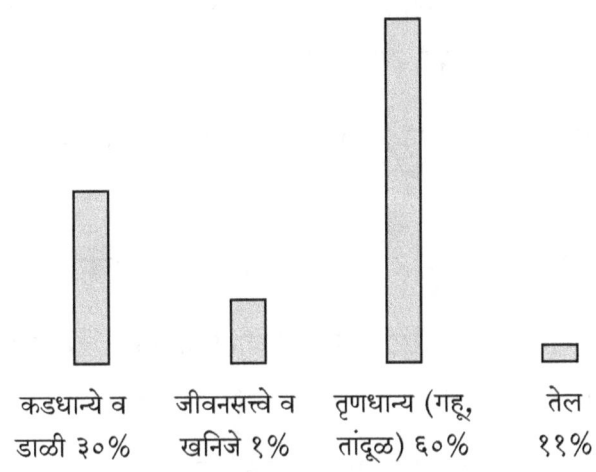

कडधान्ये व डाळी ३०% जीवनसत्त्वे व खनिजे १% तृणधान्य (गहू, तांदूळ) ६०% तेल ११%

कमीतकमी खर्चात योग्य आहाराने सशक्त, सुखी, दीर्घायुषी व्हा!

उंची, वजन, मेंदू वाढीचे प्रगतिपुस्तक; वाढीचा दाखला

हा लेख वाचून सर्वांना सांगा की -

(१) आपण आपली सर्व मुली-मुले ६ ॥ फूट उंच, बळकट व बुद्धिमान करू शकतो.

(२) त्यासाठी त्यांच्या वाढीकडे आरोग्य दाखल्यातील वाढीचे आलेख नियमितपणे भरून लक्ष द्यावे.

(३) हे वाढीचे आलेख असलेला आरोग्य दाखला, जन्मवेळेपासून जन्माच्या दाखल्यासारखा हवाच हवा.

(४) हा दाखला असणे, तो भरून मिळणे व नीट काढणे याचा प्रत्येक मुलाला जन्मसिद्ध हक्क आहे व तो भरून मुले नीट वाढवणे आपले कर्तव्य आहे.

(५) भारताने १२१ देशांसह मुलांच्या सनदेवर सही केली आहे. त्यांना नीट पोषण व वाढीचा हक्क दिला आहे.

(६) मोठ्यांकडे मतदार ओळखपत्र व मुलांकडे वाढीचा आरोग्य दाखला हवाच हवा.

(७) आरोग्य दाखला सर्व मुलांना देण्यासाठी महिला बाल कल्याण निधीतून जिल्ह्यापरिषदा, नगरपालिका, ग्रामपंचायती, राज्य व केंद्र शासनानेही खर्च करावा.

(८) निम्मी लोकसंख्या मुलांची आहे - शासनाचा व सर्वांचाच निम्मा खर्च मुलांवर व्हावा. ६० वर्षांचा अनुशेष भरावा. वाढीचे दाखले ४० कोटी मुलांना लगेच मिळावे. आमदार, खासदार, लोकांचे प्रतिनिधित्व करतात, त्यात निम्मी मुले आहेत. नोट, व्होट, आवाज नसलेली आपली मुले आहेत. त्यांना आपण मुलांना वाढीचे दाखले मिळवून देण्याची विनंती करूया. ते आनंदाने करतील.

(९) मुले हे देशाचे भविष्य आहेत. ते उंच, सशक्त, बुद्धिमान व जगात सर्वोत्तम व्हावे यासाठी आपण त्यांचे पालक व्हा.

वाढीचे आलेख - आरोग्याचे दाखले!

बालरोगतज्ज्ञांच्या संघटनेने तयार केलेले मुलांच्या निकोप वाढीचे आलेख जन्माच्या दाखल्यासारखे प्रत्येकाला उपलब्ध व्हायला हवेत. असे झाले तर मुलांची वाढ निकोप आहे की नाही हे पालकांना घरच्या घरी पाहता येईल आणि त्यावर वेळीच उपचार करता येतील...

आपले शरीर पेशींचे बनलेले असते. त्यांची संख्या आणि आकार वाढत जातो तसतसे आपण मोठे होतो. मुलांची वाढ, उंची, वजन आणि डोक्याचा घेर यावरून मोजतात. मुलांचे जन्माच्या वेळाने सरासरी वजन तीन ते साडेतीन किलो एवढे हवे. आपल्याकडे मात्र तिनांपैकी एका मुलाचे वजन जन्माच्या वेळी अडीच किलोपेक्षा कमी असते. अशाच प्रकारे जन्माच्या वेळी मुलाची उंची ५० सेंटिमीटर आणि डोक्याचा घेर ३४-३५ सेंटिमीटर असायला हवा. कुपोषण, आईचे वय १८ पेक्षा कमी, आईला पुरेसा पोषक आहार न मिळणे, ती अशक्त-पंडुरोगी असणे यांसारख्या समस्यांमुळे हे सारेच घटक अनेक वेळा कमी भरतात. मुलांची वाढ निकोप असेल तर, त्यांचे वजन, उंची आणि डोक्याचा घेर कशा पद्धतीने वाढत जाईल याचे आलेख बालरोगतज्ज्ञांच्या अखिल भारतीय संघटनेने तयार केले आहेत. त्यापैकी मुले आणि मुलींच्या १ ते ३ वर्षांदरम्यानच्या वाढीचे प्रमाण दर्शविणारे तक्ते सोबत दिलेले आहेत.

तक्ते वाचायचे कसे ?

या तक्त्यांमध्ये 'क्ष' अक्षावर (आडवे) जन्मानंतरचा कालावधी महिन्यांत आणि 'य' अक्षावर (उभे) किलोग्रॅममध्ये वजन आणि सेंटिमीटरमध्ये डोक्याचा घेर व उंची दिलेली आहे. विविध निकषांन्वये निकोप वाढ असलेल्या १०० मुलांचे वजन, डोक्याचा घेर आणि उंची मोजून त्यावरून हे आलेख तयार केले जातात. त्यामुळे एखाद्या बाळाचे वजन अथवा उंची मोजताना आदर्श वाढीच्या तक्त्यात ते शंभरात कितव्या स्थानावर आहे हे पाहता येते. या स्थानाला 'परसेंटाइल' म्हणतात. सोबत दिलेल्या तक्त्यांत खालून वरच्या दिशेने ३, २५, ५०, ७५ आणि ९७ परसेंटाइलच्या रेघा क्रमाने कमी गडद होत जाणाऱ्या छटांमध्ये दिलेल्या आहेत. निळ्या रंगात बाळाची उंची, हिरव्या रंगात बाळाचे वजन आणि लाल रंगात बाळाच्या डोक्याचा घेर यांचे प्रमाण दिलेले आहे. आपल्या बाळाचे वजन, उंची आणि डोक्याचा घेर मोजून तो या तक्त्यांशी ताडून पहावा. त्यांचे प्रमाण ५ ते ९५ परसेंटाइलच्या दरम्यान असल्यास बाळाची वाढ निकोप आहे, असे समजता येईल. बाळाची वाढ पाच परसेंटाइलपेक्षा कमी असल्यास ती उपासमार अथवा आजारांनी त्रस्त आहेत काय हे पाहिले जाते. तसेच बाळाची वाढ ९५ परसेंटाइलपेक्षा अधिक असेल, तर अती खाल्ल्याने त्यांचे कुपोषण होत आहे की अन्य काही आजार आहे हे पाहिले जाते.

वजन मोजण्यासाठी इलेक्ट्रॉनिक वजनकाटे चांगले. ते उपलब्ध नसल्यास तरफेचे म्हणजे लिव्हरचे काटे उपयुक्त गणले जातात. दोन वर्षांखालील मुलांची उंची त्यांना झोपवून मोजतात. दोन वर्षांवरील मुलांची उंची त्यांना भिंतीला टेकून ताठ उभे करून मोजतात. बाळाच्या मेंदूची वाढ मोजण्याकरिता त्याच्या डोक्याच्या घेराचे मापन

करणे आवश्यक ठरते. त्यासाठी शिलाईच्या टेपने दोन्ही भुवयांवरून कानाच्या वरून मागे नेऊन डोक्याचा जास्तीत जास्त घेर असेल तो मोजतात. जन्मवेळी असा घेर मोजून नंतर पहिली तीन वर्षे दरमहा जन्मतारखेला तो मोजावा आणि सोबतच्या तक्त्यात ताडून पहावा. त्याने बाळाच्या मेंदूची वाढ निकोप आहे की नाही हे लक्षात येते. मेंदूची ७० टक्के वाढ आईच्या पोटात आणि उरलेल्या वाढीपैकी ९० टक्के वाढ पहिल्या वाढदिवसांपर्यंत होते. आईच्या पोटात झपाट्याने वाढणाऱ्या बाळाच्या मेंदूला पुरेसे फोलिक ॲसिड मिळाले नाही, तर बाळात जन्मत:च मेंदूची वैगुण्ये राहण्याचा धोका असतो. म्हणून गर्भवतींना लोह आणि फोलिक ॲसिडच्या गोळ्या मोफत देण्याची सरकारी योजना आहे. फळांमध्ये, मोड आलेल्या कडधान्यांमध्ये, कोशिंबिरीमध्ये फोलिक ॲसिड असते. त्यामुळे गर्भवती स्त्रियांच्या आहारात त्यांचा समावेश आवर्जून असावा.

आपल्याकडे आहार कमी पडतो, पातळ अन्न दिले जाते आणि आहारात तेल कमी असते त्यामुळे मुलांचे वजन दरवर्षी एक ते दीड किलोने आणि उंची चारच सेंटिमीटरने वाढते. आहारातील चुकांमुळे मुलांची वाढ खुरटलेली राहते. आहारातील दोष दूर केले तर, मुलांची वाढ उत्तम होऊ शकेल.

सर्व आजारांनी भूक मंदावत, वजन घटते आणि वाढीचा दर कमी होतो. उंची मुलांच्या वयाच्या अठराव्या वर्षापर्यंत म्हणजे ६५७० दिवस वाढत असते. त्यामुळे या सर्व काळात मुलांची वाढ निकोप असेल तर, मुले अठराव्या वर्षी सहा फूट उंचीची होऊ शकतील. पण आजारपणामुळे वाढीचे दिवस वाया जातात. ज्या दिवशी अन्न कमी पडेल त्या दिवशी वाढीचा दर त्या प्रमाणात कमी होतो. व्यायामाने वाढीसाठी आवश्यक असलेली संप्रेरके (ग्रोथ हॉर्मोन्स) भरपूर प्रमाणात स्रवतात. त्यामुळे चांगला आहार आणि चांगला व्यायाम असणाऱ्या मुलांची उंची, वजन चांगले वाढते; त्यांच्या मेंदूची वाढही चांगली होते. रात्रीची झोपही वाढीच्या हॉर्मोन्सना मदत करते. रात्रीच्या पहिल्या चरणात ग्रोथ हॉर्मोन्स अधिक स्रवतात म्हणून लहान मुलांना रात्री लवकर झोपायची सवय लावावी. जागरणांमुळे त्यांच्या वाढीच्या गतीवर विपरीत परिणाम होतो.

वजन मध्यम असावे. आपल्या वयाला व उंचीला किती वजन हवे ते तक्त्यात बघा. त्यापेक्षा ५ किलो कमी वा जास्त वजनाच्या मर्यादेत रहावे. दरमहा आपल्या जन्मतारखेला वजन करून वजन मर्यादेत ठेवावे. वजन वाढायला येथील सूचना पाळा. वजन कमी करायला येथे सांगितले आहे त्याच्या उलट करावे. गरज असल्यास त्यासंबंधित योग्य त्या व्यक्तीचा वा डॉक्टरांचा सल्ला घ्या.

ग्रोथ चार्ट : वजन वाढीचा आलेख

वाढीचे प्रगतिपुस्तक प्रत्येक मुलाकडे हवेच हवे. याने मुले सर्वात कमी खर्चात जास्त उंच, सशक्त, बुद्धिमान, दीर्घायुषी होतील.

मुलांमध्ये व मोठ्यांमध्ये असलेला प्रमुख फरक म्हणजे मुलांची सतत वाढ होते. उंचीत, वजनात व सर्वच बाबतीत; तर आजारी मुलांची वाढ खुंटते. आजारात वजन घटते देखील. वजन नीट वाढते की नाही ? की घटते आहे ? याचे निरीक्षण केल्यास मुलांची वाढ नीट होते आहे की नाही हे कळते.

वजन वाढीचे सर्वोत्तम निरीक्षण वजन वाढीचा आलेख काढून करता येते. यासाठी जो आलेख तक्ता वापरतात. त्याला 'ग्रोथ चार्ट' किंवा 'वाढीचा तक्ता' असे म्हणतात. तक्ता आलेख बघा. ग्रोथ चार्टवर पहिली उभी रेघ एक-एक महिन्याची असते.

मुलांचे वजन केल्यावर त्याचा आलेख या वाढीच्या तक्त्यावर काढतात. वाढीचा हा आलेख चांगली वाढ दर्शवितो की नाही हे बघण्यासाठी तक्त्यावर चार संदर्भ आलेख असतात. त्यातील सर्वात वरचा आलेख (अ-अ) जागतिक आरोग्य संघटनेच्या वजनाच्या ५० व्या परसेंटाईल्सचा असतो व खालचा 'ब-ब' त्याच्या ८० टक्के वजनाच्या यामधील भागाला 'आरोग्य मार्ग' असे म्हणतात. चांगली वाढ असलेल्या मुलांच्या वजनाचा आलेख आरोग्य मार्गावर वा त्याला समांतर चालतो.

चांगली वाढ होत असलेल्या निरोगी मुलाचा आलेख सतत वर जातो. ज्यांचे वजन वाढत नाही. त्याचा आलेख सपाट राहतो. त्याला डॉक्टरांना दाखवायला हवे. ज्याचे वजन घटते. तो आजारी आहे. त्यावर त्वरित उपाययोजना व्हायलाच हवी. वजनाचा आलेख.

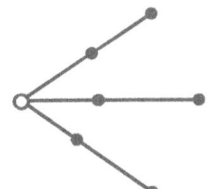

वाढता : उत्तम तब्येत.
सपाट : काळजी घ्या. एकदा डॉक्टरांना दाखवा.
घसरता : त्वरित डॉक्टरांना दाखवा.

हा आलेख प्रत्येक मुलासाठी प्रत्येक देशात वापरतात. आपल्या मुलांसाठी तो वापरलाच पाहिजे. आपल्या डॉक्टरांना विनंती करून त्यांना त्यांच्याकडे येणाऱ्या प्रत्येक मुलाचे दरवेळी वजन करून त्याच्यासाठी स्वतंत्र वाढीचा तक्ता वापरायची विनंती करा. या तक्त्याने जगभर मुलांच्या निकोप वाढीला मोठाच हातभर लावला आहे. आपल्याकडेही प्रत्येक मुलासाठी हा वापरला जावा. यासाठी आपली मदत हवी आहे. जगभर जाड पुठ्ठ्यावर ग्रोथ चार्ट छापून प्लॅस्टिक थैलीत टाकून पालकांकडे देतात. पालक दरवेळी मुलाला डॉक्टरांकडे नेताना हा चार्ट सोबत नेतात व आठवणीने भरून घेतात. तक्त्यावरील तुटक आलेख 'क-क' व 'ह-ड' हे 'अ-अ' आलेखाच्या अनुक्रमे ७०% व ६०% पातळी दर्शवितात. बाळाचा वजनाचा आलेख जर 'ब-ब' आलेखाच्या

खाली असेल तर ते बाळ अशक्य आहे. १,२,३ हे आकडे इंडियन ॲकॅडमी ऑफ पेडीऑट्रिक्स या संस्थेच्या वर्गीकरणानुसार अशक्ततेचे प्रमाण दर्शवितात. मुलांची काळजी करणाऱ्या प्रत्येक डॉक्टरने ग्रोथ चार्ट (वाढीचा तक्ता) वापरलाच पाहिजे. वजनाचा तक्ता प्रथम तीन वर्षे दरमहा व नंतर १८ वर्षांपर्यंत दर तीन महिन्याने जगभर भरतात. आपणही हे करावे.

परसेंटाईल तक्ते

सेंट म्हणजे शंभर : एखाद्या मुलाच्या एखाद्या गुणाबद्दल त्याच वयाच्या चांगल्या शंभर मुलांशी तुलना केल्यास त्याचा गुणानुक्रमे जो अनुक्रम येईल त्यास परसेंटाईल (शंभरात कितवा क्रमांक) असे म्हणतात.

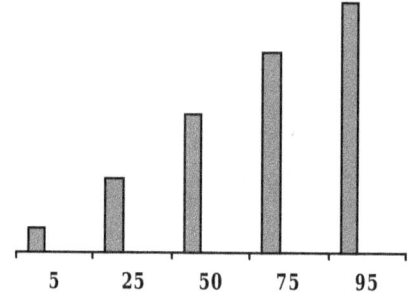

तुमचा मुलगा शंभरात एक आहे हे म्हणणे या प्रकारातलेच. उदा. ५ वर्षांच्या सशक्त १०० मुलांची उंची अलग अलग असेल. त्यात सर्वात कमी उंचीचा मुलगा डावीकडे व सर्वात जास्त उंची असलेला मुलगा उजवीकडे असे वाढत्या उंचीप्रमाणे उभे करा.

यातील सर्वात कमी उंची असलेल्या १ व सर्वात जास्त उंची असलेल्याला १०० असे चढत्या श्रेणीत क्रमांक द्या.

आता १, ५, २५, ५०, ७५, ९५, १०० क्रमांकाच्या मुलांची उंची ही त्या क्रमांकाच्या परसेंटाईलची उंची समजली जाते.

एखाद्या मुलाची उंची ५ ते ९५ परसेंटाईलमध्ये असेल तर ती योग्य. त्या पलीकडे असेल तर तो मुलगा इतर काही कारणांमुळे जास्त उंच किंवा ठेंगू आहे का ? हा तपास करायला हवा.

अशी सर्व वयांसाठी उंचीची माहिती मिळवून तक्ता बनवतात. असेच तक्ते वजन, दंडाचा घेर इत्यादींसाठी करतात. उंची, वजन, दंडाचा घेर याचे तक्ते पुढे दिले आहेत.

प्रश्न – हे तक्ते ५ वर्षांच्या मुलासाठी कसे वापरावे ?

उत्तर – ५ वर्षांच्या मुलाची अपेक्षित उंची ९२ ते ११२.९ सेंटिमीटर आहे. (५ ते ९५ परसेंटाईल) आपल्या मुलाची उंची या दरम्यान असेल तर ती सर्वसाधारण आहे.

ज्या परसेंटाईलशी त्याची उंची मिळते. त्या परसेंटाईल एवढे किंवा दहा टक्के कमी-जास्त वजन असेल तर त्याचे वजन उत्तम. परंतु १० टक्क्यांपेक्षा कमी असेल तर तो अशक्त आहे. त्याचे कुपोषण होते किंवा त्याचा आहार त्याच्या गरजेपेक्षा कमी आहे असा निष्कर्ष निघतो.

उदा. जर मुलाची उंची १०२.२ सेंटिमीटर (५० परसेंटाईल) असेल तर त्याचे वजन १५.२ किलो हवे. याच्या १० टक्क्यांपेक्षा वजन कमी असेल तर त्याला पोटभर अन्न मिळत नाही, तो अशक्त आहे.

मुलाची उंची ११२.९ सेंटिमीटर (९५ वा परसेंटाईल) असेल तर त्याचे वजन २० किलो हवे. ते १० टक्क्याने कमी म्हणजे १८.५ पेक्षा कमी असेल तर तो अशक्त आहे.

अमेरिकन माणसांचा आहार आपल्यापेक्षा चांगला असतो. अमेरिकन माणूस ७७ वर्षे जगतो. आम्ही ५५ वर्षे.

आपण एक आपला आवडता समज केलेला असतो, की टॉनिक, व्हिटॅमिन, प्रोटिन्स ही आरोग्य वर्धके फक्त औषधांच्या दुकानातच विकत मिळतात. तो गैरसमज संपूर्णपणे काढला पाहिजे. आपल्या स्वयंपाकघरातच सर्व उपलब्ध आहे.

'काखेत कळसा नि गावाला वळसा' तशातला प्रकार आहे. आपला नित्याचा आहार समजून-उमजून केला तर त्यातूनच सर्व काही मिळेल.

१८ वर्षांपर्यंतच्या भारतीय मुलांसाठी योग्य उंची (से.मी.) आणि वजन (किलोग्रॅम) यांचा तक्ता

			लहान बांधा	मध्यम बांधा	मोठा बांधा
			३ रे परसेंटाईल	५० वे परसेंटाईल	९७ वे परसेंटाईल
वय	३ महिने	उंची	५६.३	५९.४	६३.८
		वजन	४.८	५.७	६.७
	६ महिने	उंची	६२.५	६५.९	७०.८
		वजन	६.२	७.४	८.६
	९ महिने	उंची	६६.८	७०.६	७५.४
		वजन	७.२	८.५	१०.१
	१ वर्ष	उंची	७०.१	७४.३	७८.८
		वजन	७.८	९.३	११.२
	२ वर्षं	उंची	८०.१	८६.०	९०.५
		वजन	९.८	११.९	१४.७
	३ वर्षं	उंची	८७.३	९४.४	१००.८
		वजन	११.३	१३.८	१७.२
	४ वर्षं	उंची	९२.८	१००.८	१०९.३
		वजन	१२.५	१५.४	१९.३
	५ वर्षं	उंची	९७.९	१०६.७	११६.४
		वजन	१३.८	१७.१	२१.५
	६ वर्षं	उंची	१०३.७	११४.२	१२५.९
		वजन	१५.२	१९.०	२५.४
	७ वर्षं	उंची	१०८.५	११९.७	०.८
		वजन	१६.२	२१.०	२९.७

		लहान बांधा ३ रे परसेंटाईल	मध्यम बांधा ५० वे परसेंटाईल	मोठा बांधा ९७ वे परसेंटाईल
८ वर्षं	उंची	११३.३	१२३.६	१३५.५
	वजन	१७.५	२२.६	३३.५
९ वर्षं	उंची	११८.०	१२८.२	१४१.४
	वजन	१९.२	२४.४	३७.७
१० वर्षं	उंची	११२.७	११३.६	१४७.७
	वजन	२०.९	२७.०	४२.७
११ वर्षं	उंची	१२७.५	१३९.६	१५४.३
	वजन	२२.९	३०.६	४८.२
१२ वर्षं	उंची	१३२.४	१४५.८	१६०.८
	वजन	२५.३	३४.८	५४.१
१३ वर्षं	उंची	१३७.४	१५२.०	१६६.९
	वजन	२८.१	३९.४	६०.०
१४ वर्षं	उंची	१४२.६	१५७.६	१७२.३
	वजन	३१.२	४४.१	६५.९
१५ वर्षं	उंची	१४८.०	१६२.५	१७६.८
	वजन	३४.६	४८.५	७१.४
१६ वर्षं	उंची	१५३.६	१६६.३	१७९.८
	वजन	३८.५	५२.४	७६.३
१७ वर्षं	उंची	१५९.६	१६८.७	१८१.२
	वजन	४२.८	५५.५	८०.५
१८ वर्षं	उंची	१६१.०	१६९.८	१८१.६
	वजन	४७.६	५८.६	८३.६

आमची सर्व मुले मोठ्या बांधाचीच हवीत. परसेंटाईल म्हणजे काय? आपला मुलगा चांगल्या शंभर मुलात खालून कितवा हे सांगणाऱ्या आकड्याला 'परसेंटाईल' म्हणतात. मुलगा शंभरातून खालून तिसऱ्या परसेंटाईलमध्ये व खालून ९७ वा म्हणजे ९७ परसेंटाईल.

१७ वर्षांपर्यंतच्या भारतीय मुलींसाठी योग्य उंची (सें.मी.) आणि वजन (किलोग्रॅम) यांचा तक्ता

			लहान बांधा	मध्यम बांधा	मोठा बांधा
			३ रे परसेंटाईल	५० वे परसेंटाईल	९७ वे परसेंटाईल
वय	३ महिने	उंची	५५.८	५९.१	६२.९
		वजन	४.५	५.४	६.६
	६ महिने	उंची	६१.६	६५.५	६९.७
		वजन	५.९	७.०	८.४
	९ महिने	उंची	६५.६	७०.०	७४.५
		वजन	६.८	८.१	९.६
	१ वर्ष	उंची	६८.६	७३.५	७८.०
		वजन	७.५	९.०	१०.५
	२ वर्षं	उंची	७८.२	८५.०	९०.२
		वजन	९.४	११.६	१३.७
	३ वर्षं	उंची	८५.३	९३.३	९९.९
		वजन	१०.८	१३.५	१६.७
	४ वर्षं	उंची	९१.२	९९.८	१०७.६
		वजन	११.९	१५.१	१९.४
	५ वर्षं	उंची	९७.२	१०६.०	११३.८
		वजन	१३.६	१६.८	२१.१
	६ वर्षं	उंची	१०२.१	११२.५	१२३.३
		वजन	१४.१	१७.८	२३.७
	७ वर्षं	उंची	१०७.१	११७.४	१२९.३
		वजन	१४.८	१९.०	२७.५
	८ वर्षं	उंची	११२.३	१२३.२	१३६.४
		वजन	१५.९	२०.८	३२.३
	९ वर्षं	उंची	११७.८	१२९.२	१४३.१
		वजन	१७.१	२३.५	३७.७

		लहान बांधा ३ रे परसेंटाईल	मध्यम बांधा ५० वे परसेंटाईल	मोठा बांधा ९७ वे परसेंटाईल
१० वर्षे	उंची	१२३.४	१३५.२	१४९.०
	वजन	१९.५	२६.९	४३.४
११ वर्षे	उंची	१२८.८	१४०.९	१५४.२
	वजन	२२.३	३०.९	४९.३
१२ वर्षे	उंची	१३३.९	१४६.०	१५८.५
	वजन	२५.१	३५.०	५५.१
१३ वर्षे	उंची	१३८.५	१५०.४	१६२.१
	वजन	२७.९	३९.१	६०.७
१४ वर्षे	उंची	१४२.४	१५३.८	१६४.७
	वजन	३०.७	४२.७	६५.७
१५ वर्षे	उंची	१४५.५	१५६.०	१६६.५
	वजन	३३.४	४७.७	७०.०
१६ वर्षे	उंची	१४७.५	१५६.८	१६७.४
	वजन	३५.७	४७.७	७३.३
१७ वर्षे	उंची	१४८.३	१५७.०	१६८.०
	वजन	३७.६	४८.४	७५.६

आमच्या सर्व मुली मोठ्या बांधाच्याच हव्यात. परसेंटाईल म्हणजे काय? आपली मुलगी चांगल्या शंभर मुलीत खालून कितवी हे सांगणाऱ्या आकड्याला 'परसेंटाईल' म्हणतात. मुलगी शंभराहून खालून तिसरी तर ती तिसऱ्या परसेंटाईलमध्ये व खालून ९७ वी म्हणजे ९७ परसेंटाईल.

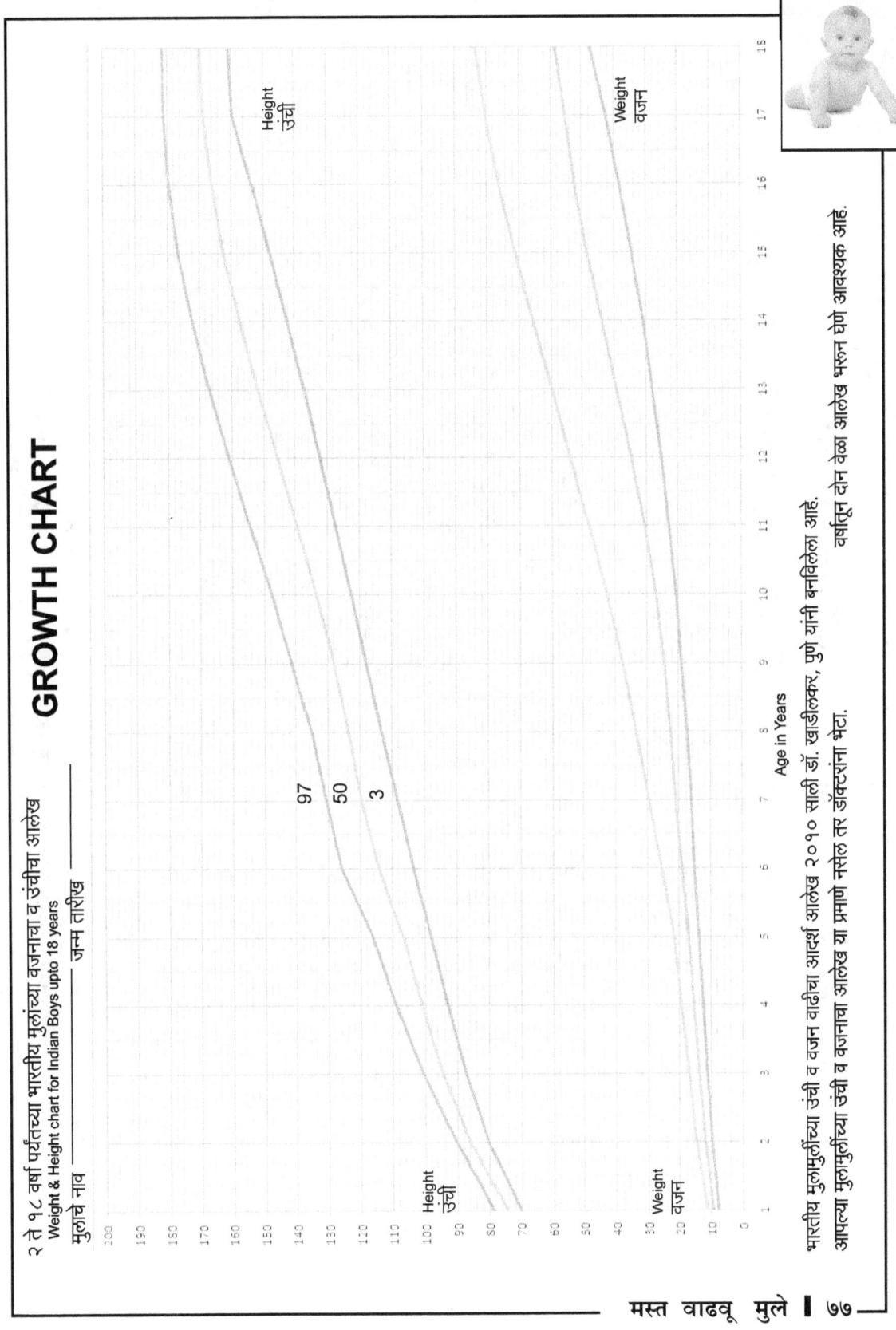

२ ते १८ वर्षा पर्यंतच्या भारतीय मुलांच्या वजनाचा व उंचीचा आलेख
Weight & Height chart for Indian Boys upto 18 years

मुलाचे नाव ______________ जन्म तारीख ______________

GROWTH CHART

Height
उंची
Weight
वजन
97
50
3
Age in Years

भारतीय मुलामुलींच्या उंची व वजन वाढीचा आदर्श आलेख २०१० साली डॉ. खाडीलकर, पुणे यांनी बनविलेला आहे.
आपल्या मुलामुलींच्या उंची व वजनाचा आलेख या प्रमाणे नसेल तर डॉक्टरांना भेटा. वर्षातून दोन वेळा आलेख भरून घेणे आवश्यक आहे.

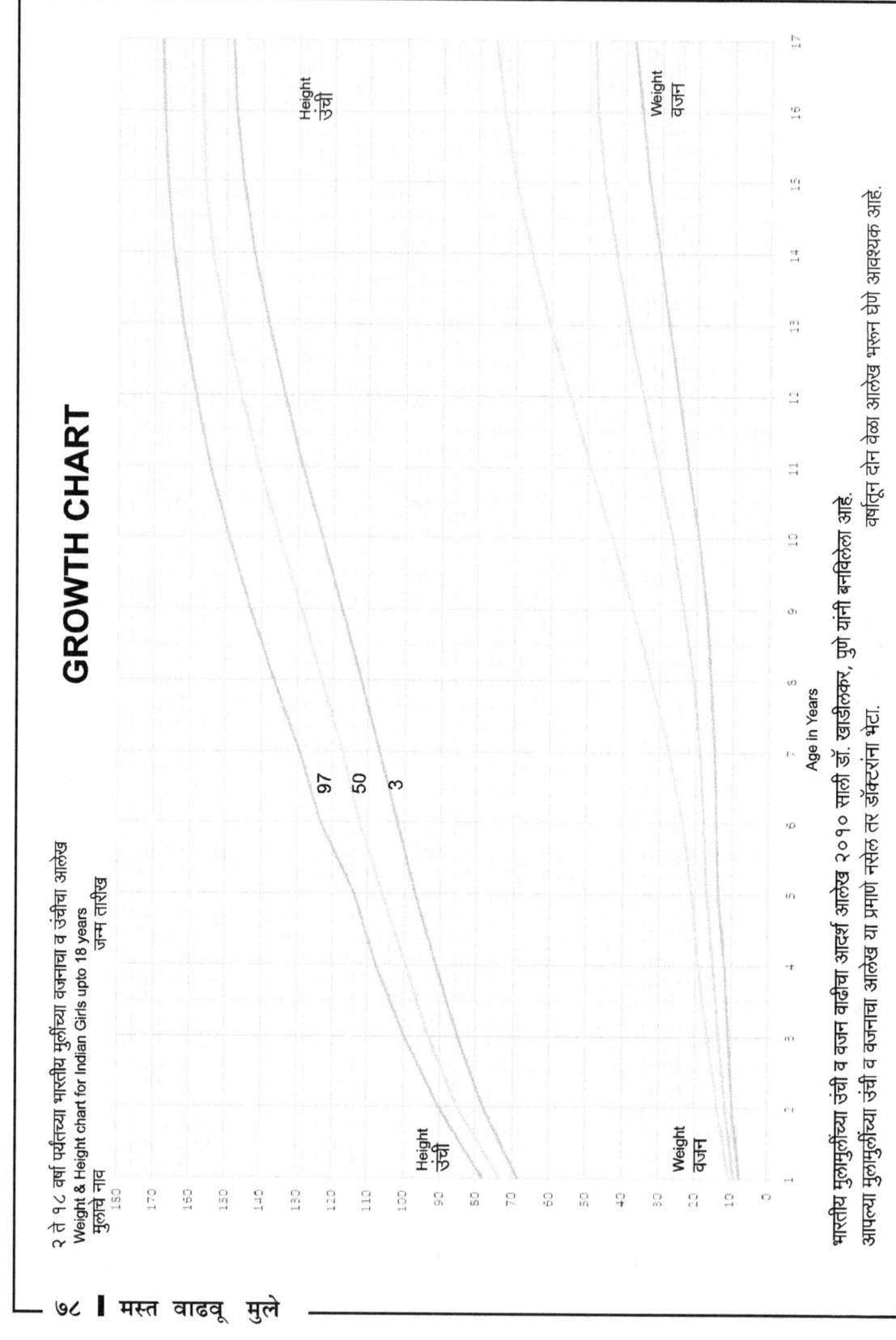

२ ते १८ वर्षा पर्यंतच्या भारतीय मुलींच्या वजनाचा व उंचीचा आलेख
Weight & Height chart for Indian Girls upto 18 years
मुलाचे नाव जन्म तारीख

GROWTH CHART

भारतीय मुलामुलींच्या उंची व वजन वाढीचा आदर्श आलेख २०१० साली डॉ. खाडीलकर, पुणे यांनी बनविलेला आहे.
आपल्या मुलामुलींच्या उंची व वजनाचा आलेख या प्रमाणे नसेल तर डॉक्टरांना भेटा. वर्षातून दोन वेळा आलेख भरून घेणे आवश्यक आहे.

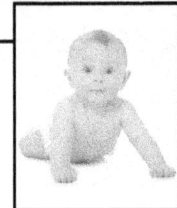

BMI CHART

२ ते १८ वर्षा पर्यंतच्या भारतीय मुलांचा शारीरिक घनता निर्देशांक
Indian Boys 2 - 18 years body mass index

मुलाचे नाव   जन्म तारीख

Motheris Height
आईची उंची

Fatheris Height
वडीलांची उंची

घनता = वजन (की.ग्रॅ.) / उंची (मीटर्स)   *BMI = Weight (Kg.) / Height (Mtrs.)

50
5
0
97
50
3
Age in Years

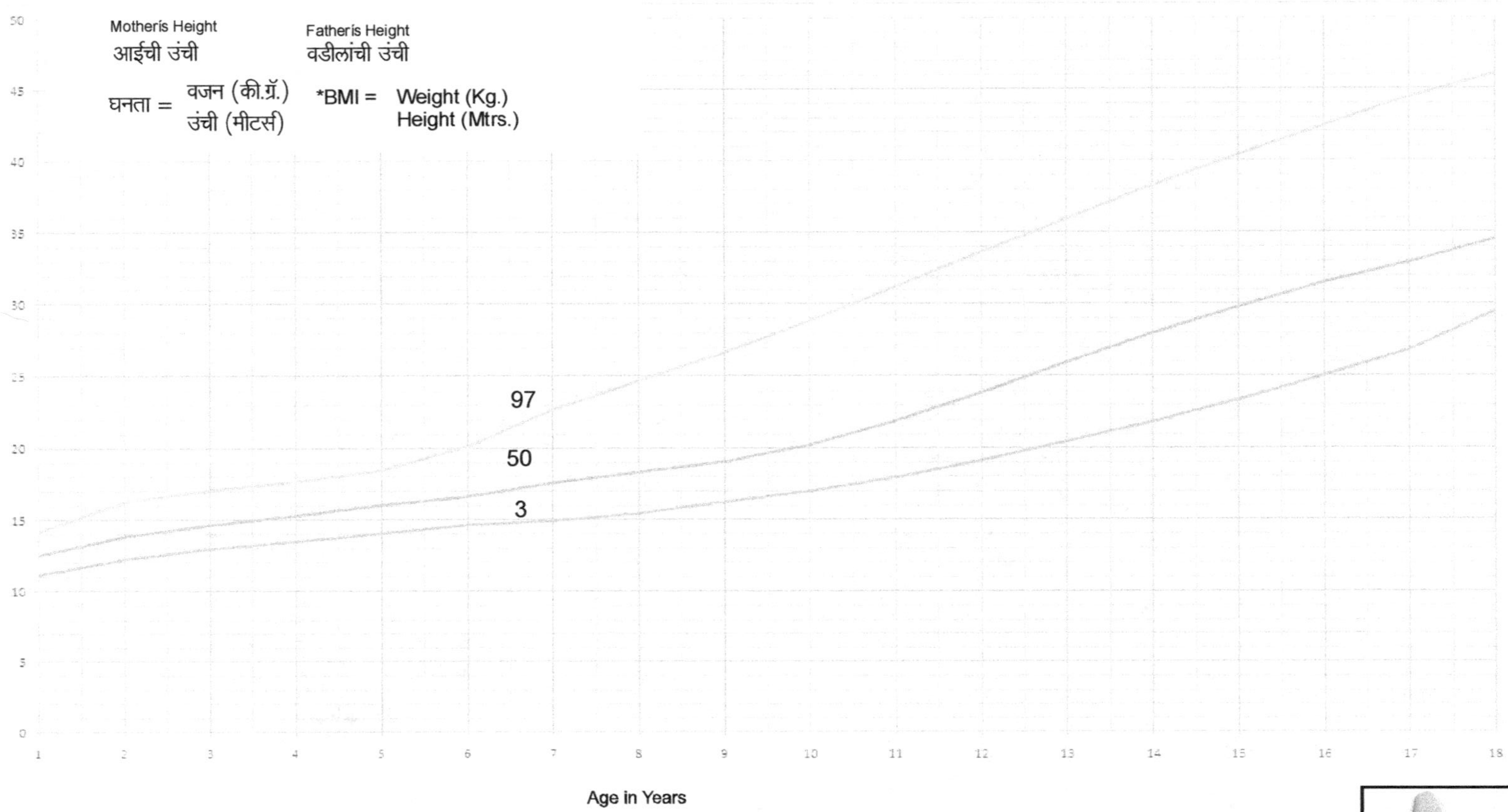

भारतीय मुलामुलींच्या उंची व वजन वाढीचा आदर्श आलेख २०१० साली डॉ. खाडीलकर, पुणे यांनी बनविलेला आहे.
आपल्या मुलामुलींच्या उंची व वजनाचा आलेख या प्रमाणे नसेल तर डॉक्टरांना भेटा.

वर्षातून दोन वेळा आलेख भरून घेणे आवश्यक आहे.

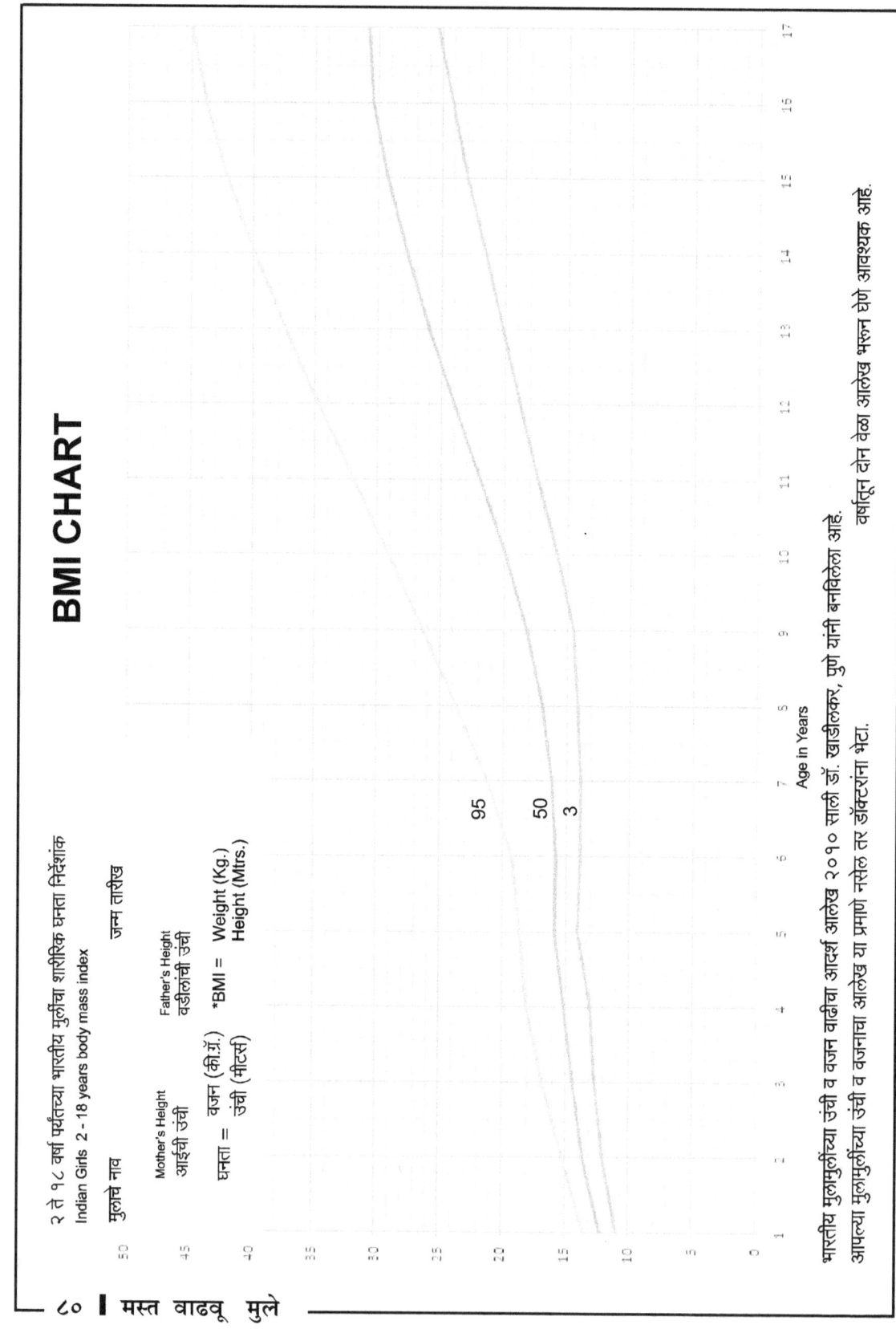

BMI CHART

२ ते १८ वर्षा पर्यंतच्या भारतीय मुलींचा शारीरिक घनता निर्देशांक
Indian Girls 2 - 18 years body mass index

मुलाचे नाव जन्म तारीख

Mother's Height
आईची उंची

Father's Height
वडीलांची उंची

घनता = वजन (की.ग्रॅ.) / उंची (मीटर्स)

*BMI = Weight (Kg.) / Height (Mtrs.)

50
5
0
95
50
3
Age in Years

भारतीय मुलामुलींच्या उंची व वजन वाढीचा आदर्श आलेख २०१० साली डॉ. खाडीलकर, पुणे यांनी बनविलेला आहे.
आपल्या मुलामुलींच्या उंची व वजनाचा आलेख या प्रमाणे नसेल तर डॉक्टरांना भेटा. वर्षातून दोन वेळा आलेख भरून घेणे आवश्यक आहे.

मुलगा : वयानुसार वजन : जन्म ते ५ वर्षे

(जागतिक आरोग्य संघटनेच्या नवीन निकषांनुसार)

नाव __________	नोंदणी क्र. __________
आईचे नाव __________	जन्म दि. __________
वडिलांचे नाव __________	आपत्य क्र. __________
कुटुंबाचा सर्व्हेक्षण नोंदणी क्र. __________	जातीचा प्रवर्ग __________
जन्माच्या वेळचे वजन __________	(किलो ग्रॅम)

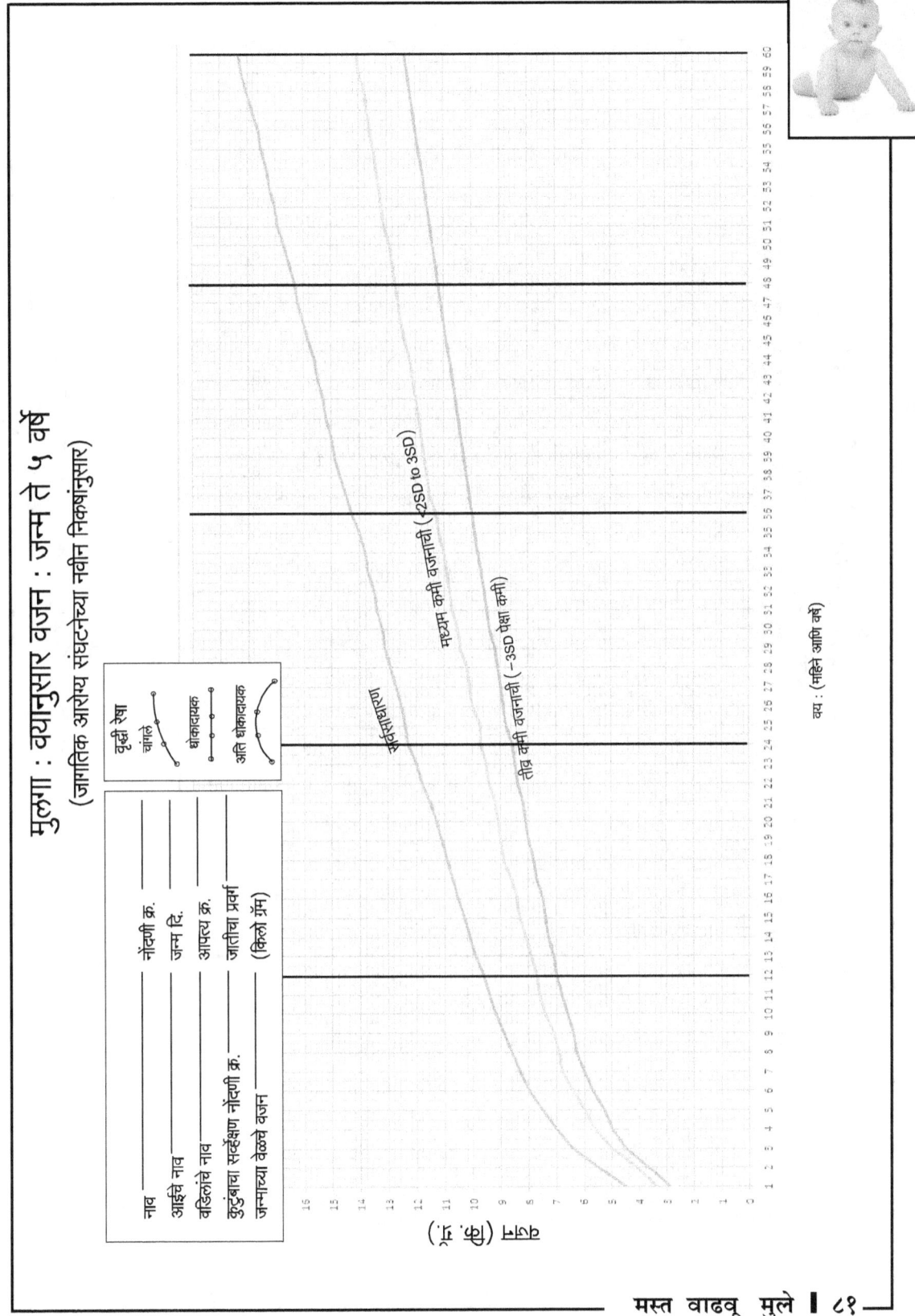

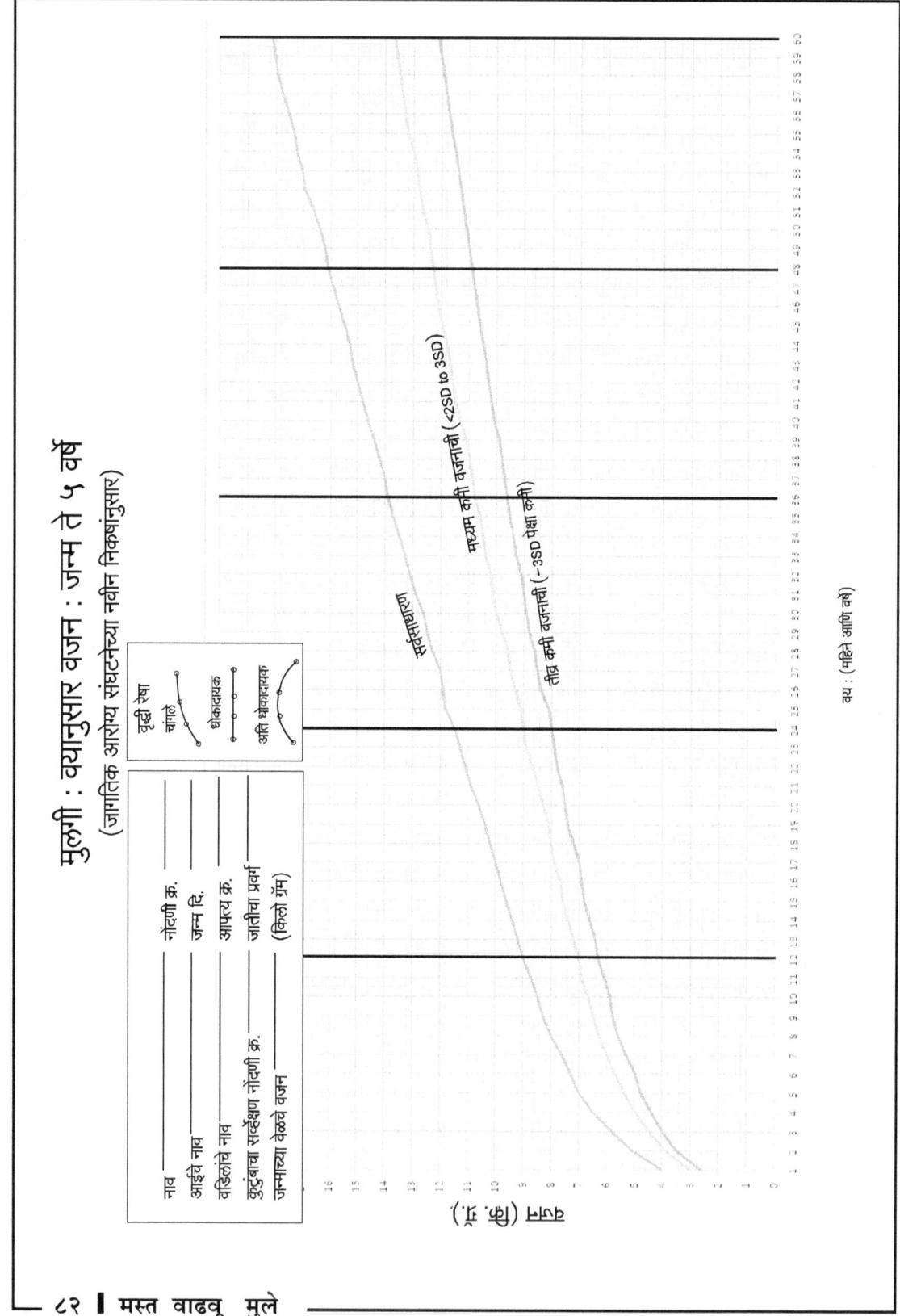

मुलगी : वयानुसार वजन : जन्म ते ५ वर्षे

(जागतिक आरोग्य संघटनेच्या नवीन निकषांनुसार)

नाव ____________ नोंदणी क्र. ________

आईचे नाव ____________ जन्म दि. ________

वडिलांचे नाव ____________ आपत्य क्र. ________

कुटुंबाचा सर्व्हेक्षण नोंदणी क्र. ____________ जातीचा प्रवर्ग ________

जन्माच्या वेळचे वजन ____________ (किलो ग्रॅम)

आहारशास्त्रातील मूलभूत तत्त्वे

मांसाहार बरा की शाकाहार ?

जागतिक आरोग्य संघटनेचा १९८५ चा टेक्निकल रिपोर्ट सिरीज नं. ७२४ हे सांगतो, की दोन वाटी भात आणि एक वाटी डाळ यांच्या मिश्रणापेक्षा श्रेष्ठ अन्न या भूतलावर नाही. मांसाहाराइतकीच श्रेष्ठ प्रथिने यातून मिळतात.

निष्कर्ष : मांसाहार व शाकाहार सारखेच. असलाच तर शाकाहारच कांकणभर अधिक सरस आहे.

मांसाहारापेक्षा फारच कमी किमतींमध्ये शाकाहार खूपच जास्त शक्ती, प्रथिने भरपूर प्रमाणात व अनंत चवीमध्ये देतो. तसेच शाकाहारामध्ये भरपूर विविधता असते. निरनिराळ्या चवी पण असतात. रोज निरनिराळे पदार्थ खाऊ म्हटलं तरी आयुष्य कमी पडेल एवढ्या प्रकारचे शाकाहारी पदार्थ जगात आहेत. मांसाहारी व्यक्तींना हृदयाचे जास्त विकार होतात, बद्धकोष्ठतेचा जास्त त्रास होतो व आतड्याच्या कर्करोगाचे प्रमाण जास्त असते.

शरीरातील पेशी बनवायला प्रथिने लागतात. प्रथिने ॲमिनो ॲसिडपासून बनतात. १३ जीवनावश्यक ॲमिनो ॲसिड्स आहेत. त्यापैकी गहू, तांदळात (गहू, तांदूळ, ज्वारी यांना सिरियल्स म्हणतात.) लायसीन व डाळीमध्ये मिथिओनीन नावाचे ॲमिनो ॲसिड कमी असते. यामुळे केवळ गहू, तांदूळ किंवा डाळी खाण्याने त्यापैकी ५०% प्रथिने अंगी लागतात. (त्याला शास्त्रीय परिभाषेत नेट प्रोटीन युटीलायझेशन ५०% असे म्हणतात.)

पण गहू किंवा तांदूळ व डाळी यांचे प्रमाण जर २.१ अथवा १:१ असेल तर सर्व ॲमिनो ॲसिड्स आपणास हवी तशी मिळतात व प्रथिने जवळ जवळ १००% अंगी लागतात. नेट प्रोटीन युटीलायझेशन आदर्श होते.

सर्वसाधारणपणे डाळींमध्ये २२ ते २६% प्रथिने असतात. तर सोयाबीनमध्ये ४३%. म्हणून गहू व सोयाबीन ४:१ प्रमाणात वापरले तर सर्वोत्तम प्रथिने मिळतील. सोयाबीनमध्ये २०% तेल पण मिळते. तेल व प्रथिने कमी पडल्याने आपण अशक्त होतो. शेंगदाणे, खोबरे, सोयाबीनचा वापर वाढवल्यास त्यांची गरज भरून निघाल्याने वजने वाढतील. प्रत्येक घरात कमीत कमी दोन किलो सोयाबीन प्रत्येक व्यक्तीमागे वापरले तर सर्वांची वजने वाढायला लागतील. हे घरोघरी व्हायलाच हवे.

विरारच्या मध्यमवर्गीय कुटुंबाच्या तीन ते पाच सदस्य असलेल्या आहाराची पाहणी केली असता दरमहा सरासरी अन्नधान्य किती लागते त्याची खालीलप्रमाणे माहिती मिळाली.

(१) तृणधान्य (गहू + तांदूळ) १५ ते २० किलो.

(२) कडधान्ये (डाळी) १-२ किलो.

(३) तेलबिया (शेंगदाणे + खोबरे) २ किलो.

(४) स्निग्ध पदार्थ (तेल + तूप) २ किलो.

- माणशी दीड किलो तेल दरमहा कमीत कमी लागायला हवे. तेलाचा वापर कमी होतो. शिवाय जे तेल वापरले जाते ते लोणची भाज्यातून, जी मुले कमी खातात अशा मुलांच्या आहारात तेल फारच कमी पडते. मुलांच्या अशक्ततेचे हे एक कारण आहे.

- शरीराची वाढ व्हायला आदर्श प्रथिने मिळण्यासाठी तृणधान्ये व डाळींचे प्रमाण १:१ किंवा २:१ असे होते. यासाठी तृणधान्ये १४ किलो व डाळी ७ किलो असा बदल करायला हवा. याने आजच्या बाजारभावाने दरमहा २०० रु. खर्च वाढेल. पण मुले अंगाने भरतील. दूधावरचा खर्च कमी करून तेवढी बचत करता येईल.
- शेंगदाणे, डाळी जेवणात वाढवता येतील. शिवाय भाजलेले शेंगदाणे व चणे यांनी २४ तास मुलांचे खिसे भरून ठेवले, की त्यांचा वापर विनासायास वाढेल व मुले अंगाने भरायला लागतील.

> आपले निम्मे शरीर पाण्यापासून बनते. उरलेल्या शरीराचा सर्वात मोठा हिस्सा तेलापासून बनतो. त्यापेक्षा लहान हिस्सा प्रथिनांपासून बनतो व सर्वात लहान हिस्सा कर्बोदकांपासून बनतो. शरीराची प्रत्येक पेशी बनायला तेल लागते. हे कमी पडून आम्ही अशक्त होतो. अशक्त लोकांनी सशक्त होईपर्यंत भरपूर तेल, तूप वा तेलबिया खाव्यात.

सोयाबीन पोळी, बेसन ब्रेड वापरा

२०% सोयाबीन, २०% गव्हाचे पीठ व ६०% मैदा वापरून बनविलेला ब्रेड, बन केक, टोस्ट, बिस्किटे छान लागतात. यात गहू व सोयाबीनचे प्रमाण ४:१ आहे. यामुळे ह्यातील प्रथिने आदर्श प्रथिने होत. हे अंडे, कोंबडी, मटण, दूध यांची बरोबरी करतात व ब्रेडच्या भावाने मिळतात. हा ४०० ग्रॅमचा ब्रेड ७ रु. ला पडतो. (मटणापेक्षा पाच पट, दूध व बाजारातील डब्यापेक्षा १० पट स्वस्त.) या १०० ग्रॅम ब्रेडमधून कमीत कमी ४४४ कॅलरीज १६.५ ग्रॅम सर्वोत्कृष्ट प्रथिने मिळतात. हा ब्रेड, टोस्ट, बन दिसायला सर्वसाधारण ब्रेड, टोस्ट, बनसारखे दिसतात व चवीला जास्त चांगले लागतात. हा ब्रेड कुसकरून आजारी बाळाला भरविता येतो किंवा छोटे तुकडे बाळासमोर टाकल्यास तो चांगला खातो.

आईचे दूध नसेल त्याला जन्मापासून १०० वर्षांपर्यंत हा ब्रेड आहारासाठी आदर्श आहे. असा ब्रेड घरी पण करता येईल. हा ब्रेड आणूनच खाल्ला पाहिजे असे नाही.

घरच्या ७ किलो गव्हात १ किलो भाजलेले सोयाबीन टाकून, दळून हे पीठ पोळीसाठी वापरावे व सोयाबीनचे पीठ जेथे जेथे चणा मीठ (बेसन), शेंगदाणे, खोबरे टाकतात तेथे तेथे वापरावे.

गेली खूप वर्षे या प्रकारे आम्ही घरी सोयाबीन वापरत आहोत. मुंबईत ग्राहक पंचायतीच्या २५,००० सदस्यांपैकी बरेच सदस्य या प्रकारे सोयाबीन गेली खूप वर्षे वापरतात. आपणही करून पाहा व सर्वांना सांगा.

- जे अन्न पुरेशी शक्ती, ऊर्जा, उष्मांक देते ते प्रथिनांची गरज पुरवितेच. दीड वर्षांच्या दहा किलो वजनाच्या मुलाला सरासरी १००० कॅलरी देणारे अन्न रोज लागते. आता या कॅलरी औषधांच्या दुकानातून आणलेल्या डब्यातून मिळवण्यापेक्षा स्वयंपाकघराच्या डब्यातून मिळतात का ते पाहू या. ३०० ग्रॅम तांदूळ किंवा गहू किंवा डाळ अथवा निम्मी डाळ व तांदूळ यांच्या मिश्रणातून १००० कॅलरी मिळू शकतात. हे अन्न अनुक्रमे २१, ३३, ६६, ४४ ग्रॅम प्रथिने देते आणि गंमत म्हणजे बाळाची गरज तर केवळ २० ग्रॅम प्रथिनांची आहे! अशा प्रकारे गहू, तांदूळ यांच्या पदार्थांचे मिश्रण बाळाने खाल्ले तर त्याची प्रथिनांची गरज

भागतेच भागते! अगदी आवश्यकतेपेक्षा जास्तच प्रमाणात! त्यामुळे आपण अजूनही प्रोटीन्सचा एकही डबा विकत आणला नाही, आता बाळाला प्रथिने कमी पडली तर कसे होईल, असा विचारही मनात येता उपयोगी नाही.

○ २० ग्रॅम प्रथिने विकतच्या डब्यातून मिळवायला निम्मा डबा रोज संपवायला लागेल. डब्यातील प्रथिने म्हणजे सोयाबीनमधून तेल काढल्यावर उरणारा चोथाच असतो.

○ आधीच या देशामध्ये अन्नाची कमतरता आहे आणि जिथे अन्नाची कमतरता नाही तिथे नियोजनाची आहे. काही ठिकाणी अन्न बाजारात आहे तर आई-वडील ते आणू शकत नाहीत; म्हणून बाळाला मिळत नाही. तर काही ठिकाणी आई-वडील बाजारातून अन्न आणू शकतात तरीही ते स्वयंपाकघरात कडी-कुलुपात बंद असते. मुलांचा हात पोहोचू नये इतक्या सुरक्षित अंतरावर ते ठेवलेले असते; एकूण काय दोन्हीकडे मुले अर्धपोटीच!

○ ऊर्जा कमी पडली तर बाळ अशक्त होईल; कारण शरीराला ऊर्जा आवश्यक असल्याने अन्नाद्वारे जर शरीराला ती कमी मिळाली तर शरीरातील चरबी व मांसपेशीपासून शरीर स्वत:ला आवश्यक तेवढी ऊर्जा मिळवून घेते. त्यामुळे शरीर अशक्त होते. तेव्हा अशी ऊर्जा झिजवून परस्पर मिळवण्यापेक्षा बाळाला अन्नाद्वारे ऊर्जा मिळायला हवी.

प्रत्येक बाळाला जन्मापासून देवाने पोट भरण्याएवढे अन्न मिळवून खाण्याची स्वयंपूर्णता दिली आहे. अगदी उंदराच्या, कुत्रा-मांजरीच्या पिलांना देखील. आपल्या बाळांना तर आहेच आहे. फक्त अन्न त्यांना त्यांच्या आवाक्यात वाटेल तेव्हा मिळाले पाहिजे. मग ते डाळ-भात असू दे. खोबरे असू दे अथवा चणे, कुरमुरे, शेंगदाणे काहीही असू दे.

○ डाळ व तांदूळ पाण्यात टाकून ते शिजवले, की डाळ (वरण) व भात होतो आणि डाळ व तांदूळ पाण्याशिवाय भाजले तर चणे व कुरमुरे होतात. आई-वडील म्हणतात की, आमच्या बाळाने दोनवेळा डाळ भात खाल्ला, की आम्हांला बरे वाटते. त्यांची तक्रार असते, की मुलगा जेवायला बसला की काही खात नाही, पण चणे, कुरमुरे, शेंगदाणे खातो. म्हणून पालकांनी सुद्धा त्यांच्या बाबतीत समजून घ्यावे. नाही ना खात वरणभात, डाळभात तर त्याला चणे, कुरमुरे, शेंगदाणे भरपूर-पोटभर खाऊ दे. कारण डाळभात खाणे किंवा चणे, कुरमुरे, शेंगदाणे खाणे काम दोन्हीही सारखेच करते. शेवटी तो काय खातोय? डाळ, तांदूळच ना? कधी शिजवून, कधी तळून तर कधी भाजून, याउलट लाही, कुरमुरे करताना तांदळातील पिष्टमय पदार्थ बाळाला पचण्याएवढे हलके होतात म्हणून त्यांचे खिसे वरील पदार्थांनी सतत भरलेले राहू द्यावे.

○ वाढत्या वयात मुलांना दर दोन तासांनी जेवण लागते. दिवसभरात दोनदाच जेवायला मिळणारी मुले १६ तास उपाशीच असतात. कित्येकदा रक्त तपासायला मुलांना उद्या उपाशीपोटी आणा म्हणून सांगतात. त्यांना सांगायला हवे, की मुले केव्हाही उपाशीच असतात.

उपाशी मुले अशक्तच राहणार –

○ ग्लासगो (स्कॉटलंड) येथे दिसून आले, की भावनिक असुरक्षिततेची भावना असलेली मुले जास्त आहार घेऊनही अंगाने भरत नाहीत. याचा अर्थ जास्त खाऊनही त्यांच्या अंगी लागत नाही.

शेळीसमोर वाघ बसलेला असेल तर ती गवत खाणार नाही. खाल्ले तर पचणार नाही, पचले तर अंगी

लागणार नाही. तसेच मुलांचे आहे. जबरदस्ती, रागावून, मारून त्यांना खायला दिले तर ते खाणार नाहीत, खाल्ले तर सर्व पचणार नाही व जे पचेल ते सर्व अंगी लागणार नाही.

> मुलास असुरक्षिततेची भावना असल्यास अन्न अंगी लागत नाही.

- सफरचंद, द्राक्षे, बदाम, काजू हे गहू, डाळ-भातापेक्षा कोणत्याही प्रकारे तिळमात्रही श्रेष्ठ नाहीत.
- मोड आलेले धान्य किंवा हिरव्या कच्च्या पालेभाज्या आहारात असतील तर टॉनिकची गरज नाही. इंग्रजीत म्हणतात - इट ग्रीन्स ॲण्ड लिव्ह इन टिन्स. हिरवे अन्न खा आणि टवटवीत राहा. भाज्या शिजवल्या, की त्यातील जीवनसत्त्वे नष्ट होतात. भाज्या खाण्याचाच ससेमिरा मुलांच्या मागे लावू नका त्यापेक्षा त्यांना गाजर, काकडी, मुळा, कोशिंबिरी खाऊ द्या. भाज्या खाण्यापेक्षा कोशिंबिरी खाणे शतपटीने चागंले. फक्त कोशिंबीर करण्यापूर्वी पालेभाज्या स्वच्छ धुवाव्या. घरी कुंड्यांमधून व अंगणात शोभेची झाडे लावतात तशा कोथिंबीर, पालक, चवळी इत्यादी पालेभाज्या लावा.
- तेलबिया सोडून इतर सर्व अन्नापासून जवळजवळ सारखीच शक्ती मिळते. उदा. १०० ग्रॅम तांदळापासून ३५० कॅलरीज व ७ ग्रॅम प्रथिने मिळतात. पाणी टाकून शिजवल्यानंतर (तांदळापासून) भातापासून १०० कॅलरीज व २ ग्रॅम प्रथिने व शिजवलेल्या १०० ग्रॅम बटाट्यापासून १०० कॅलरीज व २ ग्रॅम प्रथिने मिळतात. हे गहू, तांदूळ, डाळी यांच्या बाबतीत खरं आहे.
  निष्कर्ष : सारख्या वजनाचा भात, बटाटे, पोळी, डाळ यांचे पोषणमूल्य एकच.
  मधुमेह पीडितांसाठी पण ही माहिती महत्त्वाची आहे. या माहितीअभावी मधुमेही व वजन कमी करू इच्छिणाऱ्यांनी हे टाळा. असे म्हणून स्वत:चे व घरच्या मंडळींचेही हाल करतात.
- भूक लागते म्हणजे काय होते ?
  जेवून खेळायला गेलेला मुलगा घरात येतो व आरोळी ठोकतो, की आई मला भूक लागली. यावर कधी कधी आईची प्रतिक्रिया काय असते ? अरे आत्ताच खाऊन गेलास ना ? तरीही मग आई काहीतरी खायला देते.
  सतत भूक लागणे हे मुलांच्या चांगल्या आरोग्याचे लक्षण आहे.

आपण खाल्लेल्या सर्व अन्नापासून ग्लुकोज नावाची साखर बनते. ती रक्तातून सर्व पेशींना मिळते. या साखरेपासून मिळणाऱ्या शक्तींवर शरीराचे कार्य चालते. जेवल्यावर जादा ग्लुकोजन नावाची साखर बनून ती यकृतामध्ये जमा केली जाते. जेवल्यानंतर ही साखर चार तास सशक्त मुलांना पुरते. अशक्त मुलांमध्ये ती चार तासांपेक्षा कमी वेळेत संपते. चार तासानंतर जर अन्न मिळाले नाही तर शरीरातील साखर कमी होते तेव्हा मुलाला भूक लागते. अशा वेळी त्याच्या आवाक्यामध्ये अन्न असेल तर ते तो खाईल. यापासून शक्ती मिळेल व मुलाची दिनचर्या चालेल. त्याच्या चरबी व मांसपेशी नष्ट होणार नाहीत. तो अशक्त होणार नाही. उलट मिळालेल्या अन्नापासून नवीन पेशी व चरबीने तो आणखीन अंगाने भरेल. बाळांची / मुलांची वाढ जर नीट व्हायची असेल तर २४ तास मुबलक अन्न त्याच्या आवाक्यामध्ये पाहिजेच; याचा अर्थ त्याचा खिसा, डबा २४ तास अन्नाने / खाऊने भरलेला हवा.

लोहाने वाढते कार्यक्षमता

जागतिक आरोग्य संघटनेच्या अंदाजाप्रमाणे जगभर तिसऱ्या माणसाला पुरेसे लोह आहारात मिळत नसल्याने तो कमजोर आहे. डॉ. सिंग पी व डॉ. जी. एस. तनेजा यांचा अभ्यास इंडियन पेडिॲट्रिक्स या मासिकात २००३ मध्ये प्रसिद्ध झाला. त्यांच्या अभ्यासानुसार ९ महिने ते ३ वर्षे वयोगटातील ७४% मुलांना पंडुरोग आहे.

आहारात लोह कमी मिळाल्याने पंडुरोग होतो. हिमोग्लोबिन नावाचा लाल पदार्थ आपल्या रक्तातील लाल पेशींमध्ये असतो. तो बनवायला लोह लागते. आपल्या १०० ग्रॅम रक्तामध्ये १५ ग्रॅम हिमोग्लोबिन हवे. गावातील कोणतीही प्रयोगशाळा आपले हिमोग्लोबीन किती, हे तपासून देईल. आजच तपासून बघा. जर एक ग्रॅम हिमोग्लोबिन कमी असेल, तर आपली कार्यक्षमता १.५ ते २ टक्क्याने कमी होते, असा लेविन या शास्त्रज्ञाचा अभ्यास प्रसिद्ध आहे. भारतीय शाळांतील मुलांचे हिमोग्लोबिन ७ ते ९ ग्रॅम असते. हे वाढवले तर त्यांची कार्यक्षमता, शिक्षणक्षमता, उत्साह, शरीराची वाढ हे सर्वच वाढतील. काही रुपयांत प्रत्येक मुलात हा बदल आपण घडवू या. हे लगेच आपण सर्वांनी करावे म्हणून हा लेख. डॉ. गोपाळदास व सहकारी यांचे याविषयीचे संशोधन १९८५ मध्ये, 'इंडियन पेडिॲट्रिक्स' मध्ये प्रसिद्ध झाले. आपण जेव्हा धावून व शारीरिक श्रमाने थकतो, तेव्हा आपली हृदयगती वाढते. पुरेसा प्राणवायू न मिळाल्याने तयार झालेला लॅक्टेट नावाच्या पदार्थाचे प्रमाणही वाढते.

डॉ. गोपाळदासांनी ट्रेडमिलवर (ट्रेडमिल : हे धावपट्टी असलेले यंत्र आहे. आपण काय गतीने किती चाललो/धावलो इत्यादी माहिती हे यंत्र देते.) धावायला लावले व त्यांची हृदयगती व रक्तातील लॅक्टेटची पातळी मोजली. रक्ताचे काम शरीराला प्राणवायू पुरविण्याचे. हे काम रक्तातील हिमोग्लोबीन करते. ज्यांचे हिमोग्लोबीन जास्त असते त्यांना व्यायाम करताना शरीरभर प्राणवायूयुक्त रक्त पुरविले गेल्याने हृदयगती कमी वाढवावी लागते व ज्यांचे हिमोग्लोबीन कमी असते, त्यांच्या हृदयाला जास्त काम करावे लागते.

ट्रेडमिलवर ज्या मुलांना लोह मिळाले होते ते उशिरा थकले व ज्या मुलांना लोह मिळाले नव्हते ते लवकर थकले.

ज्या मुलांना रोज ४० मिलिग्रॅम लोह दिले होते, त्यांची हृदयगती धावल्यावर जेवढी वाढली त्यापेक्षा ज्यांना लोह मिळाले नव्हते त्यांची हृदयगती जास्त वाढली. ज्यांना लोह दिले होते त्यांच्यात धावल्यानंतर कमी लॅक्टेट तयार झाले. ज्यांना लोह दिले नव्हते त्यांच्यात जास्त लॅक्टेट तयार झाले.

लोहाअभावी हिमोग्लोबिन कमी असणाऱ्या मुलांमध्ये तर धावायला सुरू करण्याआधीच लोह दिलेल्या मुलांपेक्षा रक्तात जास्त लॅक्टेट होते. याचा अर्थ ते थकले नसतानाही त्यांच्या शरीराला प्राणवायूवाहक हिमोग्लोबिन रक्तात कमी असल्यामुळे त्यांना प्राणवायू कमी मिळत होता व ते आधीच निस्तेज, थकलेले होते.

निष्कर्ष : प्रत्येक मुलाला ४० मिलिग्रॅम लोहाची गोळी जर दिली तर त्याची कार्यक्षमता वाढेल. बाजारात फेरस सल्फेटची गोळी मिळते ती ६० मिलिग्रॅम लोह देते. ही सर्वात स्वस्त उपलब्ध लोहगोळी आहे. ही प्रत्येक मुलाला रोज जेवणासोबत एक गोळी असे शंभर दिवस दिली, की सर्व मुलांचे हिमोग्लोबिन वाढेल.

बिनखर्चात आहारात लोह कसे वाढवावे ?

(१) घरी अन्न लोखंडाच्या भांड्यात शिजवावे. लोखंडाच्या भांड्यात भाजी काळी झाली म्हणजे त्यात लोह उतरले.

(२) गाई, म्हशीचे दूध हे आतड्यांमध्ये सूक्ष्म इजा करून सूक्ष्म रक्तस्राव करते. ५०० मिली दूध दिले, तर ७ मिलिलीटरपर्यंत रक्त जाते, असा अभ्यास आहे. म्हणूनच जन्मवेळी लाल असलेली मुले गाई, म्हशीचे दूध लावल्यावर वाढदिवसाला पांढरी दिसतात. आई-वडिलांचे चेहरे लाल असतात. त्यांचे कपाळ व बाळाचे पांढरे कपाळ एका वेळी पाहिले की रंगातील फरक कळेल. आरशात आई-बाबांनी मुलांसह स्वत:ला बघावे. आई-बाबांचे हिमोग्लोबिन १० ते २५ ग्रॅम असेल. दुधात लोह जवळजवळ नसतेच व दूध इतर अन्नातील लोहही शरीरात जाऊ देत नाही.

मुले आई-बाबांएवढी लाल असतील, तर आपले अभिनंदन, पण मुले पांढरी असतील तर त्यांना लोह द्या. त्यांना गाई-म्हशीचे दूध देणे बंद करा. दुधाच्या पैशांचे तेल व चणे-शेंगदाणे आणा. अंडी खात असाल तर अंडी आणा. त्यांना दर वेळी जे खातील त्यात दोन-चार चमचे तेल वाढा व खिसे चणे-शेंगदाण्यांनी भरून ठेवा. एक रुपया जादा न खर्च करता शंभर दिवसांत मुले लाल, सशक्त होतील.

कलियुगातील स्वच्छता महत्सावित्री नवस

प्रत्येकाने करावा असा कलियुगातील महत्सावित्री नवस!

या देशातील जवळ जवळ प्रत्येक व्यक्तीला काही ना काही आजार आहे. कोणाला ते माहिती आहे, तर कुणाला माहिती नाही. आजारी माणसाला जर आव, जंत, कावीळ, टायफॉईडसारखा संसर्गजन्य आजार असेल तर त्या रोगाचे जंतू किंवा जंतांची अंडी त्या माणसाच्या विष्ठेमध्ये असतात. ज्या माणसाने नखे नीट काढली असतील व त्याने शौचाहून आल्यानंतर साबणाने हात नीट धुतले असतील तर ठीक, अन्यथा अशा माणसाने हाताळलेले अन्न त्याच्या विष्ठेच्या कणांनी दूषित होते. त्याने हाताळलेले किंवा त्यांनी वाढलेले अन्न आपण खाल्ले, की त्याच्या आजाराचे जंतू अन्नासोबत आपल्या पोटात जाऊन आपल्याला त्याचा आजार होतो. जेवढे जास्तू जंतू गेले असतील तेवढी आजाराची तीव्रता जास्त असते. पानवाले, हॉटेलमध्ये किंवा रस्त्यावर अन्नपदार्थ बनवणारे / वाढणाऱ्यांपैकी किती लोक शौचाहून आल्यानंतर हात धुतात? वारंवार नखे काढतात? सुशिक्षितांनाच बरीच माहिती नसते. या मंडळींना ती कोठून येणार? म्हणून जो घराबाहेर खाणार त्याला वारंवार टायफॉईड, कावीळ, आव, जंत, पोटदुखी हे त्रास होणार. हे सर्व रोग लागट आहेत. ते घरच्यांनाही होणार. वारंवार आजारी पडून सर्वांचेच आयुष्य कमी होणार. या सर्व आजारांनी अशक्तता येते. आतडे, यकृत खराब होतात व १०० वर्षे आयुष्य लाभलेला माणूस ४०-५० वर्षांत मरतो. हे सर्व आजार म्हणजे निरनिराळे यमदूतच होत.

मुलांना लोह द्या, बुद्धिमान करा!

मुलांनो, लोह घ्या बुद्धिमान व्हा!

गुजरातमधील वडोदऱ्याच्या डॉ. अदिती सेन व डॉ. शुभदा काननी यांच्या अभ्यासाचा हा धडा आहे. हा अभ्यास इंडियन पेडिॲट्रिक्स मासिकाच्या फेब्रुवारी २००९ च्या अंकात प्रसिद्ध झाला आहे.

सर्वाधिक भारतीयांना आहारात लोह रोज कमी मिळते. याने रक्ताची लाली कमी होते. याला आपण पंडुरोग (ॲनिमिया) म्हणतो. आपला मेंदू लहानपणी बनतो. तेव्हा काही रसायने लागतात. त्यात लोहाचे कण असतात. लोह कमी पडले तर मेंदू वाढत नाही. नंतर कसर भरून काढता येत नाही.

> लोह कमी पडून मेंदूच्या वाढीत या तान्हुल्यांना जी मर्यादा येते ती नंतर कशाने कमी होत नाही. मेंदूची सर्वाधिक वाढ आईच्या पोटात; त्यापेक्षा कमी पहिल्या वर्षी, त्यापेक्षा कमी ३ ऱ्या वाढदिवसापर्यंत होते. गर्भवतींना सरकार लोहाची व फोलिक ॲसिडची १ गोळी रोज मोफत देते. पाळी चुकताच मातांनी सरकारी दवाखान्यात नाव नोंदवून त्या गोळ्या मिळवाव्यात.

मेंदूच्या रोजच्या कामाला जी रसायने लागतात. त्यातही लोहाचे कण असतात. मुलांच्या शिकण्यामध्ये, बुद्धिविकासात लोहकण महत्त्वाचे काम करतात. मुलांना लोह दिले तर त्यांचा जास्त बुद्धिविकास होतो. असा धडा डॉ. सेन व डॉ. काननी यांच्या अभ्यासात आहे. यावरून शिकवून आपण लगेच भारतातील सर्व मुलांना हुशार व्हायला मदत करू.

त्यांनी वडोदऱ्यातील चार सारख्या सरकारी मुलींच्या शाळांत वर्षभर हा अभ्यास केला. ५ वी, ६ वी च्या मुली होत्या. फेरस सल्फेट १०० मिलिग्रॅम व फोलिक ॲसिड ०.५ मिलिग्रॅम असलेली एक गोळी त्यांनी तीन शाळांतील मुलींना एक वर्ष दिली. एका शाळेत रोज एकदा. एका शाळेत आठवड्याला दोनदा व एका शाळेत आठवड्याला एकदा. ४ थ्या शाळेतील मुलींना गोळी दिली नाही; ज्यांना लोहाच्या गोळ्या मिळाल्या त्या मुली, ज्यांना गोळ्या मिळाल्या नाहीत त्यांच्यापेक्षा जास्त हुशार झाल्या. बुद्धिमत्तेसाठी ४ तपासण्या गोळ्या घेण्याआधी व नंतर केल्या. ज्यांनी आठवड्याला एकदा गोळी घेतली त्यांना दोन तपासण्यात जादा गुण मिळाले. आठवड्याला दोनदा गोळ्या घेणाऱ्या व रोज गोळी घेणाऱ्या मुलींना चारही तपासण्यात जादा गुण मिळाले. गोळी घेणाऱ्या सर्व मुलींच्या रक्ताची लाली वाढली. हिमोग्लोबीन वाढले. ज्यांनी रोज गोळी खाल्ली त्यांचे २ ग्रॅमनी हिमोग्लोबीन वाढले. ज्यांनी आठवड्यातून दोनदा गोळी घेतली. त्यांचे १.६ ग्रॅमनी हिमोग्लोबीन वाढले. ज्यांना आधी पंडुरोग नव्हता; त्यांचीही लाली व हिमोग्लोबीन लोह घेऊन वाढले व बौद्धिक क्षमताही वाढली.

इंडोनेशियामध्ये तीन महिने रोज लोहाच्या गोळ्या पंडुरोग असलेल्या मुलांना तीन महिने दिल्या. त्यांची हुशारी खूप वाढली. वाराणसीच्या ग्रामीण भागात सहा ते आठ वर्षांच्या मुलांना तीन महिने लोह दिले. त्यांची हुशारी

खूप वाढली. त्याआधी याच डॉक्टरांनी बडोद्याच्या ९ ते १५ वर्षे वयाच्या मुलांना तीन महिने रोज ६० मिलिग्रॅमची लोहाची ०.५ मिलिग्रॅम फोलिक ॲसिडची गोळी दिली. हाच धडा आहे, की लोह दिल्याने हुशारी वाढते. चला आपण आपल्याकडची सर्व मुले चांगली करू या.

गेली २५ वर्षे कुणीही बाळ पहिल्यांदा तपासायला आले, की त्यांना टोनोफेरॉन नावाचे मोठ्या माणसांचे औषध लिहून देतो. जेवढ्या किलो वजनाचे बाळ असेल तेवढे थेंब टोनोफेरॉन रोज एकदा असे १ वर्ष आईच्या दुधाआधी किंवा आहाराआधी द्यायला सांगतो. असे अंदाजे लाखभर मुलांना देऊन काही कुणालाही त्रास झाला नाही. औषधाने जीभ काळी होते. अन्न खाताना काळेपणा जातो. शौचासही काळी होते; पण त्यांना पंडुरोग होत नाही. त्यांचा मेंदू हुशार व शरीर छान वाढते. आईलाही अर्धा चमचा औषध रोज घ्यायला सांगतो. सर्व औषधे जादा घेतली तर विषबाधा होते. लोह औषध चुकूनही जास्त देऊ नये.

आपल्यासाठी धडे –

लोह कमी पडून मेंदूच्या वाढीत या तान्हुल्यांना जी मर्यादा येते ती नंतर कशाने कमी होत नाही. मेंदूची सर्वाधिक वाढ आईच्या पोटात, त्यापेक्षा कमी पहिल्या वर्षी, त्यापेक्षा कमी ३ ऱ्या वाढदिवसापर्यंत होते. गर्भवतींना सरकार लोहाची व फोलिक ॲसिडची १ गोळी रोज मोफत देते. पाळी चुकताच मातांनी सरकारी दवाखान्यात नाव नोंदवून त्या गोळ्या मिळवाव्यात. सर्व मुला-मुलींनी हुशार तरुण-तरुणींनी याआधीच सरकारी दवाखान्यात जाऊन तपासणी करून घ्यावी. आपल्याला पंडुरोग, रक्त कमी आहे का, रक्ताची लाली कमी आहे का, पंडुरोग आहे का ते विचारा, असेल **तर डॉक्टरांकडे लोहाची गोळी मागावी.**

मुले सरकारची नाहीत. आपली आहेत. सरकारी दवाखान्यात न मिळाली तर औषध दुकानात लोहाची गोळी फेरस सल्फेट मागा. **आपल्या डॉक्टरांना हा लेख दाखवून विचारा.** डॉक्टर व औषधांचा दुकानदार यांच्या मदतीने १००० गोळ्यांचा डबा मागवा. उपलब्ध नसेल तर मागवून घ्यायला सांगा. पाठपुरावा करून मिळवा. या पन्नास ते शंभर रूपयांना हजार अशा मिळतात.

सरकारी दवाखान्यात लोहाच्या गोळ्या मोठ्यांना व मुलांना मोफत मिळतात. त्या चांगल्या असतात. आजच सरकारी दवाखान्यात मुलांना डॉक्टरांना दाखवून गोळ्या आणून सुरू करा. छोट्यांसाठी औषध मिळते.

लोहाच्या गोळ्या मिळाल्या नाहीत तर लोह असलेल्या औषधी दुकानातील औषधे बघा. प्रत्येक गोळीतून किती लोह मिळते ते बघा. कमीत-कमी पैशांत लोह देणारी गोळी, औषध निवडा. गोळी गिळू शकणाऱ्या मुलाला बाजारातील लोहाची एक गोळी रोज देता येईल. असे तीन महिने देऊन मुला-मुलींना फायदा होईल. शरीरामध्ये पुरेसे लोह असेल तर लोहाचा शरीरात प्रवेश आपोआप बंद होतो. जादा लोहाने मुलांना त्रास होणार नाही.

एका वेळी खूप गोळ्या घेणे घातक आहे. म्हणून गोळ्या मुलांजवळ देऊ नये. मुंबई, कोकणात हवेतील ओलाव्याने त्या खराब होऊ नये. यासाठी त्या हवाबंद डबीत ठेवाव्यात. जग जिंकणारी मुले घडवू या. चला, आपण प्रत्येक जण आजूबाजूच्या सर्व मुलांचे पालक होऊ या.

सर्व शाळांत हा लेख दाखवून त्यांचे वाचन करून घेऊ या. गीतेत सांगितले आहे की, आपण आपली २० टक्के कमाई समाजासाठी खर्च करू या. चला, आपण मदत करूया. सरकारी दवाखान्यातून लोह व फोलिक ॲसिडच्या गोळ्या घेऊन सर्व शाळांत सर्व मुलांना देऊ या. आठवड्याला एकदा, जमेल तर दोनदा, जमेल तर रोज.

टीप – मुले आई-बाबांएवढी लाल असतील तर आपले अभिनंदन! पण मुले पांढरी असतील तर त्यांना लोह द्या.

हिमोग्लोबीनचा एक कण बनायला एक वाटा लोह व ९९९ वाटे इतर अन्न लागते जे डाळ-भात, चणे-दाणे यातून मिळते. लोह देण्याबरोबर खिशात चणे-दाणे २४ तास मुले १८ वर्षांची होईपर्यंत ठेवणे आवश्यक आहे. चणे दाणे नसतील तर कच्चे तांदूळ ठेवा. (कच्चे तांदूळ आपणाला १० कोटी वर्षांपासून पचतात. आजही पचतात. उंदीर, चिमण्या, कोंबड्या व आपली मुले व आपणा सर्वांना कच्चे तांदूळ पचतात. त्याने पोट फुगत नाही. बिघडत नाही. काही त्रास होत नाही. असा आम्ही दाखला देतो.)

कुपोषण - काही धक्कादायक सत्य

पोषण म्हणेज 'आहार' अन्न घेणे. सुपोषण म्हणजे चांगले अन्न / योग्य आहार. कुपोषण म्हणजे चुकीचे पोषण, कुपोषण, गरजेपेक्षा जास्त खाऊन लठ्ठ होणे, पोट सुटणे हे कुपोषण, गरजेपेक्षा कमी अन्न मिळून उपासमार होऊन बारीक, गालबसे होणे हेही कुपोषण.

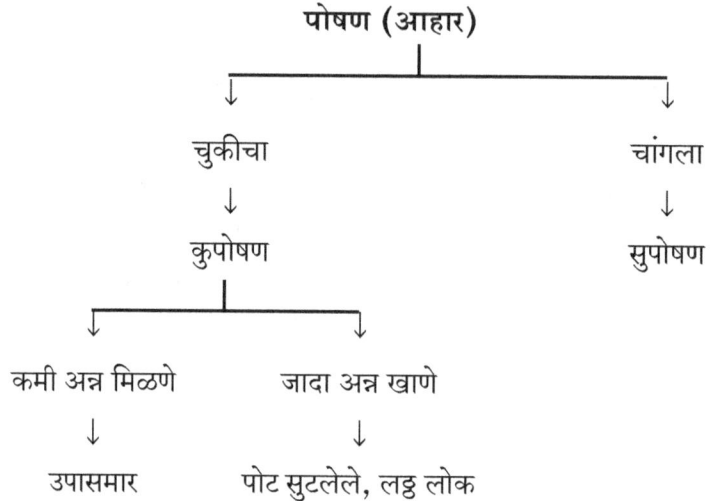

पोषण (आहार)

↓ चुकीचा → ↓ कुपोषण

↓ चांगला → ↓ सुपोषण

कुपोषण:

↓ कमी अन्न मिळणे → ↓ उपासमार

↓ जादा अन्न खाणे → ↓ पोट सुटलेले, लठ्ठ लोक

सर्दी व एड्स दोन्ही व्हायरसने होतात. व्हायरसचे आजार हा त्यांचा गट. पण आजारांचे नाव सर्दी व एड्स. पिवळे फोड, टायफॉईड व कॉलरा हे बॅक्टेरिआने होणारे आजार. बॅक्टेरिआचे आजार हा त्यांचा गट; पण आजाराचे नाव पिवळे फोड वा टायफॉईड वा कॉलरा. तसेच उपासमार व पोट सुटलेले, लठ्ठपणा हे पोषणाचे आजार. 'कुपोषण' हे या आजाराच्या गटाचे नाव. उपासमार हा खरा आजार.

उपासमारीला कुपोषण नावाचा आजार म्हटले की ती आरोग्यखात्याची जबाबदारी होते. उपासमारीला उपासमार म्हटले, की ती सर्वांची जबाबदारी होते. पोटभर खिचडी हे त्याचे औषध होते.

पोटभर खिचडी एकदा देऊन भागत नाही. ती दर दोन तासांनी मिळायला हवी.

खिशातील चणे-दाणे, तांदूळ हेच उपासमारीचे (कुपोषणाचे) खरे औषध.

सर्वांना करगोटा बांधा. मुले अंगाने भरली की करगोटा घट्ट होईल. हे सर्वांना कळते. निरक्षर आजीला पण. शिवाय याला वजन काटा, आलेख, डॉक्टर कोणीही लागत नाही.

पोट सुटलेले अल्पायुषी, जादा चरबीने रक्तवाहिन्या लहान होऊन हृदयविकार, उच्च रक्तदाब, पॅरालिसीस, डायबेटीसने लवकर मरण नक्की! कमरेला करगोटा बांधावा, पोट दिसू नये. पोट दिसत असेल तर ते दिसेनासे होईपर्यंत भुकेले राहा. कमी खा. जास्त पातळ अन्न घ्या, नेहमीच्या १/४ चं दरवेळी जेवा व रोज व्यायाम, धावणे, नाचणे, पोहणे, चालणे वाढवा. कमी वेळा खा, कमी खा.

'कु' म्हणजे चुकीचे. 'पोषण' म्हणजे खाणे पिणे, अन्न कमी पडून बारीक होणे.

(१) कुपोषण हाच सर्वात मोठा यमदूत आहे. रोज १० हजार मुले मरतात त्यापैकी ९ हजार कुपोषित आहेत म्हणून मरतात.

(२) आपणापैकी बहुतेक सर्वजण कुपोषित आहेत. बारीक म्हणजे कुपोषित आणि जाड पोट सुटलेले म्हणजेही कुपोषित.

(३) आपणापैकी बहुतेक सर्वजण कुपोषणामुळे खुरटलेले आहेत.

(४) आपला देश कुपोषणाचे स्थान आहे.

(५) बहुतेक कुपोषण मानवनिर्मित आहे.

(६) भूक लागलेल्या मुलांना अजाणतेणी घन अन्नाऐवजी पातळ अन्न दिल्यामुळे होते. पातळ अन्नात ९० टक्के पाणीच असते. हे सर्वाधिक वयाच्या पहिल्या वर्षी होते.

(७) वयाच्या पहिल्या वर्षी आईचे दूध कमी पडते तेव्हा दरवेळी आईच्या दुधाआधी शिरा किंवा तेल, तुपाने कालवलेला वरण-भात दिला तर कुपोषण होत नाही, हा आमचा अनुभव आहे. असं पहिल्या वेळी भरवतात त्याला 'उष्टावण' असे म्हणतात.

(८) जेथे जेथे अन्न कालवायला पाणी-दूध वापरतात, तेथे त्याच्याऐवजी तेल, तूप वापरले तर कुपोषण होत नाही.

कोण कुपोषित आहे ?

भारतातील ८५% म्हणजे ७७ कोटी लोक अशक्त आहेत. कमजोर, अशक्त लोक लवकर आजारी पडतात. आजाराशी लढू शकत नाहीत व ते दगावतात म्हणून भारतात सर्वाधिक बालमृत्यू आणि सर्वाधिक कमजोर, अशक्त मुले व व्यक्ती आहेत. कुपोषण, अति लोकसंख्या, गरिबी, आरोग्यविषयी अज्ञान हे चार भारताचे प्रमुख शत्रू आहेत. आहाराच्या अज्ञानामुळे आम्ही कुपोषित आहोत. ही माहिती जर नीट समजली व मित्रांना सांगितली तर आम्ही व आमचे सर्व सगे-सोयरेही सशक्त व दीर्घायुषी होऊ. असा हा आरोग्य वाढविणारा, आजार टाळणारा संजीवनी मंत्र आहे, हा सर्वांना सांगा.

पोषण म्हणजे अन्न खाऊन शरीराचे संवर्धन करणे. योग्य अन्न घेतले तर योग्य पोषण होणार व अयोग्य अन्न घेतले तर 'कुपोषण' होणार. अन्न कमी पडले की माणूस बारीक होऊ लागतो. त्याला कुपोषित झाला असे म्हणतात. जो बारीक आहे तो उपाशी आहे.

कुपोषण कसे ओळखावे ?

(१) हाच प्रयोग घरच्या सर्वांसह करावा. ८५% लोक अशा प्रकारे कुपोषित आहेत आणि ५% लोक अति खाल्ल्यामुळे जाड झाले आहेत; ते पण कुपोषणच आहे. योग्य वजनाची, उंचीची, बांध्याची व्यक्ती दीर्घायुषी होते. त्या वजनापेक्षा २०% कमी किंवा २०% जास्त वजन असेल तर ती अल्पायुषी होतात म्हणून कुपोषित आहे. त्याने योग्य आहार घेऊन योग्य वजन उंची गाठून सशक्त आणि दीर्घायुषी व्हायला हवे. आपण कुपोषित

आहात का ? कसे ओळखाल ? आरशासमोर उभं रहावं किंवा घरच्या सर्व सदस्यांनी एकत्र उभं रहावं व आपल्यापैकी कोण सशक्त आहे त्यांना बाजूला काढावं.

डोळ्यांभोवती, गालावर खड्डे आहेत तो कुपोषित आहे.

अंगावर सूज असलेली व्यक्ती कुपोषित असते. तिच्या जिवाला सर्वाधिक धोका असतो. बारीक आजारामुळेही कमजोर, अशक्त मुले दगावतात.

(२) अंगावर सूज आली कसे ओळखावे ?

आरशासमोर उभं राहून आपला एक डोळा मिटावा. डोळा हा हाडाच्या खोबणीत बसविलेला असतो. जर तो त्या खोबणीच्या बाहेर असेल, सुजलेला दिसत असेल तर डोळ्याला सूज आली आहे.

(३) पायांवर सूज आहे कसे ओळखावे ?

घोट्याच्यावर आतल्या बाजूला हाडावर अंगठ्याने एक मिनिट घट्ट दाबून ठेवावे. अंगठा उचलल्यावर तिथे जर खड्डा पडला तर याचा अर्थ पायावर सूज आहे. अंगठा दाबून ठेवल्यामुळे तिथले पाणी बाजूला सरकते व अंगठा उचलल्यावर तो खड्डा आपल्याला दिसतो.

(४) सुजेमुळे पोट मोठे दिसते. पोट मोठे असेल तर पायावर सूज आहे का बघा. हाडकुळेपणामुळे ज्याची छाती आत जाते त्यांचीही पोटं मोठी दिसतात.

पोटावर, पायावर, डोळ्यांवर सूज आहे म्हणजे त्याला नखशिखान्त सूज आहे. त्यामुळे त्याचे आयुष्य कमी होते.

सूज आलेल्या माणसाला आजार झाला, की आजार लांबतो आणि तो उशिरा बरा होतो. बाळंतिणीने पुरेसा आहार घेतला नाही, गर्भवतीची उपासमार झाली तर तिच्या बाळाला जन्मतःच सूज येते. भारतामध्ये दर तिसरे मूल असे जन्मते म्हणून भारतात बालमृत्यूचे प्रमाण जास्त आहे.

बाळंतिणीचे आणि गर्भवतीचे पोषण नीट व्हायला हवे. बाळंतीण दर दोन तासांनी अंगावर पाजते. अर्धा लीटर दूध रोज देते. तिला तिच्या पुरते दोनदा जेवण मिळते. तिने पाजतेवेळी खाल्ले नाही तर तिची झीज होऊ लागते व ३-४ महिन्यांतच तिचे दूध कमी होऊ लागते.जिचे दूध कमी तिचे कुपोषण होते असे समजावे. सहा महिन्यांआधी जिचे दूध कमी पडते, जिचे वजन घटत आहे तिचे कुपोषण होते असे समजावे.

(५) डाव्या दंडाचा घेर मोजून कुपोषण बघता येते.

आपल्या बाळाच्या डाव्या दंडाचा घेर दंडाच्या मधोमध मोजा. एक ते पाच वर्षांपर्यंत हा घेर १२.५ सें.मी. च्या पेक्षा कमी असेल तर ते बाळ अशक्त आहे. पुढच्या वयासाठी सोबतचा तक्ता पहा.

लोह कमी पडल्याने लोक पांढरे दिसतात. त्यांना पंडुरोग (ॲनिमिया) होतो. हेही कुपोषणच आहे.

डाव्या दंडाचा घेर (मधोमध)
(सें.मी. मध्ये) कमीत कमी किती असावा. अपेक्षित दंड घेराच्या ८०%

वय	महिना	पु.	स्त्री
पहिला	महिना	०९.२	०८.९
दुसरा	महिना	१०.०	०९.६
तिसरा	महिना	१०.२	१०.६
चौथा	महिना	११.६	१०.८
पाचवा	महिना	११.७	११.१
सहावा	महिना	११.९	११.५
सातवा	महिना	१२.०	११.७
आठवा	महिना	१२.४	१२.०
नववा	महिना	१२.६	१२.२
दहावा	महिना	१२.६	१२.३
अकरावा	महिना	१२.७	१२.४
बारावा	महिना	१२.८	१२.५
दोन	वर्षे	१३.०	१२.८
पाच	वर्षे	१३.६	१३.५
सहा	वर्षे	१३.८	१३.८
सात	वर्षे	१४.२	१४.२
आठ	वर्षे	१४.७	१४.७
नऊ	वर्षे	१५.२	१५.३
दहा	वर्षे	१५.८	१५.९
अकरा	वर्षे	१६.३	१६.३
बारा	वर्षे	१६.९	१७.२
तेरा	वर्षे	१७.७	१७.९
चौदा	वर्षे	१८.६	१८.५
पंधरा	वर्षे	२०.०	१९.५
सोळा	वर्षे	२०.८	१९.७
सतरा	वर्षे	२१.४	१९.९
अठरा	वर्षे व पुढे	२३.४	२२.०

(संदर्भ : जागतिक आरोग्य संघटना)

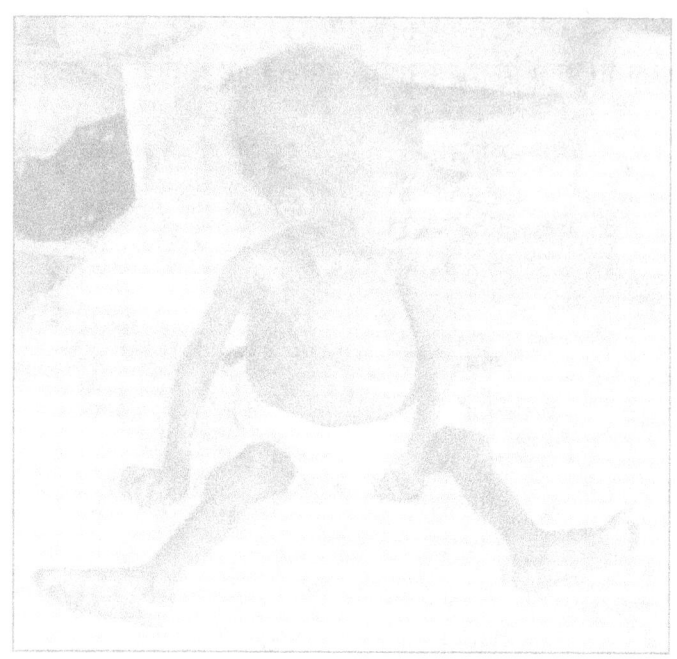

कुपोषण केव्हा होते ?

जेव्हा अन्नाची जागा पाणी घेते तेव्हा कुपोषण होते. मोठ्यांना दोनदा जेवून चालेल पण वाढत्या वयामध्ये मुलांना, कधीकधी अज्ञानापोटी अन्नाच्या जागी पाणी दिले जाते. नाश्ता म्हणून चहा दिला जातो. त्यात पाणीच असते. काही लोक महागड्या फळांचे ज्यूस देतात, की ज्यात ९०% पाणी असते. गाईच्या व आईच्या दुधात ९०% पाणी असते. दुधावर ती ६ महिने वाढविते. नंतर घट्ट अन्नाची गरज असते. म्हणून भारतात उष्टावण्याचा संस्कार आहे. चार महिने वयाच्या बाळाला देखील दरवेळी अंगावर पाजण्याआधी शिरा किंवा डाळभात भरवायला हवा. रोज एकदाही पातळ पेज, दूध आदी अन्न दिले तर बाळ बारीक होते. त्याची उंची, वजन, वाढ कमी होते म्हणून सर्वसाधारण माणसांची उंची खुरटलेली आहे. शारीरिक, बौद्धिक व मानसिक उंची कमी राहते. बुटक्या म्हणणाऱ्या सर्व जपानी माणसांची उंची साडेपाच फूट आहे. कारण त्यांनी ज्ञान व माहिती मिळवली व आपले भले करून घेतले हे आपण आपल्याकडे करायला हवे, यातच आपले व देशाचे हित आहे.

पंडुरोग आहे हे कसे ओळखावे ?

उपाय – **(१)** फेरस सल्फेट नावाच्या गोळ्या खूप स्वस्त मिळतात. एक गोळी जेवणानंतर रोज घेतली तर तीन महिन्यांत पांढरे लोक गुलाबी होतील व In pink of Health राहतील. औषध दुकानदारांना विनंती केली की, तो गोळ्या आणून देईल. गोळ्या सुट्या न मिळाल्यास १००० गोळ्यांचा डबा मागवावा. लहान मुलांना टोनोफेरॉन नावाचे औषध जेवणाआधी व अन्नाआधी द्यावे. एक वर्षांच्या मुलाला १० थेंब रोज द्या.

त्यावरील वयाच्या प्रत्येक वर्षासाठी १ थेंब जादा द्यावा.

(२) ओठाच्या कडा वारंवार फाटणे व जीभ, तोंड येणे हे जीवनसत्त्वाच्या अभावाने तर दाताच्या नखामागील त्वचा काळी पडणे फोलिक ॲसिडच्या अभावाने होते. मूठभर पालेभाज्या, कोशिंबिरी, फळे रोज खाण्याने हे बरे होते.

मी सशक्त आहे की नाही हे कसे कळेल ?

आपली उंची आपल्या वयासाठी योग्य व आपले वजन त्या उंचीसाठी योग्य असेल तर आपण सशक्त आहात.

आपल्या मुलाची उंची, वजन योग्य आहे की नाही, ते कसे कळेल ?

यासाठी प्रथम आपल्या मुलाची उंची व वजन मोजा. विनंती केल्यास आपले डॉक्टर हे आनंदाने करून देतील. हे स्वतःला पण करता येईल.

उंची मोजण्यासाठी मुलाला भिंतीला पाठ टेकवून उभे करा. त्याला दोन्ही टाचा व गुडघे एकमेकांना व भिंतीला टेकवून शक्य तेवढे उंच व्हायला सांगा. चौकोनी ठोकळ्यांच्या साह्याने भिंतीवर डोक्याच्या पातळीवर खूण करा. ही खूण जमिनीपासून किती उंच आहे ते मोजा. हीच आपल्या मुलाची उंची.

वजन - मोजण्यासाठी स्प्रिंगचे व लिव्हरचे असे दोन (तराजू) काटे असतात. स्प्रिंगचे काटे लवकर खराब होतात. लिव्हरचे काटे रेल्वे स्टेशनवर सामानाचे वजन करण्यासाठी ठेवलेले असतात. त्यावर पण वजन करता येईल. सर्व वयांना उंची, वजन किती हवे ते परसेंटाईल तक्त्यात बघा.

दूध चांगले की वाईट?

आपणच वाचा, विचार करा व ठरवा.

विनंती : मनाची पाटी कोरी करा आणि मगच हा लेख वाचा....

ह्या लेखातील माहिती सप्टेंबर १९९१ मध्ये How to make children eat and grow या पुस्तकात प्रसिद्ध झाली. जून ९२ मध्ये प्रसिद्ध झालेल्या या पुस्तकाच्या प्रथम आवृत्तीत ही माहिती आहे. १ वर्षाखालील मुलाला गाई म्हशीचे दूध देऊ नये असे १९९२ मध्ये अमेरिकन ॲकॅडेमी ऑफ पेडिॲट्रिक्सने सांगितले.

निष्कर्ष : जागतिक मत आमच्या मताशी सहमत आहे.

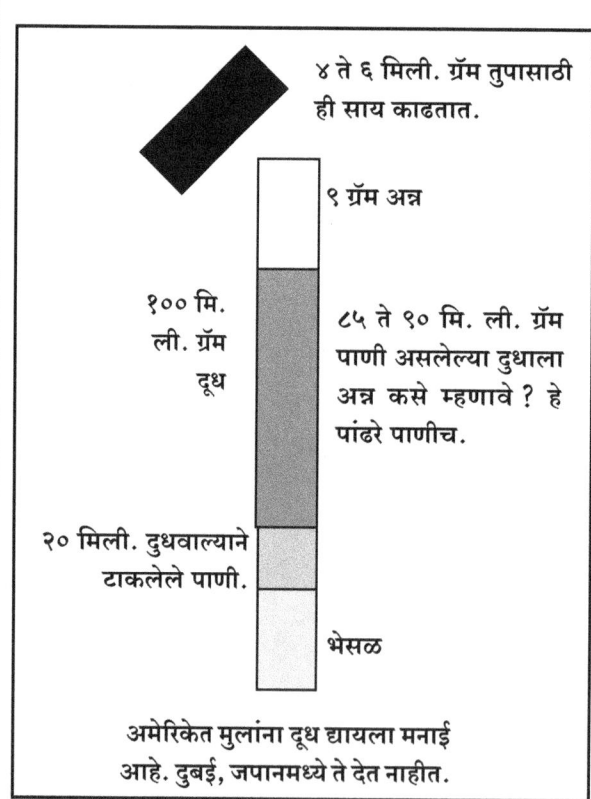

आमची सर्व वैद्यकीय माहिती ही सहसा ऐकीव व वाचीव माहितीवर आधारित असते. अशा ऐकीव व वाचीव माहितीच्या आधारे मीही दुधाला पूर्णान्न समजत होतो व दूध पिऊनच मीही मोठा होऊन डॉक्टर झालो. परंतु, स्वत:चा व्यवसाय सुरू केल्यानंतर काही अनुभव आले, की जन्मापासून सहा महिन्यांपर्यंत सर्व मुले चांगली व गुटगुटीत असतात. सहा महिन्यांनंतर सर्व चांगल्या घरचीही गुटगुटीत मुले पहिल्या वाढदिवसापर्यंत बारीक होतात. ही आधी गुलाबी असलेली मुले पांढरी फट्ट पडतात. त्यांना खूप लघवी होते. ती खूप चिडचिड करतात. रात्रभर आई-बाबांना जागवतात. त्यांना भरपूर लघवी होते आणि शौचाला खडा होतो. हे असं का होतं? ही सर्व मुले आधी आईचे दूध प्यायची व नंतर आपल्या प्रथेप्रमाणे मुलांना गाईचे किंवा म्हशीचे दूध सर्व घरी पाजायचे. तेव्हा याचा आहाराशी काही संबंध असेल काय? त्याच्यावर विचार व अनुभव यावर चिंतन करताना असे लक्षात आले की, सर्वांचे एकच मूळ कारण आहे. ते म्हणजे त्यांचा 'दूध' नावाचा पातळ आहार. हा आहार असताना वरील सर्व मुले खात नाही म्हणून सर्व आई-बाबांची तक्रार असायची व अनेक मुलांचे दूध बंद करून त्यांना घन आहार सुरू केल्याबरोबर जी मुले आधी जेवायची नाही ती

४ ते ६ मिली. ग्रॅम तुपासाठी ही साय काढतात.
९ ग्रॅम अन्न
१०० मि. ली. ग्रॅम दूध
८५ ते ९० मि. ली. ग्रॅम पाणी असलेल्या दुधाला अन्न कसे म्हणावे? हे पांढरे पाणीच.
२० मिली. दुधवाल्याने टाकलेले पाणी.
भेसळ

अमेरिकेत मुलांना दूध द्यायला मनाई आहे. दुबई, जपानमध्ये ते देत नाहीत.

बकासुरासारखे खायला लागली, असं त्यांच्या आई–बाबांनी सांगितले. त्यांचे वजने वाढायला लागले. त्यांचे लघवीचे प्रमाण कमी झाले व त्यांना जो शौचाला खडा व्हायचा तोही कमी झाला. त्यांची चिडचिड, रडरडही कमी झाली व पुन्हा ते चांगले अंगाने भरायला लागले. 'दूध बिलकूल देऊ नका' हा सल्ला ज्या आई–बाबांनी मानला त्यांना कधीही त्रास झाला नाही. त्यांची मुले इतर मुलांप्रमाणे पांढरी फट्ट झाली नाहीत. अशा प्रकारे पातळ अन्नामुळे झालेले दुष्पपरिणाम आम्ही आधी पाहिले आणि दुधाने होणारे दुष्परिणाम, दूध बंद केल्यावरचे दिसणारे परिणाम आम्ही पाहिले. ज्या मुलांना दूध सुरूच केले नव्हते त्यांना हा परिणाम झालाच नाही.

वर सांगितलेले सर्व आजार म्हणजे गुटगुटीत मुले बारीक होणे, ती पांढरी होणे, त्यांना खूप लघवी होणे व त्यांनी उपाशीपोटी चिडचिड करणे म्हणजे अन्न समजून त्यांना ९५ टक्के पाणी असलेले दूध दिल्यामुळे त्यांची उपासमार व्हायची व त्याने ते चिडचिड, रडरड करायचे. हे सर्व पाणी लघवीत जायचे व त्यांना शौचाला खडा व्हायचा. हा खडा बाहेर पडताना चिरा पडून त्यांना रक्तस्राव व्हायचा व भयंकर पोटात दुखून ते शौचासही करायचे नाही.

ही दुखणी केवळ त्यांना दूध दिल्यामुळे होती. यामुळे आम्ही अशा निष्कर्षास आलो, की दूध हे अन्न नसून मुलांसाठी विषच आहे व यावर उपलब्ध ज्ञान व आयुर्वेदिक ज्ञान पाहिले गेले असता आम्हाला खालील माहिति मिळाली. ती आपण वाचावी व आपण आपले स्वत:चे मत तयार करावे आणि आपला अनुभव सर्वांना सांगावा व आम्हालाही कळवावा.

> ६ महिन्यानंतर फक्त आईच्या दुधावर मुलाची वाढ होत नाही व ती खुरडतात. म्हणून दर वेळेला उष्टावण करून दुधाच्या आधी शिरा, तूप, खिचडी, तेल तुपाने कालवून (पाण्याने नव्हे) त्यांना ते चाटवायला, भरवायला हवे. दरवेळा भरवायला हवे व नंतर पाणी म्हणून आईने अंगावर पाजायला हवे. हळूहळू बालआहाराची गाडी स्तनपानावरून घरच्या आहारावर वर्षभरात जाते.

(१) दुधाला पूर्णान्न म्हणतात ते बरोबर आहे. कारण त्यात सर्व तऱ्हेचे कण कण घटक आहेत. म्हणजे महालक्ष्मीच्या वेळेला जेव्हा १६ भाज्या असतात. पण एकही भाजी पोटभर नसते. त्यात कण कण सर्व काही आहे. पण महालक्ष्मीच्या जेवणामध्ये तरी पोटभर अन्न असते.

(२) म्हशीच्या दुधात ८५% गाईच्या दुधात ९०% व आईच्या दुधातही ९०% पाणी असते.

दुधामध्ये पाणी न मिसळता विकणारा या देशात जन्माला यायचा आहे. वर्ध्याच्या महाराष्ट्राच्या एका माजी मंत्र्याला त्याची सोसायटी दुधात पाणी मिसळते म्हणून ६ महिने कैद झाल्याची माहिती सर्वांनाच असेल, इतर पकडले जात नाहीत. एवढेच! अशा प्रकारे दुधात दरात १०० ग्रॅममध्ये ८५ ग्रॅम ते ९० ग्रॅम पाणी असते.

मग दूधवाला पाणी टाकतो हे दूध घट्ट वाटते म्हणून घरची मंडळी त्यात २० ग्रॅम पाणी टाकतात व त्यातील ५ ग्रॅम साय ज्याच्यात खरे अन्न असते ती लोणी करायला, तूप करायला काढली जाते. अशा प्रकारे १०० + २०+२० = १४० जी जमा होते त्यातील ५ ग्रॅम काढल्यावर १३५ ग्रॅममध्ये फक्त ५–१० ग्रॅम अन्न असते व १२५ ग्रॅम पाणी असते; जर १३५ किलो तांदूळ घेतला त्यात १२५ किलो माती निघाली तर त्याला कोण तांदूळ म्हणणार ?

त्याला मातीच म्हणणार. म्हणून मुलांना जे आपण दूध पाजतो त्यात ९५% पाणीच असते. त्या दुधालाही पाणीच म्हणायला हवे. त्यामुळे त्यांची उपासमार होते व ती अशक्त बनतात. अशक्त मुले लवकर आजारी पडतात. आजारामुळे अधिक अशक्त होतात व ती मृत्यूमुखी पडतात. अशा प्रकारे भारतात जगातील सर्वांमध्ये बालआजारात बालमृत्यूचे प्रमाण सर्वाधिक आहे. त्यात दुधाचा मोठा वाटा आहे.

(३) शास्त्रीय संशोधनामध्ये असे दिसते की, एकदा अमेरिकेच्या एकंदर ४०० मुलांची वजने वाढत नव्हती. तर त्यांच्या आहाराबद्दल संशोधन केल्यावर असे लक्षात आले, की यांच्या घरात एका भुकेला सफरचंदाचा रस / संत्र्याचा रस द्यायचे. मुलांना दर २-३ तासाने भूक लागते. संशोधक अशा निष्कर्षाला आले, की दिवसातील एकजरी भूक जर पातळ अन्नाने भागवली तर मुले बारीक होतात. हाडकुळी होतात. अशक्त होतात व आमच्याकडे तर सर्वच भुकांना (प्रत्येक वेळी) पातळ अन्न देतात. कधी चहा देतात. कधी कण्हेरी, पेज देतात. म्हणून आमची मुले हडकुळी होतात. तेव्हा नुसते दूध नव्हे, तर सर्व पातळ अन्नामध्ये ९५% पाणी असते. मग ते महागड्या फळांत असो किंवा घरची पेज असो याने मुलांचे वजन कमी होते. वजनाच्या सापशिडीमध्ये वजन उतरवायचे साप म्हणजे पातळ अन्न आहे किंवा वजनाच्या घसरगुंडीमध्ये ज्यांना वजन उतरावायचे आहे, अशा जाड लोकांनी, पोट सुटलेल्या लोकांनी अन्न म्हणून पेज प्यावी. वाढत्या वयाच्या मुलांना बिलकूल देऊ नये.

चहा कॉफी ही उत्तेजक पेये कोणाला हवीत ?

जे सतत काम करीत आहेत त्यांचा थकवा जाण्यासाठी. रात्रभर शांत झोप झाल्यावर ताजेतवाने होऊन उठल्यावर चहा-कॉफीची गरजच काय ? कळते पण वळत नाही व सवयी सहज बदलत नाहीत. हे खरेच, पण ज्यांना स्वत:ला व मुलांना घडवायचे आहे त्यांनी प्रयत्न करायलाच हवेत. चहा, कॉफी, दूध पाणी म्हणून द्यावे. नाश्ता केल्यावर पाण्याच्या जागेवर ते द्यायला हवे.

आमचे चुकते कुठे ?

आम्हा वडील मंडळींना उठल्याबरोबर व सायंकाळी चहा-कॉफी लागते. मुलांना उठल्याबरोबर काहीतरी द्यावे असे प्रत्येकाला वाटते. त्यांना चहा देऊ नये म्हणून त्यांना दूध देतात. ह्याऐवजी मोठ्यांनीच सकाळी नाश्ता करायला हवा. त्यांचे अनुकरण मुले करतील.

दूधरूपी पाण्याने पोट भरून जाते व भूक नष्ट होते. त्याने जठराग्नी मंदावतो व जठराग्नीत अन्न नष्ट होते. जठरातील आम्लाच्या उपस्थितीतच जठरातील पाचक रस अन्न पचवू शकतात. आम्ल नष्ट झाल्यामुळे जठरातील अन्न पचवण्याची क्षमता नष्ट होते. अन्न जेव्हा जठरामध्ये येते त्यातील आम्लामुळे अन्नासोबत आलेले आवेचे, विषमज्वराचे, जुलाबाचे जंतू मरतात. परंतु, दुधाने हे आम्ल जर नष्ट केले, तर चोराच्या हाती किल्ल्या दिल्यासारखे होते व आजार शरीरात प्रवेश करतात. आमचे पोटाचेच आजार सर्वाधिक आहेत, म्हणून कधीही अन्नासोबत दूध बिलकूल द्यायला नको. त्याने अन्न तर पचत नाही, पण अन्न जर दूषित असेल तर अन्नासोबत आलेल्या आजाराच्या जूंतूंना शरीरात मुक्त प्रवेश मिळतो.

(४) दुधामध्ये लोहाचे प्रमाण कमी असते. सर्वसाधारण भारतीय अन्नामध्ये लोहाचे प्रमाण कमी असते; पण

दुधामध्ये तर अगदीच कमी असते. शिवाय तेव्हा लोहाअभावी पंडुरोग होतो. त्याने आपण अल्पायुषी होतो. पंडुरोगाचे अनेक दुष्परिणाम आहेत. त्यामुळे मुलाची वाढ नीट होत नाही व (दूध इतर अन्नातील लोह खेचून घेते. त्यामुळे शरीराला लोह मिळत नाही.) या वाढत्या वयामध्ये लोह मिळाले नाही तर मेंदूची वाढ होत नाही व झालेली इजा व नंतर कशानेही ती भरून निघत नाही. आम्हाला नोबेल प्राइज मिळत नाही, यात काय आश्चर्य आहे ? लोह कमी असेल तर आमची ताकद कमी होते. प्रतिकार शक्तीमुळे स्नायूंची शक्ती कमी होते. भूक कमी होते. लोह कमी असल्यामुळे सर्वात महत्त्वाचे म्हणजे पंडुरोग होतो.

पंडुरोग झाल्यामुळे रक्तातील लाल हिमोग्लोबीनचे, प्राणवायूचे प्रमाण कमी करते त्यावर आपण जगतो. पंडुरोगात हिमोग्लोबीन कमी बनते. त्यामुळे प्राणवायूच कमी नेला जातो. त्यामुळे सर्व अवयवांची कार्यक्षमता दर क्षणाला कमी होते. त्यामुळे आयुष्य कमी होते. प्रतिकारशक्ती कमी होते. कार्यक्षमता कमी होते. स्त्रियांना पंडुरोग असल्यास त्यांना गर्भ राहत नाही. राहिला तर गर्भपात होतो. अपुऱ्या दिवसांचे अशक्त, कमजोर, लवकर आजारी पडणारे, अल्पजीवी बाळ जन्माला येते. त्यामुळे पंडुरोग बिलकुल होऊ देऊ नये.

(५) दुधातील प्रथिने हे परक्या प्राण्यातील प्रथिने असतात. त्यामुळे आतड्याला बारीक इजा होतात. दूध मूल प्यायले की जरासा रक्तस्राव होतो. जसे अर्धा लीटर दूध प्यायले की १ ते ७ मिली लीटर रक्तस्राव होतो व अशा प्रकारे तीन महिन्यात मुलाच्या शरीरातील बरेच रक्त १०० दिवसांत कमी होते. त्याने मुले पांढरी फटक पडतात. कोणीही आपल्या मुलाला कडेवर घ्यावे. आरशामध्ये बघावे. ज्या मुलाचा गाल बाबांच्या गालापेक्षा कमी लाल आहे त्याला 'पंडुरोग' आहे. हे तुम्ही आपल्या घरात करून बघा. याला इलाज म्हणजे असा आहे की, जो मुलगा गोळी खाऊ शकतो. त्याला फेरस सल्फेट याच नावाच्या १००० गोळ्यांचा डबा आणावा. १ गोळी रोज ३ महिने खाल्ली, की त्या मुलाचा पंडुरोग जाईल. दुकानात सुट्या १०० गोळ्या न दिल्यास १००० गोळ्या घेतल्या तरी त्या इतर कंपन्यांच्या १०० गोळ्यांपेक्षा स्वस्त पडतील व इतर ९०० गोळ्या नातेवाईकांना, मित्रांना भेट म्हणून द्याव्या. छोट्या मुलांसाठी टोनोफेरॉन नावाचे पातळ औषध सर्वात कमी खर्चामध्ये सर्वाधिक लोह पुरवते. जेवढे किलो मूल असेल तेवढे थेंब एक वेळा रोज जेवणाआधी द्यायला हवे. त्याने जीभ काळी होते. शौचासही काळी होते. परंतु, लोह शरीरात वाढत जाऊन तीन महिन्यांमध्ये रंग लाल होतो. सर्वांनी बाबांसोबत आरशासमोर उभे रहावे. घरातील वडील व्यक्तीपेक्षा कमी लाल असेल त्या सर्व लोकांनी हा इलाज जरूर करावा. कारण आपल्याकडे म्हणच आहे की, पांढऱ्या हाता-पायाच्या लेकी, सुना, जावई अल्पायुषी असतात. आणि ते वैद्यकीय सत्य आहे.

(६) १०% लोकांना आनुवंशिक ॲलर्जी असते. भारतातही हेच प्रमाण असावे. या लोकांच्या आतड्यातून पहिल्या ६ महिन्यांत गाई, म्हशीच्या दुधातील प्रथिने शोषले गेल्यास त्यांची ॲलर्जी बळावते. ज्यांना ॲलर्जीचा त्रास जास्त होतो. ज्यांच्याकडे ॲलर्जीचा त्रास जास्त आहे. त्यांना ६ महिने वरचं, गाई, म्हशीचे दूध जरासुद्धा देऊ नये.

(७) दुधामध्ये सर्व पाणी असते. त्याने मुले खूप शू करतात. परंतु, त्यांना शौचाला होत नाही. मळाचा किंवा विष्ठेचा खडा होतो. हा खडा बाहेर येताना संडासच्या जागेला चिरा पडतात व रक्तस्रावही होतो. हे दुखेल म्हणून मुले संडास करत नाहीत. हा राष्ट्रीय आजार आहे. हा मुलांना झाला नाही असं दूधपितं घरच नसावं. प्रत्येकाने आपली आठवण करून पाहावे. अशा चिरा पडल्या तर तिथे आत मध्ये झॉयलोकेन नावाचे मलम लावावे लागते. तेल, तूप, चणे, कुरमुरे, फळे किंवा घरचा घन आहार दिला की त्याने रूपही येते. शौचास मऊ होते.

मुलांना चांगली शौचास होते. मुलांना चांगली शौचाला होऊन हा आजार नाहीसा होतो.

(८) दूध हे सफेद झूट आहे. दुधाला अन्न मानणे सफेद झूट आहे. शासन २०० कोटी रु. केंद्र सरकार दरवर्षी म्हशी, घ्यायला सबसीडी देते. नंतर म्हशीच्या देखभालीकरिता वीज, पाणी त्यालाही सबसीडी मिळते. म्हणजे दूध योजनेवरही सरकार खर्च करते. दूध तोट्यात घेऊन तोट्यात विकते आणि हा सर्व खर्च नागरिकांच्या पैशांतून केला जातो. सरकारला पैसे पुरत नाहीत म्हणून दर वर्षी कर वाढवले जातात. तेव्हा पैशांचा अपव्यय टाळलाच पाहिजे. जेवढे पैसे दुधाला जातात. तेवढ्या पैशांचे डाळ-भात घेतल्यास, त्याचे चणे, शेंगदाणे करून शाळांमध्ये वाटल्यास शाळांमधील मुले दणकट होतील व भारताचे भविष्य चांगले घडेल. बालमृत्यूचे प्रमाण कमी होऊन जाईल व आजारही कमी होतील.

तेव्हा सर्वांना विनंती त्यांनी आपल्या ओळखीच्या निर्णयकर्त्या आमदारांना, खासदारांना, पत्रकारांना ही माहिती द्यावी.

(९) दूध व साखरेचे थर दातांवर बसतात. हे थर जंतू वाढविण्यासाठी सर्वोत्कृष्ट माध्यम आहे. त्यात जंतू वाढून दात किडतात. दात पडलेली मुले नीट जेवू शकत नाहीत व ती कमजोर होतात. कमजोर मुले जास्त आजारी पडतात व ती दगावतात.

> पश्चिम आफ्रिकेच्या नायजेरियातील एका गावात ६०० मुला-माणसांची तपासणी केल्यावर ४ वर्षे वयाच्या एकाच मुलाच्या दोनच दातांना लहान फटी पडलेल्या आढळल्या. या लोकांच्या आहाराचा विचार करता ते पशुदुग्धावर मुळीच पोसले जात नव्हते असे आढळले.
>
> (आधार : Absence of Dental Caris in Nigerian Bush Village, By Tabrah Frank L, Science, October 5, 1962)
>
> ठाणे जिल्ह्यात देखील दूध न मिळणाऱ्या आदिवासीचे दात चांगले असतात तर चांगल्या दाताचा शहरवासी लहान वा मोठा क्वचितच आढळतो.

दूध व साखर मुलांना अशक्त आजारी व अल्पायुषी करते. दूध व साखर मुलांचे नंबर एकचे शत्रू आहेत. दूध व साखरेपासून बनवलेल्या गोळ्या, चॉकलेट्स देणे ब्रिटिश डेंटल असोसिएशनने बंद केले आहे. ७५ ते ८५% मुलांचे दात किडलेले आहेत. ठाणे जिल्ह्यातील आदिवासी जे गरीब आहेत. त्यांची मुले हाडकुळी असतात. पण त्यांचे दात स्वच्छ असतात आणि करोडो रुपयांच्या जाहिराती करून आलेल्या पेस्ट वापरूनही भारतातल्या शाळेतल्या मुलांचे दात किडलेले आहेत. चणे, शेंगदाणे, फळे खाल्ल्यास ही खाण्यासारखी पेस्ट आहे. याने दात साफ होतात. हे खाण्या योग्य ब्रश + पेस्ट आहेत.

(१०) हे लोक बाटलीने दूध पाजतात. बाटलीने जुलाब होऊन मुले मरतात; म्हणून आम्ही बाटलीला पूतना मावशी म्हणतो.

इंडियन मेडिकल असोसिएशन ही डॉक्टरांची संघटना आहे. तिच्या विरार व गांधीधाम, कच्छ शाखांनी दुधाच्या बाटल्यांची जाहीर होळी केली. हे सर्व ठिकाणी व्हायला हवे.

(११) मुले दूध नुसते पीत नाहीत म्हणून यामध्ये टाकायला महागडे अनावश्यक पदार्थ घरी आणले जातात.

ह्यामुळे घरचे आर्थिक बजेट अजून बिघडते. याची मुळीच गरज नाही. एवढ्याच पैशांत फळे, हिरव्या भाज्या खाल्ल्या तर मुले दणकट होतील.

(१२) सहा महिन्याच्या मुलाला दूध दोन भांड्यांच्या मध्ये धरून जबरदस्तीने पाजतात. अशा वेळी ही मुले मस्ती करतात. कधी-कधी श्वासनलिकेत जाऊन ती गुदमरतात. विशेषत: आजारी सर्दी खोकला झालेल्या मुलांना दूध पाजले जाते. तेव्हा ती नक्कीच गुदमरतात. कधी-कधी दगावतातही. हे अनुभवाचे बोल आहेत.

(१३) बऱ्याच मुलांना जबरदस्तीने दूध दिले जाते. शास्त्रीय संशोधन असे सांगते, की जबरदस्तीने दिलेले अन्न पहिले ओठातून गेले तरी घशात जात नाही, पचले तर अंगी लागत नाही. जबरदस्ती केल्यामुळे मुलांचा दिवसच खराब जातो.

ऐकीव व वाचीव माहिती ज्यांना आहे ते अजाणतेपणी दुधाला पूर्णान्न मानतात. आपण शास्त्रीय दृष्टिकोनाने हा सूर्य हा जयद्रथ असे करून बघा. अनुभव घ्या. यातील एकही चूक दाखवली तर ती आम्ही दुरुस्त करू.

अमेरिकन ॲकॅडमी पेडिॲट्रिक्सच्या न्यूट्रिशियनच्या कमिटीने १९९२ मध्ये असा अहवाल दिला की, मुलांना गाईचे दूध पाजू नये. दुबई, जपान, इस्राईलमध्ये गाई-म्हशीचे दूध पाजत नाहीत.

कुठल्याही अमेरिकन, जपानी मुलांपेक्षा आपल्या देशातील मुले कमजोर, अशक्त आहेत व अल्पायुषी आहेत. हे बदलू या.

कोपरर्निकसने सांगितले होते, की सूर्याभोवती पृथ्वी फिरते, तेव्हा त्याचा वध केला. गॅलिलिओने तो बरोबर आहे सांगितले म्हणून त्याला जेलमध्ये टाकले. परंतु, अंतिम विजय सत्याचाच झाला. सर्वज्ञानी होऊन सर्वांचे डोळे उघडून अन्नाला अन्न व ९५% पाणी असलेल्या दुधाला पाणी म्हणावे व स्वहित करून घ्यावे. ही जनताजनार्दनाला प्रार्थना.

दुधाची गरज आयुष्यभर आहे का ?

मुळीच नाही. निसर्गाला जर वाटलं असतं बाळाने आयुष्यभर दूध प्यायला पाहिजे तर त्याच्या आईला आयुष्यभर दूध आलं असतं. हत्ती, गेंडा व इतर कोणीही प्राणी आयुष्यभर दूध पीत नाही. हत्ती चारा खाऊन अंगाने भरतो. बाळाला दात येईपर्यंत घन आहार घेता येत नाही म्हणून निसर्गाने दूध या पातळ आहाराची सोय केली आहे. जसे आम्ही बाळाला पाय फुटेपर्यंत कडेवर घेतो, पण आयुष्यभर बाळाला कडेवर घेतले तर ते पांगळे होईल. त्याचप्रमाणे दात आल्यावर घन आहार घ्यायला लागल्यावर आईचे दूध आपोआप कमी होते.

दूध सगळ्यात महाग अन्न

विरारचे जगप्रसिद्ध स्त्री-रोग तज्ज्ञ डॉ. दीपक देसाई यांचा अनुभव बोलका आहे. त्यांच्याकडे मस्त कुत्रा आहे. त्याला ते दूध द्यायचे. तो खराब व्हायला लागला. त्यांनी दूध बंद करून अंडी द्यायला सुरुवात केली आणि तो मस्त झाला.

यावेळी त्यांच्याशी चर्चा करताना खालील सत्य ध्यानात आले.

एका मुलाने रोज अंडी खाल्ली तर त्याला ४-५ रुपये खर्च येईल. त्याने त्या मुलाच्या पोटात १०० ग्रॅम अन्न जाईल. १०० ग्रॅम अन्न पोटात जाण्यासाठी त्याला १ लीटर दूध प्यावे लागेल. दिवसभरात दोन अंडी खाणे शक्य आहे. पण १ लीटर दूध पिणे शक्यच नाही. शिवाय १ लीटर दुधासाठी त्याला ३४ रुपये मोजावे लागतील.

आज विरारला दूध ३४ रुपयांना मिळते. या प्रत्येक १०० ग्रॅम दुधात ९०% पाणी असते. १०% अन्न असते. १ लीटर दुधात १० टक्के म्हणजे १०० मिली किंवा १०० ग्रॅम अन्नासाठी आपण ३४ रुपये देतो.

म्हणजे १००० ग्रॅम म्हणजे १ किलोसाठी ३४० रुपये. पाणी टाकलेले असेल तर ते ४०० रुपये लीटर होईल.

अर्थ - (१) दुधाने उपासमार होते.

(२) दुधाने गरिबी येते.

दूध सर्वात महागडे अन्न आहे. अंडी जर २ रुपये नग असतील व एका अंड्याचे वजन ५० ग्रॅम असेल तर १ किलोमध्ये २० अंडी येतील. किलोला ४० रुपये लागतील. अंडे ३ रुपये नगाला असतील आणि किलो मध्ये ३० अंडी आली तरी ९० रुपये किलो होईल.

अर्थ - (१) अंडी दुधापेक्षा तीन ते पाच पट स्वस्त आहेत. त्यात भेसळ करता येत नाही.

(२) ज्यांना अंडी चालतात त्यांनी दुधाऐवजी अंडी खावी.

(३) ज्यांना अंडी चालत नाहीत त्यांनी दुधाच्या पैशांत दूधाऐवजी चणे, शेंगदाणे, तेल खाल्ले तरी ते अंगाने भरतील.

दुधाचे दुष्परिणाम

दूध-रोगांचे आगरच असल्याचा आयुर्वेदाचा इशारा! (डॉ. ग. स. देशमुख यांच्या दुग्ध आहाराचे दुष्परिणाम या पुस्तकातून ही माहिती घेतली आहे.)

सुमारे तीन-चार हजार वर्षांपूर्वी होऊन गेलेल्या शास्त्रज्ञांनी दुग्धाहार हा रोगांचे आगरच असल्याचा सक्त इशारा दिलेला आहे. तापाच्या प्रथमावस्थेत तर ते, प्रसंगी विषासारखे प्राणघातक ठरते, असाही गंभीर इशारा निर्भीडपणे नमूद केल्याचे आढळते. उदाहरणार्थ –

बालवत्सा विवत्सानां गवां क्षीरं त्रिदोषकृत्।
नवज्वरे च मंदाग्नौ आमदोषेषु कुष्ठिनाम्।
शूलिनां कफदोषेषु कासिनाम् अतिसारिणाम्।
पय:पानं न कुर्वीत विशेषात् कृमिदोषदम्।
तत् एव पीतं तरुणज्वरे च निहन्ति हालाहलवत् मनुष्यान्।

यावरून जिचे वासरू तान्हे आहे अथवा जिचे वासरू गेलेले आहे अशा गाईचे दूध त्रिदोषकारक म्हणून त्याज्य समजावे. सर्दी, ताप, अपचन, अग्निमांद्य, आव, आमवात, खरूज, खवडा, वेदना, शूल, कफ, खोकला, श्वास, कास, जुलाब, वांती इत्यादी विकारांत सूर्यप्रकाशात व रानावनात चरलेल्या निरोगी गाईचे दूधदेखील मारक ठरते. दूध तापाच्या प्रथमावस्थेत दिल्यास ते विषाप्रमाणे घातक ठरते.

पेंड, सरकी, धान्य इत्यादी फाजील खुराकावर पोसलेल्या व गोठ्यात पाळलेल्या गाईचे दूध स्वाभाविकच याहूनही अधिक सुस्ती, शैत्य, कफ, कृमी, मेद, अग्निमांद्य, मधुमेह, इत्यादी दोष वाढविणारे असल्याबद्दलचे इशारे आयुर्वेद ग्रंथात आढळतात.

म्हशीचे दूध तर गाईच्या दुधापेक्षा अधिकच घातक असल्याचे म्हटलेले आहे. ते वन्हिनाशनम् म्हणून प्रथम क्षुधाच नष्ट करते व शैत्य, मंदपणा, सुस्ती, मेदोवृद्धी आणि कफविकार वाढविते.

महिषीणां गुरतरं गव्यात् शीततरं पय:।
महाभिष्यन्दि मधुरं महिषं वह्निनाशनम्।
निद्राकरं शीततरं गव्यात् स्निग्धतरं गुरु।
उदा. रक्तवाहिशिर:स्थाना रक्तजा जंतव: अणव:।
अपादा वृतताश्राश्च सौक्ष्मात् केचिददर्शना:।

लहान मुले स्वभावत:च कफ प्रकृतीची असतात. असा स्पष्ट इशारा आयुर्वेदामध्ये दिलेला असताना, कफजन्य दुग्धाहार बालकांस देणे उचित ठरेल का?

दुधाबाबत दुसरा गंभीर इशारा असा, की मूळ, फळफळावळ, भाजीपाला, मासे, मांस इत्यादी पदार्थांचा दुग्धाहाराशी संयोग झाल्यास प्रसंगी मृत्यू येतो किंवा आजार उद्‌भवतात.

विरुद्धमम्लं पयसा सह सर्वफलं तथा।
भक्षयित्वा हरितकं मूलकादि पय: त्यजेत्।

चरकासारख्या आहारशास्त्रज्ञांनीही दूध व फळे एकत्र करून घेणे मारक असल्यास कडक इशारा दिला आहे.

तसेच मांस अथवा मासे दुधाबरोबर घेऊ नये असे त्यांनी बजावले आहे. ज्या दिवशी मांसाहार असेल त्या दिवशी तर दुधाचा एक थेंब देखील पोटात जाणार नाही याची कटाक्षाने दक्षता घेणारी कित्येक कुटुंबे भारतात आहेत. विशेषत: ज्यू लोकांत त्या दिवशी दुग्धमिश्रित चहाही घेत नाहीत.

अमेरिकेत मुलांना गाई-म्हशीचे दूध पाजायला बंदी आली आहे. (पुरावा जोडत आहे.)

गाई म्हशीचे दूध हानिकारक आहे. कारण -

(१) दूध प्यायल्यावर दरवेळी पोटात थोडासा रक्तस्राव होतो.

(२) दुधाने भूक मरते.

(३) दुधाने बद्धकोष्ठता होते.

(४) दूध निसर्ग बनवतो. तेव्हा ९० टक्के पाणी असते. त्यात पाणी मिसळून ते विकले जाते. शुद्ध दूध मिळत नाही. ९६ टक्के पाणी असलेले दूध म्हणजे निव्वळ पाणीच, त्याला अन्न कसे म्हणावे ?

(५) दूध तेवढेच पोषणमूल्य असलेल्या इतर अन्नापेक्षा १०-२० पट महाग आहे.

दूध, दही, ताक यांच्यासंबंधीचे आयुर्वेदातील धोक्याचे इशारे

दुधाबाबत इशारे	ॲलोपथी, प्रगत औषध
(१) **शीततरम् (चरक)** अत्यंत शैत्यकारक	सहमत
(२) **निद्राकरम् (चरक)** सुस्तीकारक	सहमत (ॲलर्जीद्वारा)
(३) **महाभिषन्दि (सुश्रुत)** कान, नाक, डोळे फुफ्फुस इ. इंद्रियात ते सूज व स्राव उत्पन्न करते.	सहमत
दुग्धं विरेचनाननि (वाग्भट) दुधामुळे ढाळ होतात.	सहमत

सुश्रुताचे दह्याबाबतचे इशारे

शरद, ग्रीष्म वसंतेषु प्रायशो दधि वधितम्	प्रामुख्याने शरद, ग्रीष्म व वसंत या उष्ण ऋतूत दही अधिकच मारक असते.
महाविषन्दि मधुरम् दधि कफ, मेदो विविर्धनम्	गोड दही (नाक, नेत्रादी इंद्रियात) सर्दी उत्पन्न करते. कफ व मेद वाढविते.

एक किमतीच्या निरनिराळ्या अन्नप्रकारांपासून किती ऊर्जा व प्रथिने मिळतील ?

अन्न प्रकार	किती मिळेल ऊर्जा	कॅलरी	प्रथिने
१) सोयाबीन	१०० ग्रॅम	४२०	४२
२) शेंगदाणे	५० ग्रॅम	२६०	११
३) डाळ्या	६७ ग्रॅम	२५०	१५
४) तांदूळ	१५० ग्रॅम	४५०	१०
५) दूध शुद्ध	१०० मिली.	०६७	०४
६) निम्मे पाणी	१०० मिली.	०३५	०२
७) साय काढल्यावर	१०० मिली.	०२०	०२

दूध डाळभातापेक्षा १०-२० पट महाग आहे.
दुधावर पैसे वाया घालवू नका.

मुलामुलींची शारीरिक वाढ व बौद्धिक विकास

मुलांची शारीरिक वाढ नीट होत आहे याचा अर्थ ते निरोगी आहेत, त्यांच्या तब्येती चांगल्या आहेत. उत्तम शारीरिक वाढ व बौद्धिक विकास हा चांगली तब्येत दाखवणारा मापदंड आहे. तुमच्या मित्रांची उंची, वजन नीट वाढते आहे का हे मोजा. त्यांचे आलेख काढा. ते मनाने चारचौघांसारखे मोठे होत आहेत, की लहानच राहिले आहेत, त्यांची भावनिक वाढ नीट होते आहे की नाही हे बघा.

शारीरिक वाढ : वजन व उंची वाढणे. ज्यांची वजन, उंची नीट वाढते आहे तो निरोगी आहे हे समजा.

शारीरिक वाढीवर लक्ष कसे ठेवावे ?

लक्षात ठेवा. ज्याची शारीरिक वाढ नीट आहे तो निरोगी आहे.

मोजा आपले व मित्रांचे वजन दरमहा, उंची दर ३ महिन्यांनी यांची नोंदवहीत नोंद ठेवा. उंची वजनाचे आलेख काढा. ते चढते हवेत. सपाट नको.

मानसिक वाढ : बुद्धिमत्ता / हुशारी (१) अभ्यास करणे, (२) हाती घेतलेले काम नीट करणे.

भावनात्मक वाढ : (१) उत्साही, उत्साहाचे कारंजे.

(अ) आनंदी वर्गात, शाळेत व घरी

(ब) इतर मुलांमध्ये मिसळतो.

(क) खेळतो

(ड) खूप मित्र आहेत.

अयोग्य काय आहे ?

(१) आपल्या वयासाठी अपेक्षित असलेल्या वजनापेक्षा कमी वजन.

(२) आपल्या वयासाठी अपेक्षित असलेल्या उंचीपेक्षा कमी उंची.

(३) लठ्ठपणा.

(४) सर्वांमध्ये न मिसळणारा, दुःखी, फटकून वागणारा, चिडचिडा, तोडफोड करणारा, सर्वांसह न खेळणारा मुलगा किंवा मुलगी.

(५) कामात ढोबळ किंवा घोडचुका करणारा मुलगा / मुलगी

उंची-वजन बघायला तुम्हाला काय काय लागेल ?

(१) वजन काटा.

(२) भिंतीवर स्केलपट्टी आखून उंची बघायची सवय करणे.

(३) वय, वजन व उंची यांचे आलेख.

(४)   तुमच्या निरीक्षणाची नोंद करणे.

      ○   वजन ठीक आहे.

      ○   कुपोषण = लठ्ठपणा.

               = बारीकपण.

(लठ्ठपणा म्हणजे खाणे जास्त पोटाला काम जास्त व व्यायामाचा अभाव म्हणजे स्नायूंची उपासमार. वजन कमी असणे म्हणजे रोज गरजेपेक्षा घन अन्न कमी पडणे)

अजून आपण हे करू शकाल.

(१)   सर्व मित्रांना चांगले पोषक अन्न म्हणजे काय हे सांगू.

(२)   कुपोषणाची (म्हणजे लठ्ठपणा व बारीकपणा) लक्षणे सांगू शकाल.

(३)   स्वतःला व सर्व मित्रांना सर्व लसी मिळाल्या आहेत याची लसीकरण तक्ता बघून खात्री करू शकाल.

हे द्यावे

= पोषक आहार

= संतुलित आहार

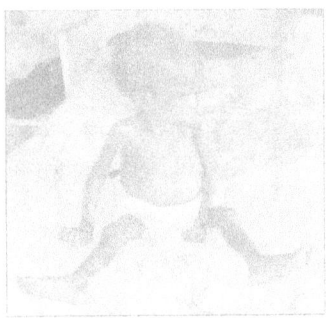

कुपोषणाच्या खुणा

उशीर हा सर्वात मोठा यमदूत आहे हे सर्वांना शिकवा.
Too Little Too Late
kills babies
Too much early
saves babies.
Act Fast Right now
and Save Lives

आपणच आपली शाळा चांगली करू या !

इंदौरच्या डॉ. सविता इनामदार ह्यांनी राज्य महिला आयोगातर्फे मध्यप्रदेश राज्यातल्या शाळांची पाहणी केली. राज्यातल्या १५०९ शाळांपैकी ५०४ शाळांचा अभ्यास केला. त्यातील ३४० शाळा शहरी व १६४ शाळा ग्रामीण भागातील होत्या. यामध्ये सरकारी अनुदानावर चालणाऱ्या, खाजगी व ट्रस्टसंचालित शाळा होत्या. प्राथमिक, माध्यमिक व उच्चमाध्यमिक सर्व विभागांची पाहणी केली. त्या अभ्यासाचा सारांश खाली दिला आहे.

	सरकारी	सरकारी अनुदानावर	खाजगी	ट्रस्टसंचालित चालणाऱ्या
(१) योग्य इमारत	५०%	६०%	७०	८५%
(२) पुरेसे खेळाचे मैदान	३०%	३०%	६०%	७५%
(३) वर्गात प्रत्येक मुलास सरासरी जागा (चौरस फुटात)	४.४%	०.७%	८%	८%
(४) खेळती हवा व पुरेसा प्रकाश	४०%	३८%	६५%	७५%
(५) पिण्यास योग्य पाणी	०५%	२०%	४५%	७५%
(६) खाऊ खाण्यास जागा	२६%	३८%	५६%	८०%
(७) दरसाल आरोग्य तपासणी	५०%	४०%	८५%	४५%
(८) किती मुलांसाठी १ बाथरूम आहे	७०-१००	६०-९०	५०-७५	५०
(९) शारीरिक शिक्षा	१५%	७%	५%	२%
(१०) दप्तराचे सरासरी वजन	२.५-१.०	२.५-३.०	२	२.५-३.०
(११) शाळेच्या बसची सुविधा	६%	२८%	३०%	४५%

विद्यार्थ्यांची शपथ : मी कमवता झालो की दर गुरुपौर्णिमेला माझ्या किंवा कोणत्याही एका शाळेला दरवर्षी किमान एका दिवसाची कमाई गुरुपुजा म्हणून देईल.

निष्कर्ष: शाळेतील मुलांच्या आरोग्याकडे व हक्कांकडे दुर्लक्ष होतेय. हे बदलण्यासाठी बऱ्याच विचाराअंती डॉ. सविता इनामदार व मंडळींनी एक दहा कलमी कार्यक्रम तयार केला. त्या कलमांचा हा मराठीत स्वैर अनुवाद (तारांकित कलमे लेखकांची आहेत. शाळा चांगली करायचा १४ कलमी कार्यक्रम). ज्याला शाळेचे शिक्षण

मोफत मिळाले आहे त्याने आपल्या शाळेचे ऋण फेडले पाहिजे. शाळा सुधारणे हा देश सुधारण्याचा उत्तम मार्ग आहे. शाळा उत्तम चालवणे हाही एक उत्तम मार्ग आहे. सर्व मुलांप्रमाणे शाळांनाही पालकत्व लागते, त्यामुळे जेथे शाळा नाही तेथे शाळा काढू या.

(१) शारीरिक शिक्षा नको : मुलांना मारू नका. मुलांना मारण्याचे शारीरिक व मानसिक दुष्परिणाम होतात. मुलांचे हक्क जपण्यासाठी १९८६ साली 'ज्युवेनाईल जस्टीस ॲक्ट' हा कायदा अस्तित्वात आला. शाळेत कोणत्याही शिक्षकाने मुलांना मारू नये. याचे काटेकोरपणे पालन करणे हे प्रत्येक मुख्याध्यापकाचे कर्तव्य आहे.

(२) मुलांना शाळेचे दप्तर जड नको : जड ओझ्यामुळे खूप मुलांना पाठीचे विकार होतात. शास्त्रानुसार मुलांच्या वजनाच्या १० टक्के पेक्षा दप्तराचे वजन कमी हवे. प्रत्येक वर्गातील मुलांचे सरासरी वजन व दप्तराचे वजन याचा तक्ता पुढच्या पानावर दिला आहे. (खालील टेबल पहा.) या वर्गातील मुलांची वजने यापेक्षा कमी असतील ते उपाशी आहेत. त्यांचे खिसे खाऊने २४ तास भरले पाहिजेत.

मुलाच्या पाठीवर दप्तराचे वजन किती असावे?

वर्ग	वय	अंदाजे वजन	जास्तीत जास्त दप्तराचे वजन
१	५	१५	१.५ किलो
३	९	२४	२.५ किलो
५	११	३०	३.० किलो
८	१४	४०	४.० किलो
१०	१६	४५	४.५ किलो

(३) घरचे डबे व शाळेतून दिलेले जेवण खाण्यासाठी वेगळी जागा : मुलांना सकस व पौष्टिक अन्न मिळाले पाहिजे. घरचे डबे किंवा शाळेतच बनवलेले अन्न सगळ्यात चांगले. ह्यामुळे मुले आजारी पडत नाहीत. (रस्त्यावरचे खाणे विकणाऱ्यांना शाळेत येऊ देऊ नये) खाऊ खाण्यासाठी वेगळी जागा अथवा खोलीची व्यवस्था करावी. एकत्र खाण्यामुळे मुले एकमेकांच्या जवळ येतात. खिसे भरा व हे फायदे सर्वच मुलांना द्या. चणे-दाणे नसतील तर कच्च्या तांदळानी खिसे भरा. कच्चे तांदूळ सर्वांना पचतात. हे अनुभवा व सर्वांना सांगा.

(४) दररोज खेळाचा एक वर्ग हवा : खेळण्यामुळे मुलांची उंची, वजन व बुद्धीही वाढते. दररोज मुलांना खेळण्यासाठी एक तरी तास द्यावा. हिंदीत म्हण आहे की, खेलोगे 'कुदोगे तो बनोगे नवाब.' जे जे खेळात पुढे होते ते आयुष्यात महान बनले आहेत.

(५) सर्व वर्गात खेळती हवा व भरपूर प्रकाश : हवा खेळती असली तर मुले आजारी पडत नाहीत. कमी प्रकाशात मुलांच्या डोळ्यांवर ताण पडतो. सर्व भिंतीची व्यवस्थित व नियमित रंगरंगोटी करावी. (नियमित चुना मारला तरी चालेल.)

(६) नियमित आरोग्य तपासणी व लसीकरण : चांगले आरोग्य हा सर्व मुलांचा हक्क आहे. प्रत्येक शाळेत सर्व मुलांना नियमित वैद्यकीय सेवा मिळावी. मुलांचे आरोग्य चांगले करणे, रोग टाळणे, लवकर निदान करणे, योग्य उपचार व नियमित पाहाणी हे आपले ध्येय आहे. प्रत्येक मुलांच्या सर्व आरोग्याच्या नोंदी व्यवस्थित एका ठिकाणी सांभाळून ठेवणे. सर्व मुलांची व्यवस्थित वैद्यकीय तपासणी दरवर्षी झाली पाहिजे. सर्व मुलांचे पूर्ण

लसीकरण झाले पाहिजे.

(७) प्रथमोपचार : रोज विद्यार्थी आजारी पडतात, जखमी होतात, अशा वेळी शिक्षकांनी त्यांना प्रथमोपचार द्यावा. प्रथमोपचाराची पेटी चांगल्या अवस्थेत लवकर सापडेल अशा ठिकाणी सदैव सज्ज असावी. तिची नियमित तपासणी व्हावी.

(८) शौचालये व स्वच्छतागृहे पुरेशी हवीत : कमी व अस्वच्छ स्वच्छतागृहे व शौचालये यामुळे मुलांचे आरोग्य बिघडते व ते आजारी पडतात. प्रत्येक शौचालयासाठी, हात धुण्यासाठी पाणी, साबण व बेसीन हवे. मुलींच्या शाळेत जास्त शौचालये हवीत. पाणी चोवीस तास उपलब्ध हवे. प्रत्येक ६० मुलांसाठी कमीत कमी एक स्वच्छतागृह व दर १०० मुलांसाठी एक शौचालय हवे. त्यांचे लक्ष अभ्यासाकडे कमी व लघवी रोखून ठेवण्याकडे जास्त असते. सर्वच शहरात स्त्रियांना सार्वजनिक स्वच्छतागृहाअभावी त्रास होतो. मुलींना शाळेत चांगली स्वच्छतागृहे नसल्याने मुली लघवी रोखून ठेवतात. त्याने मूत्रमार्गाचे आजार वाढतात. उदा. ३०० मुलांच्या शाळेत कमीत-कमी पाच स्वच्छतागृहे व शौचालये हवीत. दर २५ विद्यार्थ्यांसाठी एक शौचालय असावे ही आदर्श स्थिती आहे.

(९) शाळेतील मुलांना टायफॉईड झाल्याने ती महिनाभर घरी राहिली व वर्गाच्या मागे पडली व एकदा जे मागे पडले ते नेहमीसाठीच मागे पडले. टायफॉईड लस प्रत्येक मुलाला शाळाप्रवेशाआधी व नंतर दर तीन वर्षांत एकदा द्यायलाच हवी.

दिल्ली राज्य सरकार सर्व मुलांना टायफॉईड, गालगुंड टाळणारी एम. एम. आर. व हिपॅटायटिस बी या लसी मोफत देते. आपल्या राज्यात हे व्हावे. अर्धी लोकसंख्या मुलांची आहे. शासनाने निम्मे पैसे मुलांसाठी खर्च करावे व किमान सर्व लसी सर्व मुलांना मोफत द्याव्या, अशी प्रत्येक विद्यार्थ्याने व शिक्षकाने पत्र टाकून मुख्यमंत्री, महाराष्ट्र राज्य ह्यांना विनंती करावी. परीक्षेत 'मुख्यमंत्र्यांना पत्र लिहा' असा प्रश्न येतो, त्याचा सरावही होईल. चौकाचौकांत पुतळ्यांऐवजी स्वच्छतागृहे, पाणपोया हव्यात व प्रत्येक विजेच्या खांबाखाली कचराकुंड्या हव्यात, असे जगभर आहे.

(१०) प्रत्येक शाळेत, एक व्यायामशाळा हवी : याने मुले बलदंड होतील. मुलांनी शाळेत पायी जावे हे सर्वोत्तम! जगभरात सध्या मुलांना पायी शाळेत पोहोचवण्याची मोहीम सुरू आहे. दोन कार घरी असणारेही मुलांना पायी शाळेत नेतात. मुलं शाळेत चालत, धावत गेली तर त्यांचा व्यायाम होतो. बसवाले बसून शाळेत जातात व व्यायामाअभावी अशक्त, कमजोर, अल्पायुषी होतात. आपल्या जवळच्या सर्व शाळा - कॉलेजमध्ये मुलांना चालत, धावत अथवा सायकलने शाळा, कॉलेजमध्ये जाण्यास प्रोत्साहन द्या.

(११) लोकशाही मूल्ये रुजवण्यासाठी मुलांनी व पालकांनी शाळेच्या प्रत्येक बाबीत लक्ष घालावे. विद्यार्थी व पालक यांच्या खर्च न वाढवणाऱ्या चांगल्या सूचना लगेच अंमलात आणाव्या.

(१२) पैशाअभावीच आमच्या शाळा खराब आहेत. आय. आय. टी. ला माजी विद्यार्थी करोडो रुपये देतात. गुरुपौर्णिमेला दरवर्षी संघाचे स्वयंसेवक संघाला गुरुदक्षिणा देतात. माजी विद्यार्थी संघ स्थापन करा. सर्व विद्यार्थ्यांनी दरवर्षी गुरुपौर्णिमेला किंवा आपल्या वाढदिवसाला शाळेला गुरुऋण फेडायला देणगी द्यायला हवी.

(१३) लोक देवळात पैसे टाकतात तसे त्यांनी शाळेला पैसे द्यावेत. देवळांनी सर्व शाळा दत्तक घ्याव्यात.

(१४) भारतातल्या सर्व शाळा चांगल्या झाल्या की, सर्व मुलं व देश चांगला होईल. यासाठी वाचकांनी सर्व भाषांत सर्ववृत्त, रेडिओ, टि.व्ही. मधून माहिती द्यावी. हीच देशसेवा आहे.

शाळेत खडू-फळा हवा तसा डबाही हवाच हवा!

राष्ट्रीय आहार सर्वेक्षण संस्थेच्या पाहणीवरून असे कळते, की सर्व मुलांचे वजन दर वर्षी २ किलोने वाढते. शाळेत जायला लागल्यावर मात्र १ किलोने वाढते व त्यांच्या अंगातील चरबी घटते.

निष्कर्ष : शाळेमुळे मुलांची उपासमार होते. त्यांच्या अभ्यासावर व शारीरिक वाढीवर देखील परिणाम होतो. याला उपाय काय ? एकच. शाळेत डबा द्या. डबा नीट खाता येईल एवढी मधली सुट्टी द्या. जमल्यास त्यांना मधल्या दोन सुट्ट्या द्या व जमल्यास त्यांना खिशामध्ये चणे, शेंगदाणे द्या.

बालरोगतज्ज्ञ या नात्याने आम्ही सर्व शिक्षक, पालक आणि वाचकांना सांगू शकू, की तुमच्या पाल्याची शिकण्याची क्षमता ही त्याच्या आहारावर अवलंबून आहे.

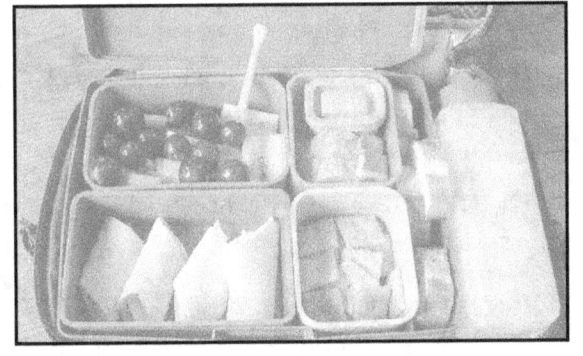

प्रत्येक पालक-शिक्षकाने आपल्या पाल्य आणि विद्यार्थ्यांकडे लक्ष दिल्यास एक गोष्ट सर्वांच्याच लक्षात येईल, शाळेत जाणारा विद्यार्थी पूर्णपणे जेवून गेला आहे असे कधीही होत नाही. त्याच्यावर शारीरिक तसेच मानसिक दडपणही असते. त्यापोटी तो पुरेसे जेवत नाही. हीच असंख्य आयांची तक्रार असते.

आमच्याकडे शाळेत जाणारे पुष्कळ विद्यार्थी, पोटदुखी, डोकेदुखी, चक्कर, अशक्तपणा, विस्मरण इत्यादी तक्रारी घेऊन येतात. तपासणीअंती असा निष्कर्ष निघतो, की ही मुले अर्धपोटी शाळेत जातात. सोबत डबा पण नेत नाहीतच, तशीच उपाशीपोटी दिवसभर राहतात व शेवटी कित्येक मुले मरतुकडी, निस्तेज, कमजोर होतात व डॉक्टरकडे जातात. कमजोर मुले काय ज्ञान ग्रहण करणार ? त्यांना सतेज करायचे असेल तर त्यांच्या सोबत शाळेत पोटभर डबा दिला पाहिजे. इतर मुले डबा आणत नाहीत म्हणून त्यांना डबा न्यायला लाज वाटत असेल तर सर्व मुलांना डबा आणायची सक्ती केली पाहिजे. जाताना बरेच विद्यार्थी डबा घेऊन जात असले तरी एकतर तो पुरेसा नसतो आणि डबा खाण्यासाठी म्हणून मिळणारी सुट्टीही एकदाच मिळते. आजच्या दोन पाळ्यांमधून चालणाऱ्या शाळांमध्ये तर ही सुट्टी इतकी आक्रसून गेली आहे, की दिलेला थोडा-बहुत डबासुद्धा कसाबसा खाऊन विद्यार्थी हात धूत नाहीत तसेच वर्गाकडे पळतात. सकाळी सुरू होणाऱ्या शाळेत तर शिळा डबा कसा न्यायचा म्हणून बरेचदा विद्यार्थी थोडाबहुत नाश्ता करून डबा न घेता निघतात.

सर्वसाधारणपणे शिक्षकांचा अनुभव असा असतो, की शेवटच्या दोन तासात विद्यार्थ्यांचे लक्ष अभ्यासाकडे कमीच असते. त्याचे कारण असे की, दिवसभर डांबून राहिल्यावर त्याचे लक्ष कमी लागणे साहजिकच आहे. पण हे खरे नाही. एक बालकांचे डॉक्टर म्हणून आम्ही सांगू शकतो, की दर ३० मि. अथवा ४० मि. नंतर मिळणाऱ्या नव्या अभ्यासाच्या विषयाने त्या विद्यार्थ्यांचे लक्ष पुरेशा प्रमाणात केंद्रित करण्यास हरकत राहू नये. पण पोटात उठलेल्या भुकेच्या पोटी ते होत नाही. आज तसे न करण्याचे कारण विद्यार्थ्यांना वर्षानुवर्षे त्यावेळी भुकेले राहण्याची सवय झालेली आहे, हे आहे.

पालकांनी शाळेतून आल्यानंतर आपल्या पाल्यांकडे पाहावे ती भुकेली होऊन येतात. त्यांचे चेहरे मलूल असतात. घरी येऊन आईच्या हातचे अन्न खाल्ले, की त्यांचे चेहरे उजळतात. हेच खाणे त्याला शाळेत मिळाले तर ?

विद्यार्थी शाळेतून थकून-भागून येतो हेच मुळी चुकीचे आहे. तुमचा पाल्य तसा घरी येत असल्यास चूक पालकांची आहे. तो हसतमुखाने घरी यावा यासाठी शाळेत डबा देणे आवश्यक आहे. कधी हौस म्हणून तर कधी नाइलाजाने आजकाल नोकरी करणाऱ्या माता-पित्यांनी आपल्या पाल्यांची सवयही बिघडविली आहे. पूर्ण डबा भरून देण्याऐवजी थोडेबहुत पैसे देऊन बाहेरचे खायला देण्याची प्रवृत्ती वाढते आहे. एक तर बाहेरचे अन्न कधीही पोटभर होत नसल्याने मुलांच्या आकलन शक्तीवर मर्यादा पडतात.

शिवाय मुलांना ९० टक्के आजार हे बाहेरचे दूषित अन्न खाल्ल्यामुळे होतात. हे रोग शाळेबाहेरच्या खाऊसोबत मुलांना आई-बाबांनी दिलेल्या १-२ रुपयांत विकत मिळतात व मग पोटदुखी, जुलाब, कावीळ, जंत, टायफॉइड यांनी बेजार होतात. आजारी पडतात. शाळाही बुडते. लाखोची औषधे खातात व जास्त कमजोर होतात. उत्तम परिस्थितीतील पालक मुलाचे फाजील लाड करतात. त्याला डब्याऐवजी पैसे देतात, त्यामुळे ते मूल डबा आणत नाही. बाहेरचे खाते; पण यामुळे इतर मुलांना पण पैसे मागून मिळाले नाही तर चोरून आणून शाळेच्या मधल्या सुट्टीत बाहेरचे खाण्याची वाईट सवय लागते. इतकेच नव्हे तर आजकाल सर्वसाधारण विद्यार्थ्याला डबा न्यायची लाज वाटते.

मोठ्या लोकांची कोणतीही २-४ तासांची मीटिंग असली तर त्यात मीटिंग सुरू असतानाच खाण्यापिण्याची सोय असते. विद्यार्थ्यांना मात्र दिवसभर शाळेत उपाशी रहावे लागते.

म्हणून विद्यार्थ्यांना त्यांच्या शिकण्याच्या काळाच्या दरम्यान दोन खाण्याच्या सुट्ट्या मिळाव्यात आणि येणाऱ्या प्रत्येक विद्यार्थ्यास दोन्ही वेळेस पुरेल एवढा जेवणाचा डबा आणणे आवश्यक केले जावे.

डब्याची सक्ती हवी

समाजातील आर्थिक दृष्ट्या दुर्बल घटकांना आपले पाल्य शिकवायला पाठविणेही शक्य नसते. त्यांच्याबाबतीत त्या विद्यार्थ्यांची खाण्याची व्यवस्था कशी करता येईल याचा विचार झालाच पाहिजे. पण ज्यांच्याजवळ पुरेशी सुबत्ता आहे अशांची मुले ही केवळ अज्ञानापोटी उपाशी राहून स्वतःचे अहित करून घेतात. स्वतःची बौद्धिक शक्ती वापरात आणू शकत नाहीत. त्यांच्यासाठी गणवेशाप्रमाणे पुरेसा आहार शालेय शिक्षणकाळात आणण्याची अट ठेवलीच पाहिजे.

आपण एवढा एक प्रयोग कराच! आपला पाल्य / विद्यार्थी कित्येक वेळा अर्धपोटी, डबा न घेता शाळेत जात असेल, उद्या आपणपण त्याच्यासारखे राहून बघा म्हणजे तो सकाळी ७ वा. न खाता-पिता शाळेत गेला असेल तर तो येईपर्यंत आपण उपाशी राहा व शेवटी आपली मनःशांती कशी ढळते, चलबिचल कशी होते, चिडचिड

कशी होते त्याचा अनुभव घ्या. त्या बिचाऱ्या विद्यार्थ्यावर रोज हीच पाळी येते.

सैन्य पोटावर चालते. आजारी, अर्धपोटी, उपाशी सैन्य काय लढाई करणार ? तसाच विद्यार्थीदेखील अज्ञानाशी लढतो; उपाशी मरतुकडे विद्यार्थी काय अज्ञानाशी लढणार ?

सशक्त शरीरातील मेंदूच उत्तम कार्य करतो व शरीर सशक्त राहण्यासाठी पोटभर अन्न आवश्यक आहे. मेंदू हा व्हिडिओ कॅमेऱ्यासारखा आहे. त्याला जर नीट वीजपुरवठा झाला तर त्याच्या फिल्मवर चित्र नीट येते, ध्वनिमुद्रण नीट होते; पण जर वीजपुरवठा कमी दाबाचा असेल तर चित्र धूसर होते, आवाज नीट ऐकू येत नाही. मेंदूचे तसेच आहे. जर मेंदूला रक्तातून साखरेचा पुरवठा नीट झाला नाही तर त्याची कार्यक्षमता कमी होते. मग फळ्यावर पाहिलेले व कांनानी ऐकलेले मेंदूत जात नाही, स्मरणशक्ती काम करीत नाही, ऐकायला कमी येते, अभ्यास कमी होतो, उपाशीपोटी रक्तातील साखर कमी होते व अभ्यास कमी होतो, उपाशीपोटी रक्तातील साखर कमी होते व मेंदूत ज्ञानग्रहणशक्ती मंदावते. त्यामुळे शाळेचे शेवटचे काही तास यामुळे मुलांचे आणि त्याचबरोबर शिक्षकांचेही काम उपयोगाला येत नाही.

नॅशनल न्युट्रिशन मॉनिटरींग ब्यूरो नावाची भारत सरकारची संस्था आहे. त्यांचे असे निरीक्षण की, या देशातील बहुतेक मुले रोज अर्धपोटी असतात, अगदी चांगल्या घरची सुद्धा. त्यांच्या घरी जेवायला नसते असे नाही. पण मुलांच्या पोटात जात नाही.

जर दोन वेळा जेवूनही मुलांचे पोट भरत नसेल तर त्यांना खायला द्यायला हवे. मुले तर दिवसभर शाळेत जातात. त्यांना शाळेत डबा दिला पाहिजे व तोही सक्तीने. जेणेकरून त्यांचे पोट भरेलच. ती सशक्त होतील व चांगले शिक्षण घेतील.

ज्ञानग्रहण वृद्धीसाठी

एका निवृत्त मुख्याध्यापकांच्या मते मुलांची ज्ञानग्रहण शक्ती पहिल्या तीन तासामध्ये उत्तम, त्यानंतर १० मिनिटांच्या सुट्टीनंतरच्या दोन तासांमध्ये मध्यम व नंतरच्या ३० मिनिटांच्या सुट्टीनंतर निकृष्ट असते व ही ज्ञानग्रहण शक्ती मुलांनी डबा / जेवण खाल्यास निश्चित वाढवता येईल.

या लेखात वर्णन केल्याप्रमाणे काही शिक्षकांनी आपल्या वर्गात गेले काही महिने सर्व मुलांना रोज डबा आणायला सांगितले व त्यांचा असा अनुभव आहे की, जे डबा आणायला लागले त्यांची शेवटच्या तासिकेमधील ज्ञानग्रहण शक्ती वाढली. आम्ही काही नीवन सांगतो आहोत का ? नाही. जगामधील कित्येक देशांमध्ये १०० पेक्षा जास्त वर्षापासून मुलांना शाळेत जेवायला देतात व मुलांना शाळेत दिले जाणारे जेवण हे कित्येक राष्ट्रांमध्ये शिक्षण पद्धतीचा अविभाज्य भाग आहे. १९२५ पासून मद्रासमध्ये शाळेत मोफत जेवण दिले जाते. भारत शासनाच्या स्कूल हेल्थ कमिटीने १९६० मध्ये मुलांना शाळेत सकस आहार द्यावा, ह्याबाबत सूचना दिल्या व त्याप्रमाणे १९६२/६३ पासून भारत सरकारच्या शिक्षण खात्यातर्फे काही प्राथमिक शाळांमध्ये मोफत जेवण द्यायला सुरुवात झाली.

अशा योजना तमिळनाडू व आंध्रमध्ये कार्यान्वित आहेत. मुंबई महानगर पालिकेच्या प्राथमिक शाळांमध्येही मुलांना आहार मिळतो. महाराष्ट्र शासन पण शाळेतील मुलांना मोफत आहार देते.

या सर्व योजनांवरून मुलांनी शाळेत आहार घेतला पाहिजे याचे महत्त्व सिद्ध होते.

शाळेत आपण मुलाला पाठवताना खालीलप्रमाणे डबा दिल्यास मुलांना खायला पण आवडेल व त्यांचे पोषण होईल. चौरस आहाराचे तत्त्व ध्यानी ठेवून खालील आठवड्याची डबापत्रिका बनवली आहे.

(१)   पोळी, भाकरी व भाजी

(२)   पोळी, भाकरी, लाडू (गूळ, तूप)

(३)   पालेभाज्यायुक्त थालीपीठ अथवा पराठे

(४)   नाचणी, तूप, शेंगदाणे ह्याची वडी.

(५)   उकडलेले अंडे व पाव

(६)   पोळी व कडधान्यं यांची उसळ

(७)   डाळ व शेंगदाणा चिक्की

काही वेळा डबा तयार नसतो. पोळी-भाजी देऊ शकत नाही. अशावेळी काय करावे ? अशा पालकांनी चक्क चणे, शेंगदाणे मुलाला खिशात भरून दिले तरी चालेल. एक किलो चणे, शेंगदाणे आणा. घरी परत भाजून घ्या. म्हणजे त्यांच्या सोबत जर कावीळ, जुलाब करणारे जंतू आले असतील तर ते मरतील व शाळेत जाताना मुलाला खिसा भरून द्या.

प्रत्येक शाळेला खडू, फळा व विद्यार्थ्यांना शिक्षण सामग्री सोबत (पाटी, पेन्सिल, वही, पुस्तक) डबा अनिवार्य केला पाहिजे. ह्याने एस. एस. सी. चा निकाल १,२ टक्क्याने सुधारला तरी महाराष्ट्रातील विद्यार्थ्यांचे शैक्षणिक भविष्य उज्ज्वल बनेल.

शिक्षकांचे आरोग्य

(१)   रोज व्यायाम व योगासने न करणाऱ्या शिक्षकांची कार्यक्षमता व आयुष्य कमी असते.

(२)   नाश्ता करून न येणाऱ्या शिक्षकांची कार्यक्षमता कमी असू शकते.

(३)   मधल्या सुट्टीत न खाणाऱ्या (केवळ चहा पिणारे नाही.) शिक्षकांची शिक्षणक्षमता कमी असू शकते.

तेव्हा शिक्षकांसाठी नाश्ता करणे व शाळेत डबा घेऊन जाणे अनिवार्य असायला हवे.

भारतातील १० टक्के लोकसंख्येला ॲलर्जीचा त्रास आहे. तसा तो १०% शिक्षकांनाही असणार. त्यामुळे त्यांना सर्दी-खोकल्याचा वारंवार त्रास होतो.

सहसा या लोकांना खडूची ॲलर्जी असते. तेव्हा खडूने जेव्हा लिहितात तेव्हा खडूचा धुरळा हवेतून श्वासनलिकेत गेल्याने त्यांना वारंवार सर्दी-खोकल्याचा त्रास होतो.

हा त्रास होऊ नये म्हणून शिक्षकांनी काय करावे?

(१)   ओल्या फडक्याने फळा पुसावा. म्हणजे खडूचा त्रास होणार नाही.

(२)   फळ्यापासून शक्य तेवढे दूर राहून हात लिहिण्याचा प्रयत्न करावा. जेणेकरून खडूच्या धुरळ्याचा त्रास कमी होईल.

(३)   तिसरं म्हणजे जसे डोळ्यांचे दोष असलेले चष्मा लावतात तसेच खडूची ॲलर्जी असणाऱ्यांनी डॉक्टर्स जसा तोंडाला मास्क बांधतात तसा मास्क तोंडाला बांधावा. त्याने त्रास नक्कीच कमी होईल.

आजकाल खूप मोठे वर्ग असल्यामुळे, त्यात खूप मुले असल्यामुळे, मुलांच्या गोंगाटापेक्षा मोठ्या आवाजात बोलावे लागते. त्यामुळे घशातील स्वरयंत्राला त्रास होतो. त्यामुळे त्यांचा आवाज बसतो.

आवाजाचा असा नियम आहे, की ज्या मुलाला आपल्याला सांगायचे आहे त्याचं आणि आपलं अंतर जर दुपटीने वाढलं तर चारपट मोठ्याने बोलावं लागतं.

जर तुम्ही वर्गाच्या मधोमध उभे राहून बोलाल तर तुम्हाला चारही बाजूला सर्व मुलांना ऐकायला जाण्यासाठी जेवढे जोराने बोलावं लागेल त्यापेक्षा चारपट मोठ्या आवाजात फळ्यापाशी उभं राहून बोलावं लागेल. तेव्हाच वर्गातील शेवटच्या मुलाला ऐकायला जाईल.

ज्या शाळेला परवडते त्यांनी प्रत्येक वर्गाला लाऊडस्पिकरची सोय करून घ्यावी. जेणेकरून मुलांना नीट ऐकायला जाईल.

चाळीस वर्षांनंतर दरवर्षी शिक्षकांची वैद्यकीय तपासणी करून घ्यायला हवी. जसे चष्म्याचे नंबर बदलतात. ब्लडप्रेशर, हृदयविकार आदी विकार होऊ शकतात; म्हणून सर्व शिक्षकांची व इतर कर्मचाऱ्यांची दरवर्षी वैद्यकीय तपासणी व्हायला हवी. हे श्रीमंत संस्था करू शकतील; पण जिथे ज्या संस्थांना जमणार नाही तेथील कर्मचाऱ्यांनी स्वत: आपली तपासणी करून घ्यायला हवी.

गुण वाढवा, यशस्वी व्हा! नापास रोग बरा करा

> महात्मा फुलेंनी सांगितले, 'विद्येविना मती गेली, मतीविना गती गेली. गतीविना राज्य गेले. हे सारे एका अविद्येने केले.'
>
> शिक्षणाशिवाय नोकरी-धंदा नाही, नोकरी धंद्याशिवाय पैसा नाही, पैशांशिवाय पोटपाणी जगणे नाही.
>
> म्हणजेच जगायचे असेल तर नीट शिका व पास व्हा, दुसरा पर्याय नाही.

दरवर्षी दहावीला व बारावीला निम्मी मुले नापास होतात. महाराष्ट्रात दहावीला १७ लाख मुले बसतात. त्यापैकी ७ लाखांच्या वर मुले नापास होतात. बारावीला तर यापेक्षा खूपच जास्त मुले नापास होतात आणि सर्वात धक्कादायक म्हणजे महाराष्ट्रात बारावीला तर ९५ टक्के मार्क मिळून जी मुले इंजिनिअरिंगला जातात, त्यापैकी ९०-९५ टक्के मुले पहिल्या वर्षी नापास होतात. (अजून धक्कादायक म्हणजे हे ना कुणाला माहीत, नाही कुणाला याचा खेद ना खंत.) दरवर्षी मेडिकल इंजिनिअरिंग कॉलेजमधील मुले अभ्यासाच्या ताण-तणावामुळे व परीक्षेत नापास होण्याच्या भीतीमुळे आत्महत्या करतात. जेवढी मुले पहिलीत शाळेत प्रवेश घेतात, त्यापैकी निम्मी मुलेच पाचवीच्या शाळेला जातात. मुले एकदा नापास झाली, की शाळेला मुकतात. खूपशा घरांमध्ये कठीण परिस्थिती असूनसुद्धा मुलांना शाळेत पाठवितात. परंतु, मुले नापास झाली की त्यांची शाळा बंद होते, शाळा सुटली की भविष्य काळेकुट्ट!

अशा प्रकारे नापास रोग हाच आपल्या मुलांचा सर्वात मोठा रोग आहे.

आपण सर्व मिळून या देशाचा नापास रोग बरा करू या.

आई-बाबांनी काय करावे ?

अकोल्याचे सुप्रसिद्ध मानसोपचार करणारे डॉक्टर दीपक केळकर संमोहनशास्त्र (हिप्नॉटीझम) यात प्रवीण आहेत. ते रंगमंचावर समोरच्या माणसाला संमोहित करून त्यांच्याकडून अशक्य ती कामे करून दाखवतात. ते म्हणतात, की मुले तर नेहमी संमोहित असल्यासारखी मोठ्यांकडून शिकत असतात; म्हणून मोठ्यांनी चोवीस तास सावध राहून चांगले वागून, चांगले बोलून, चांगल्या सवयी जोपासून उदाहरणे देऊन मुलांना शिकवावे.

आई-बाबांनी धीर द्यावा. प्रोत्साहन द्यावे. आपल्या मुलांनी जन्मापासून आतापर्यंत जे चांगले केले आहे, जी जी बक्षिसे मिळवली आहेत. ते ते भिंतीवर लावून ठेवावे व त्यांना रोज सांगावे की तू एवढं छान केले आहे. तर यावर्षीही तू नक्की छान करशील. आपले पूर्वज सांगतात की, 'वास्तू म्हणते तथास्तु' म्हणजे आपण जी इच्छा करू, जे बोलू तसेच होवो, असे आपले घर, आपली वास्तुदेवता म्हणत असते. म्हणून कधीही तू नापास होशील, तू गाढव आहेत असे मुलांना म्हणू नका. आई-वडिलांची भूमिका टीका करायची नसावी. ती सहकाऱ्याचीच असावी.

गोपाळकाल्याच्या दिवशी दहीहंडी फोडतात. एक हंडी फोडायला दहा थर लावायला लागतात. म्हणजे वरच्या थरावर एक मुलगा, त्याच्यानंतर दोन, तीन, पाच असं दहा थर लावावे लागतात. यातल्या कुठल्याही थरातील

मुलगा पडला तर वरचा मुलगा हंडी फोडू शकत नाही. दहावीची परीक्षा, बारावीची परीक्षा ही दहीहंडीसारखी असते. यश शेवटच्या दिवशी ठरत नाही. एखाद्याला पाचवीचे गणित जमले नाही तर त्याला सहावीचे गणितदेखील येत नाही. मग त्याला दहावीचे गणित येत नाही. त्यांना पाचवीपासून गणित शिकवा. असे बारामतीच्या डॉ. अनिल मोकाशींचे सांगणे एकदम बरोबर आहे. प्रत्येक मुलाला विचारा, की कुठल्या वर्गात गणित नीट कळले व आले व तेथून पायरी-पायरीने दर वर्गाचे पुढील गणित शिकवा, असेच सर्व विषयांचे करा. हे आई-बाबांना / पालकांनाच करावे लागेल. शिक्षकांची मदत घ्यावी लागेल.

आई-बाबांनी मुलांची सर्व पुस्तके एकदा वर्षाच्या सुरुवातीलाच वाचून काढावी. मुलं आपली काय करतात, काय वाचतात, काय शिकतात हे कळेल. ते सुद्धा मुलांना गोष्टीच्या स्वरूपात नाटकाच्या स्वरूपात किंवा उदाहरणांनी शिकवू शकतील. परीक्षेच्या अभ्यासक्रमामध्ये जे-जे आहे ते-ते दाखवू शकतील. उदा. मुलांनी आपल्या गावात जी ग्रामपंचायत किंवा नगरपालिका आहे; महानगरपालिका आहे. त्यांना एकदा भेट द्यावी. कोर्टात गेले, की कोर्टाचे काम कसे आहे ते कळेल. पोलिस स्टेशनला गेले तर तिकडचे काम कसे आहे तेही कळेल. आपल्या नगरसेवकाला, आमदारांना, खासदारांना भेटले तर ही मंडळी काय करतात. हे ही मुलांना कळेल. याने नागरिकशास्त्रही पक्के होऊन जाईल. हे वर्षभर किंवा मे महिन्याच्या सुट्टीमध्येही करता येईल.

निरनिराळ्या कार्यक्रमांमुळे अभ्यासात खंड पडतो. कुणाकडे लग्न, कुणाकडे सण असतो. त्यांचा सण होतो. परंतु, मुले नापास झाल्यामुळे त्यांचे मरण होते. तेव्हा हा मोह टाळावा. सचिन व शाहरूख खान आपल्या कार्यक्रमात येणार नाही. आपण नापास झालो तर रडायला येणार नाही. सचिनची मॅच आहे किंवा शाहरूखचा नाच टी.व्ही.वर दाखवणार आहे म्हणून मुलांनी अभ्यास सोडू नये. उपनिषदामध्ये छान श्लोक सांगितला आहे.

'श्रेयश्च: प्रेयश्च मनुष्यमेत स्तौ संपरिक्त्य विविनक्ति धीर: !' (कठोउपनिषद)

सर्वांना क्षणोक्षणी मोहमय, प्रिय (प्रेयश्च) पण अंती वाईट करणाऱ्या व उत्तम 'श्रेयस्कर' (श्रेयश्च) अशा दोन वस्तूंतून एक निवडावी लागते व चांगले लोक श्रेयस्कर उत्तम गोष्ट निवडतात. हे त्यांना हा श्लोक रोज सकाळी पाठ करून शिकवला पाहिजे.

परीक्षेच्या आधी सिनेमा आदी मोह टाळून आधी अभ्यासंच केला पाहिजे. अर्जुनाला जसा माशाचा डोळाच दिसत होता. तसा मुलांनाही फक्त अभ्यासच दिसायला हवा.

आता सगळ्या पुस्तकांच्या कवितांच्या कॅसेट्स मिळतात. अभ्यास करून जर कंटाळा आला असला तरी कॅसेट्स लावून विरंगुळाही होईल व अभ्याससुद्धा होईल. कामामधला बदल हा विरंगुळाही असतो असे गांधीजी शिकवत. तुम्हाला गणिताचा अभ्यास करून कंटाळा आला असला तर भूगोलाचे नकाशे काढा. इतिहासाच्या तारखा पाठ करून टाका. इंजिनिअर किंवा मेडिकलच्या कॉलेजला गेले, की १२-१२ तास असा वर्षभर सतत अभ्यास करावा लागतो. रोज १२-१२ तास अभ्यास करायची सवयच करा. एकाच ठिकाणी बसून अभ्यास करायचा कंटाळा आला असेल तर तुम्ही गच्चीवर जाऊन अभ्यास करा म्हणजे विरंगुळा सुद्धा होईल व अभ्यास चालू राहिल. तासभर अभ्यास करून कंटाळा आला असेल तर दोरीवरच्या उड्या माराव्या. सूर्य नमस्कार घालावे. दंड बैठका माराव्या, नाचावे याने तुम्हाला विरंगुळा येईल. व्यायामही होईल. स्टॅमिनाही वाढेल. लिहायला जेल पेन चांगले. परीक्षेला लिहायला जेल पेन वापरा. जैन लोक पर्यूषणामध्ये खात नाहीत. मुसलमान लोक रोजा ठेवतात. तसं आजपासून सूर्यास्तापासून टि.व्ही., रेडिओचा उपास करा. ते बंद ठेवा. मुले क्रिकेटची मॅच बघतातच. तेव्हा परीक्षेच्या काळामध्ये क्रिकेटची मॅच ठेवणे हेच चुकीचे आहे.

परीक्षेला जाण्याआधी शांत राहिले पाहिजे. कुठल्याही भानगडीत पडू नये. रिक्षावाल्याचे भांडण असेल, नाक्यावरचे भांडण असेल, तुम्ही त्यात पडल्याने तुमची परीक्षा बिघडू शकते.

लातूरला शाहू विद्यालयात मुलांना सकाळी सात ते संध्याकाळी सात कॉलेजमध्येच ठेवतात. ‘तुम्ही इथेच काय करायचे ते करा, बारा तास अभ्यास करा, इथेच गणिते सोडवा.’ तसे तुम्ही करा. तुमच्या अडचणी मित्रांकडून सोडवा, त्यांच्या अडचणी तुम्ही सोडवा. सगळे सर्व कविता, सूत्रे एकत्र म्हणा, पाठ करा. पास व्हा. चांगले गुण मिळवा.

झोपून वाचल्यास एक तास जेवढे डोक्यात जाईल त्यापेक्षा जास्त बसून वाचल्यास जाते. झोपून अभ्यास नको. अभ्यास करून मेंदू थकतो म्हणून अभ्यास करणाऱ्यांना झोप जास्त लागते. मुलांना झोप आली, की त्यांना झोपू द्यावे. जे चांगले झोपतात. त्यांचाच मेंदू ताजातवाना होतो व कमी वेळात त्यांची पूर्ण झोप होते. म्हणून मच्छरदाणी लावून झोपा. डासांचा त्रास टळेल. लहान दिवा असेल तरी झोप नीट पूर्ण होत नाही. सर्व दिवे मालवून झोपा. हवे तर कानात कापसाचे बोळे घाला व डोळ्यांवर काळी पट्टी बांधा. मग तुम्हाला झोप चांगली लागेल. रात्री लवकर झोपून सकाळी ४ वाजता उठून अभ्यास करा. सकाळची शांत, प्रसन्न वेळ अभ्यासासाठी सर्वांत चांगली असते. इतिहासामधल्या रिकाम्या जागा हमखास गुण देतात. हे सर्व सकाळी उठून पाठ करा. मुलांनी भूगोलातील सर्व नकाशे काढले. सर्व विषयांच्या पुस्तकातील चित्रे काढली तर त्यांच्या डोक्यामध्ये सर्व विषय पक्के होतील व त्यांना चांगले गुण मिळतील.

त्याग करा

काही मिळवण्यासाठी काही त्याग करावा लागतो. परीक्षा होईपर्यंत टि.व्ही.चा त्याग करा, रेडिओचा त्याग करा. मित्र, मैत्रिणींशी बोलावण्याचा त्याग करा. तुम्ही न गेल्याने कोणाचे लग्न काही थांबत नाही. पण तुम्ही नापास झाल्याने तुमचे आयुष्यच खंडते. तुम्ही नापास झाल्यास तुमच्या दुःखाला कोणी साथी नसेल.

माझ्या भावाचा यशस्वी मुलगा मोटारसायकल चालवत होता. तेवढ्यात मोबाईलवर फोन आला व फोन घेतला तेव्हाच रस्त्यावर गाडी वळवली, गाडी घसरली व डोके कठड्याला लागून तो गेला. त्याने जर मन लावून गाडी चालवली असती व त्याचवेळी दुसऱ्याशी बोलत नसता तर अपघात झाला नसता. आपण स्वतः काम करताना मनात दुसरेच काहीतरी विचार करत असतो. अशाने काम बिघडते. आपलं आपल्याशी बोलणे त्याला ‘वाणी’ असे म्हणतात. मन लावून अभ्यास करू तेव्हा आपली वाणीसुद्धा त्या अभ्यासावर केंद्रित असावी तरच आपला अभ्यास सर्वोत्कृष्ट होतो. असे नसेल तरच चुका होतात. समजा लिहिताना दुसरा विचार केला तर खाडाखोड करावी लागते. सूर्याचे किरण भिंगाने एकत्र आणले तर त्या बिंदूवरील कागद, कापूस जळतो. असा एकाग्रतेचा फायदा असतो. आपले मन व वाणी आपण जे करतो, त्या कामावर एकाग्र झाली पाहिजे. मुलांनी मन एकाग्र करून अभ्यास करावा. जागतिक पातळीवर खेळामध्ये भारतातील जी मुले पहिली येतात. त्यांचे डॉ. भीष्मराज बाम हे गुरू आहेत. त्यांची ही शिकवण आहे.

रेडिओ, टि.व्ही. याचा त्रास अभ्यासाला होऊ नये. हा लेख वाचणाऱ्यांनी सगळ्यांना आपल्या शेजाऱ्या-पाजाऱ्यांना विनंती करावी, की आपल्या रेडिओ, टि.व्ही. चा आवाज घराबाहेर जाऊ नये. सिंगापूरला आपल्या घरातील रेडिओ, टि.व्ही. चा आवाज घराबाहेर ऐकायला आला तर शिक्षा होते. निम्मी लोकसंख्या मुलांची आहे व प्रत्येक घरी परीक्षा देणारी मुले आहेतच म्हणून प्रत्येक घरी आजपासून असा नियम केला पाहिजे, की आमच्या टि.व्ही.चा आवाज घराबाहेर जाणार नाही. एका मुलाच्या डॉक्टरांनी अभ्यास केला, की शाळेतील मुलांना काय आवडते काय आवडत नाही. तेव्हा कळले, की मुलांना वर्गात बसून शिकणे सोडून इतर सर्व

आवडते. या ज्ञानाचा फायदा घ्यावा. इतिहास-भूगोल बसून न शिकवता देशभर फिरून शिकवावे. तिसरीत आपल्या जिल्ह्याचा भूगोल असतो. तिसरी किंवा त्याआधीच फिरून मुलांना जिल्हा दाखवा. चौथीत महाराष्ट्राचा इतिहास व भूगोल आहे. चौथीत किंवा त्याआधी असाच महाराष्ट्र दाखवा. दहावीत भारताच्या स्वातंत्र्य लढ्याचा इतिहास आहे. जेथे इतिहास घडला त्या जागा नेऊन दाखवाव्या. हे आम्ही केले आहे. आमच्या मुलीने व तिच्या पाच मित्र-मैत्रिणींनी दिवाळीच्या सुट्टीत पांढऱ्या कागदाला आपला फोटो लावला व त्यावर तेव्हाचे राष्ट्रपती श्री. ए.पी.जे. अब्दुल कलाम यांना पत्र टाकले, की आम्ही दिवाळीच्या सुट्टीत दिल्लीला येत आहोत. आम्हांला आपणास भेटायचे आहे. वेळ द्या. असेच मग पंतप्रधान, माजी पंतप्रधान वाजपेयी, श्री. शरद पवार यांनाही टाकले. सर्वांच्या कार्यालयातून फोन, पत्रे आली. सर्वांना भेटून झाशी, दिल्ली, अमृतसरमधील स्वातंत्र्य लढ्याची स्थळे बघून पत्र, लोकसभा बघून मुले धन्य झाली.

आपली मुले राष्ट्रपती, पंतप्रधान, सुप्रिम कोर्टाचे न्यायाधीश, राज्यकर्ते व्हावे. यासाठी आपण मुलांना जरूर दिल्ली दाखवावी व यांची भेट घडवावी.

आपल्या खासदारांचे पत्र नेले तरच लोकसभा बघायला मिळते. ते पत्र देणे हे त्यांचे कर्तव्य आहे व मुलांचा हक्क आहे. ते आनंदाने पत्र देतील.

सर्व कविता सुट्टीत गाण्यासारख्या म्हणून पाठ करा. कवितांच्या भेंड्या खेळा. सर्वांनी सर्व चित्रे, नकाशे काढा. घरातल्या सर्व भिंती तुमच्या चित्रांनी रंगवा. त्यावर सर्व सूत्रे, सुभाषिते, पाढे लिहून काढा. सावरकरांनी अंदमानच्या सेल्युलर जेलच्या भिंतीवर 'कमला' हे महाकाव्य काट्यांनी लिहिले. आपल्या घराच्या भिंती या आपल्यासाठीच आहेत. त्या खडूने, व्हाईट बोर्ड मार्करने रंगवा. तुमची प्रगती होईल. घरचे सर्व शिकतील. घराची प्रगती होईल. सर्वांना खूप आनंद होईल.

उन्हाळ्याच्या सुटीत पुढील वर्गाची सर्व पुस्तके वाचून काढा. आधी सर्व एकदा वाचले असल्याने शाळेत तुम्हाला सर्व कळेल. शाळेत जाणे आनंदाचे होईल. सर्व शाळांचा, सर्व वर्गांचा विकास सुधारेल. प्रत्येकाचे गुण वाढतील. आनंद वाढेल. हा सुखाचा व आनंदाचा मार्ग आहे. हे करा, सर्वांना सांगा. महाराष्ट्र चांगला करा. चला आपण सर्वोत्तम राज्य करू या. मुंबईच्या रुपारेल कॉलेजमध्ये 'बृहन्मुंबई प्रज्ञा शोध केंद्र' आहे. त्याचे माजी प्रमुख आदरणीय बादवे सर सांगतात, की एकटे अभ्यास करणारी मुले ही पायी चालणाऱ्या मुलांसारखी आहेत. त्यांना सायकल द्या. शिक्षक म्हणजे या सायकलचे पुढचे चाक. ते सायकल योग्य दिशेला नेते व पालक म्हणजे मागचे चाक ते गती देते. अशा प्रकारे शिक्षकांच्या मदतीने पालकांनी गती देऊन विद्यार्थ्यांची प्रगती केली पाहिजे. मुलांनो रोज सकाळी चार वाजता उठा. सूर्य नमस्कार, योगासने करा. मग काही पाठांतर करा. आधी पहिल्या दिवशी काय पाठ केले होते ते आठवा, नंतर आज शाळेत काय शिकवणार ते वाचा व जे कळणार नाही ते शाळेत गुरुजी शिकवतील तेव्हा कळेल. जे कळणार नाही ते गुरुजींना परत विचारा. सायंकाळी घरी आल्यावर आज शाळेत शिकवलेले परत वाचा म्हणजे एका दिवशी तीन उजळण्या होतील, विषय पक्का होईल. हे करा. अनुभवा व सर्वांना सांगा.

शाळांमध्ये वारंवार येणाऱ्या आरोग्यविषयक शंकांचे समाधान

अभ्यास कसा करावा?

आपण संध्याकाळी थकलेलो असतो तेव्हा थकलेल्या माणसाकडून अभ्यास कमी होतो. आपण थकलेले असताना रात्री सर्वात लवकर झोपणे हे सर्वोत्तम! सकाळी लवकर चार पाच वाजता उठावे. याला ब्राह्ममुहूर्त असतो.

दासबोधात रामदास स्वामी म्हणतात,

'प्रात:काली उठावे। काही पाठांतर करावे।
येथानशक्ति आठवावे। सर्वोत्तमासी।।
मग दिशेकडे जावे। जे कोणासिच न ठावे।
शौच्य आच्यन करावे। निर्मळ जळे।।
मुख मार्जन प्रात:स्नान। संध्या तर्पण देवतार्चन।
पुढे वैश्वदेव उपासन। यथासांग।।
काही फलाहार घ्यावा। मग संसार धंदा करावा।
सुशब्दे राजी राखावा। सकळ लोक।।'

सकाळी लवकर उठून मुलांनी स्वच्छ होऊन, थोडा व्यायाम करून, नाश्ता करून, अभ्यासाला बसायला पाहिजे. सकाळचं वाचलेलं, सर्वोत्तम लक्षात रहातं. सकाळची वर्दळ सुरू होण्यापूर्वी आपला अभ्यास व्हायला हवा. रोज थोडेसे पाठांतर आधी करावे. नंतर आधी पाठ केलेल्याची उजळणी करावी. नंतर इतर अभ्यास करावा.

अभ्यास करायला लागतो म्हणजे काय करावं लागतं?

आपल्याला पुस्तकातील जे शिकवतात ते समजायला हवं. मग ते डोक्यामध्ये राहायला हवं. मगच आपण ते परीक्षेत नीट लिहू शकू व आपल्याला चांगले मार्क्स् मिळतील.

पण आपल्या नीट स्मरणात राहण्यासाठी ते आपल्याला कमीत कमी तीन वेळा वाचायला लागते. आज तुम्ही वर्गामध्ये जे शिकलात, ते संध्याकाळपर्यंत ५० टक्के विसरता. आठवड्याच्या शेवटी ७५ टक्के विसरता, तर महिन्याच्या शेवटी जवळ-जवळ सगळंच विसरलं जातं. त्यामुळे परीक्षेच्या वेळेला तुम्हाला पुन्हा नव्याने वाचावे लागते, तीन वेळा वाचले तर तुमचा कमी वेळात जास्त अभ्यास होईल व जास्त वेळ खेळायला मिळेल. यासाठी काय करावे? आज जे वर्गात शिकवणार आहेत ते तुम्ही सकाळी वाचायला हवं. शिकवण्याआधी, म्हणजे तुम्हाला तो विषय काय आहे ते कळेल. त्यातल्या तुमच्या अडचणी असतील त्या वर्गात जेव्हा शिक्षक शिकवतील तेव्हा तुम्हाला नीट कळतील. म्हणजे तुमच्या अडचणी सुटतील. त्यातूनही न सुटल्यास तुम्ही त्या वर्गानंतर विचारू शकाल.

शिक्षक नेहमी विचारतात सर्वांना कळलं का? कोणाला नाही कळलं? पण अर्ध्या मुलांना कळलं नसलं तरी ते कधी शिक्षकांना विचारत नाहीत. पालकांनी मुलांना शिकवावं, की त्यांनी आपल्या अडचणी रोज विचाराव्यात. रोज शंकांचं निरसन झालं पाहिजे व नंतर तुम्ही घरी आल्यावर आज आपण काय शिकलो, हे पुन्हा वाचून काढलं तर ते जलद वाचून होईल. अशा प्रकारे तीन वेळा एकाच दिवशी गिरवल्यानंतर ते चांगलं लक्षात राहतं.

आठवड्याच्या शेवटी या आठवड्यामध्ये काय झालं त्याची उजळणी जर केली तर ती जलद होते, असे जे करतात त्यांना परीक्षेच्यावेळी रात्रभर जागावं लागत नाही. परीक्षेला पटकन् त्यांचा अभ्यास होतो. परीक्षेच्या दिवशीही ते आनंदी राहू शकतात. टि.व्ही. पाहू शकतात. मॅच बघू शकतात आणि झोप पूर्ण घेऊन चांगला पेपर सोडवू शकतात.

परीक्षेच्या दिवशी नेहमीसारखं राहायचं असेल तर नेहमीचे दिवस परीक्षेसारखे केले पाहिजेत. म्हणजे अभ्यासाची उधारी ठेवू नका. आजचा अभ्यास आजच करता येईल.

काही गोष्टी पाठच कराव्या लागतात. जसं इतिहासातल्या सनावळ्या, त्या तुम्ही कशा लक्षात ठेवणार? गणितातील सूत्रे, पाढे हे तुम्ही कसे लक्षात ठेवणार? तेव्हा रोज सकाळी उठून तुम्ही काहीतरी पाठांतर करावे. रोज सकाळी काहीतरी पाठ करावे. दुपारी-संध्याकाळी त्याची उजळणी करावी. ते मित्रांना म्हणून दाखवावे. म्हणजे मित्रांचं पण पाठ होईल. त्यांनी म्हटलं की आपल्यालाही पाठ होईल. गुरुजींना विचारून ठेवावं, की पाठांतरासाठी काय आवश्यक आहे? पाठांतर ही अमोल देणगी आहे जी आम्ही घालवलेली आहे. पूर्वजांना रामायण, महाभारत पाठ होते. तर आम्हांला शास्त्रीय सूत्रे, सुभाषिते, पाठ करायला काय हरकत आहे.

नुसती घोकंपट्टी करू नका, नीट समजून घ्या

अभ्यासाचा कंटाळा आला तरीही अभ्यास करायचा असेल तर विषय बदला. विषयातला बदल हा विरंगुळा असतो. जर तुम्हांला गणिताचा कंटाळा आला तर तुम्ही भूगोलातले नकाशे काढा. पुस्तकातली सर्व ड्रॉईंग्ज तुम्ही फावल्या वेळात काढून बघा. अशी चित्रे काढल्याने विषयाचे तुम्हाला आकलन होईल व परीक्षेत देखील चांगली चित्रे काढू शकाल.

आधुनिक साधनांचा वापर करा

जे पाठ करायचं आहे ते टेपरेकॉर्डमध्ये टेप करून घ्या. इतरवेळी अभ्यासाचा कंटाळा आला की टेप लावा. ही टेप तुम्ही बसमध्ये लावू शकता. तुमच्या सर्व कविता तुम्ही टेप करा व बसमध्ये फालतू गाणी ऐकण्यापेक्षा शाळेच्या कवितांची कॅसेट लावा. शाळेच्या सुरुवातीला पंधरा मिनिटे व शाळा सुटल्यानंतर पंधरा मिनिटे जर अशा कॅसेट लावल्या तर शाळेतील सर्व मुलांच्या सर्व कविता पाठ होतील. त्या समजतील, आवडतील यातून शैक्षणिक प्रगती होईल. सुदैवाने अशा कॅसेट विकत सुद्धा मिळतात आणि आता तर व्हिडीओ - सी.डी. देखील मिळतात. तेव्हा नवनवीन साधनांचा जरूर वापर करा आणि स्वतःची प्रगती करून घ्या.

एकलव्यासारखं शिका

एकलव्याला कोणी शिकवलं नाही, तो स्वतःच शिकला. साधनं जमा करून शिकला. तसं तुम्हीही साधने जमा करून शिका. ज्ञान देऊन वाढतं. तेव्हा तुम्ही जे जे नवीन शिकाल ते सर्वांना शिकवा. तेव्हा तेही तुम्हाला सांगतील व तुमच्या ध्यानात राहील.

अक्षर खराब का येते ?

ज्याचं अक्षर सुंदर असतं त्याला मार्क्स् मिळतात.

अक्षर खराब येते, कारण निष्काळजीपणे लिहिले जाते. तेव्हा काळजीपूर्वक लिहावे. म्हणजे आपला जीव पेनाच्या टोकावर ठेवून हळुवार, न खोडता एकदाच लिहावे. सुंदर लिहावे, छान लिहावे, नीट लिहावे.

सर्व मुलांना हस्ताक्षर काढायला ड्राईंग टीचरकडून किंवा हस्ताक्षर सुधारण्याचा एक विशेष वर्ग व्हायला हवा. बालवाडीपासून अगदी दहाव्या वर्गापर्यंत व्हायला हवा. जसे व्याकरणाचे क्लासेस घेतात तसा हस्ताक्षर सुधारण्याचा क्लास घ्यायला हवा. याने महाराष्ट्र सुंदर होईल.

लिहिणं ही बोटांच्या स्नायूंची क्रिया आहे. फक्त बोटांची हालचाल करून लिहिण्यासाठी मुलं सहाव्या वर्षी सक्षम होतात. सहा वर्षांपूर्वी स्नायू व त्याची बौद्धिक क्षमता लिहिण्याची नसते. ज्यांना सहा वर्षांच्या आत लिहिण्याची सक्ती केली जाते त्यांच्या लिहिण्यामध्ये खराबी येते.

लिहिताना फक्त बोटांच्या स्नायूंची हालचाल करून लिहिले गेले पाहिजे. सहा वर्षं आधी ज्यांना लिहायला लागते ते बहुतेक खांद्याचा वापर करून लिहितात. खांद्याच्या स्नायूंचा किंवा कोपराच्या स्नायूंचा वापर करून लिहितात. त्यामुळे त्यांचं अक्षर मोठं, वेडवाकडं व बेढब असते. तुम्ही मनगट टेबलावर ठेवून फक्त बोटांच्या स्नायूंच्या हालचालीने व बोटांच्या हालचालीने लिहा. हळू लिहा, सर्व अक्षरे सारखी काढा व आपल्या ड्रॉईंग टिचरकडून लिहायला शिका.

मुलं बारीक का असतात ? त्यांना जाड कसे करावे?

बारीक म्हणजे उपाशी. याचा अर्थ याला दिवसरात अन्न कमी पडतं. याचे कारण मुलांना किती अन्न लागते याच्याबद्दल सर्वांमध्ये अज्ञान आहे.

मुलांना ते बाप होईपर्यंत किंवा आई होईपर्यंत दर दोन तासांनी खायला हवे. अशा प्रकारे त्यांना दिवसातून बऱ्याच वेळा खायला हवे. एखाद्या व्यक्तीला वर्षाला १२ महिन्यांचे पगार मिळतात. त्यातला एक पगार जर मिळाला नाही तर त्याचे वर्षाचे अर्थकारण बिघडते.

मुलांना जर दर दोन तासांनी खायला मिळाले नाही तर त्यांना दिवसांचा आहार कमी पडतो व कमी आहाराअभावी ते उपाशी असतात. उपाशी मुलं बारीक असतात. बारीक मुलांची शिक्षणक्षमता कमी असते. ती अल्पायुषी पण असतात.

यांना सशक्त कसं करावं? पहिलं हेच समजायला हवं, की त्यांना दर दोन तासांनी जेवण लागतं.

मुलं खात नाहीत म्हणून काय करावे?

मुलांच्या आवडीचा नाश्ता करावा. त्यांना रोज रात्री विचारावं, की उद्या तुला काय हवंय? त्यांनी जर तुम्हाला वडा सांगितला आणि तुम्ही 'हो' म्हटलं तर त्यांना स्वप्नात देखील वडा दिसेल. ते तुम्हांला उठवतील. सकाळी

वडा मागतील व करून दिला की नीट खातील. विचारून दिल्यास, शिळा भात जावयाला गोड लागतो. अन्यथा चांगली कोंबडी वातड लागते. त्यामुळे हा विचारण्याचा प्रश्न आहे.

मुलांचं डोकं का दुखतं?

एकतर उपाशीपोटी दुखतं. दर दोन तासांनी खात नाही तो उपाशी. डोकेदुखी टाळण्याचा सर्वात चांगला मार्ग म्हणजे त्यांना रोज सकाळी नाश्ता द्या, शाळेत डबा द्या आणि खिशामध्ये सुद्धा खाऊ द्या. जमलं तर दोन जेवणासाठी-खाण्यासाठी सुट्ट्या द्या. (शाळेमध्ये)

तज्ज्ञांचा अंदाज असा आहे, की दर पाचव्या मुलाला दृष्टिदोष असतो. म्हणजे ५० मुले जर वर्गात असतील तर त्या मुलांमध्ये किमान ३-५ मुलांना चष्मा असायला पाहिजे. जर तो नसेल तर याचा अर्थ आपण त्यांचे दृष्टिदोष काढायला कमी पडतो असा आहे.

कित्येकदा डोकं ताप-सर्दी, खोकला व आजारपण यांनी दुखतं. नेहमी सर्दी ज्यांना असते त्यांना डोकेदुखीचा त्रास जास्त असतो. आपल्या डोक्यातील हाडं हलकी व्हावीत म्हणून त्यात निसर्गाने पोकळ्या निर्माण केल्या आहेत. त्यांना 'सायनसेस' असे म्हणतात. ही सर्व नाकाला जोडलेली आहेत. वारंवार सर्दी ज्यांना होते त्यांना सर्दीमुळे सायनसच्या मध्ये सूज येते. त्यामुळे वारंवार त्यांना डोकेदुखीचा त्रास होतो. त्यांनी डॉक्टरांचा सल्ला घ्यायला हवा.

सर्दीशिवाय वारंवार ज्यांचे डोके दुखते त्यांना 'मायग्रेन' असेही म्हणतात. ज्यांचे डोकेदुखीचे कारण सर्दीमध्ये नाही, डोक्यामध्ये त्यांना सहसा मायग्रेन नावाचा आजार असतो. त्यांनी डॉक्टरी सल्ला घ्यावा.

मुलांना फळ्यावरचे दिसते का?

प्रत्येकाला विचारा फळ्यावरचं नीट दिसतं का बघा, पुस्तक वाचतांना त्रास होतो का? त्याला जर दिसण्यामध्ये त्रास असेल तर त्याची वैद्यकीय तपासणी करून द्या.

शालेय मुलांना काही मानसिक आजार होतात का?

होय! एका शाळेमध्ये एक शिक्षक मुलांना खूप मारायचे. एका मुलीने त्यांचा एवढा धसका घेतला, की शाळेमध्ये तिला चक्कर आली. तिने डोळे फिरवले. ती बेशुद्ध झाली. मग तिला अर्ध्यारात्री ॲडमीट करावे लागले. दवाखान्यात ठेवावे लागले. अशा प्रकारे मानसिक विकार हे ताणतणावांमुळे होतातच होतात. मनाने धीट व्हायला पाहिजे. त्यासाठी मुलांना योगासने शिकवायला पाहिजेत. त्याने हे टाळता येईल.

एका विद्यार्थ्याने शिकवणीच्या शिक्षिकेचे ऐकले नाही तेव्हा आईने सांगितले, की त्याने जर ऐकले नाही तर त्याला तुम्ही मारा. मुलाला तिने एवढे मारले, की त्याच्या हाता-पायाला प्लास्टर बँडेज करून त्याला हॉस्पिटलमध्ये ठेवावे लागले. 'व्यक्ती तितक्या प्रकृती' हे जरी खरे असले तरी असे होऊ नये.

प्रेमाने बहुतेक मुले ऐकतात. प्रेमाने जर त्यांनी ऐकले नाही तर त्यांना एखाद्या चुकीसाठी वर्गाबाहेर, शाळेतून हाकलून देणे, एखादा दिवस गैरहजर राहिला म्हणून त्याला 'दोन दिवस अजून येऊ नको' अशी शिक्षा देणे म्हणजे त्याला त्याच्या शिक्षणापासून वंचित ठेवणे असे होते. त्याने जे चुकून केले त्यात आपण नकळत भर टाकत असतो, तर असे होऊ नये.

जर मुलांच्या काही चुका त्यांच्या पालकांना कळवल्या तर बहुतेक त्यानंतर ते तसे करणार नाहीत. काही अति

हुशार मुलं पालकांची सही स्वत:च करतात, त्या पालकांशी फोनवर संपर्क करून बोलून घ्यावे.

१० वी च्या परीक्षेनंतर नेहमी आत्महत्येच्या बातम्या येतात; कॉलेज परीक्षेमध्येही येतात. नंतर वैद्यकीय महाविद्यालयात तर दरवर्षी मुले हमखास आत्महत्या करतात. ह्याचे कारण अभ्यासाचा ताणतणाव त्यांना झेपत नाही हेच असतं. हा ताणतणाव येतो. कारण वर्षभर एका वर्षात ३६५ दिवस असतात. जर आपल्या अभ्यासाचे ३६५ छोटे छोटे भाग केले व रोज एक भाग पूर्ण केला तर अभ्यास आनंदात होईल रोज एक धडा केला व त्या धड्यावरचे प्रश्न रात्री आपण लिहून काढले (स्मरणाने लिहून काढले.) नंतर पाहिलं आपल्याला किती आठवते, मग पुन्हा वाचून तो विषय नीट तयार होईल या पद्धतीत लिहिण्याचा सराव होईल, अभ्यास चांगला होईल व परीक्षेत यश चांगले मिळेल.

आपण काय करतो. सरासरी मुले ३६५ दिवसांपैकी ३०० दिवस झोपतात व शेवटचे थोडे दिवस दिवसाची रात्र करून तब्येत बिघडवून घेऊन अभ्यास करतात. परीक्षेत शेवटी यश मिळत नाही; त्याने आत्महत्या करतात तर हे होऊ नये म्हणून रोज अभ्यास होणे हे अत्यावश्यक आहे.

वाढदिवसाला चॉकलेट द्यावे की देऊ नये?

देऊ नये. दूध चॉकलेट, गोळी, साखर यांनी दात किडतात.

शाळेत मुलांना वाढदिवसाला चॉकलेट्स मिळतात. हे चॉकलेट दातांना चिकटते, त्याने दात किडतात. किडक्या दातांची मुले नीट जेऊ शकत नाहीत. ती अशक्त होतात. बारीक होतात. अशक्त / बारीक मुलांची प्रतिकारशक्ती कमी असते. ती लवकर आजारी पडतात. अल्पायुषी करण्यासारखं आहे; म्हणून बोलणे व कृती यांच्यामध्ये असे अंतर नको.

मग वाढदिवसाला काय द्यावे?

वाढदिवसाला चणे, शेंगदाणे द्या फळे द्या, बोरे द्या, चणे, शेंगदाणे सर्वात चांगले. त्याने मुलांचे पोट भरते. ती स्वस्त पडतात. सर्व मुले हा खाऊ देऊ शकतात.

शिक्षकांची व पालकांची तक्रार असते, की मुले वर्गात झोपतात, सुस्त असतात. यासाठी काय करावे?

आजकाल सर्व घरी रेडिओ, टि. व्ही. चा आवाज, ट्यूब लाईट रात्रभर चालू असते. मुलांची रात्रभर झोप होत नाही. त्यामुळे मुले शाळेमध्ये सुस्त असतात. मुलांना ८ ते १० तास झोप लागते; ती रात्री १२ ला झोपली तर सकाळी १० वाजता उठतात. त्यांना तसेच उठवून शाळेत पाठवले जाते. त्यामुळे मुले सुस्त असतात. त्यांची शिक्षणक्षमता कमी असते. ती चिडचिड करतात व झोपी जातात.

हे होऊ नये म्हणून काय करावे?

मुलांना सकाळी जबरदस्तीने उठवू नये. सकाळी ५ वाजता त्यांची झोप पूर्ण झालेली असावी. मुलांना सकाळी ५ ला उठायला हवे असेल तर त्याच्या आधी ९ तास झोपायला हवे. म्हणजे रात्री ८-९ ला झोपायला हवे. म्हणजे ज्या घरी विद्यार्थी आहे त्यांच्या घरी संध्याकाळी ७ नंतर रेडिओ, टि. व्ही. ट्यूबलाईट बंद करावी. घरात अंधार असावा. वाचायला जेवढा उजेड लागतो, तेवढा उजेड घराची कामे करायला लागत नाही. जेवायला लागत नाही. तेव्हा घरी मंद उजेड असावा व संध्याकाळी देवाला नमस्कार करून मुले जेवून अभ्यास करून,

मुले आई-वडिलांसोबत झोपी जायला हवी. मुले झोपत नसतील तर आई-वडिलांनी चांगले संस्कार होतील अशा गोष्टी सांगितल्या, वाचून दाखवल्यावर ती लवकर झोपी जातील.

मुले अनुकरणाने शिकतात. ज्या घरी उशिरापर्यंत टि. व्ही चालू त्या घरी मुलाचे भविष्य उज्ज्वल नाही, हे सांगायला कोणत्याही ज्योतिषाची गरज नाही. अशी मुले जर रात्री नऊला झोपली तर ती सकाळी नक्कीच पाच- सहा वाजता नीट उठतील. मग त्यानंतर काही पाठांतर करतील मग नवीन अभ्यास करतील. नाश्ता करतील व नंतर दिवसाला सुरुवात करतील. हीच पद्धत मुलांसाठी आदर्श आहे.

मुलांच्या पाठी का दुखतात?

(१) व्यायामाआभावी मुले कमजोर आहेत. म्हणून त्यांची पाठ दुखते, त्यांना रोज टि.व्ही. लावून नाच करायला लावा. सूर्यनमस्कार, दोरीवर उड्या, शाळेच्या मैदानाला धावून चक्कर, आदि व्यायाम करायला लावा. पाठदुखी कमी होईल.

(२) शाळेच्या बॅगमध्ये अतिवजनाची पुस्तके असतात. वह्या असतात. वर्कबुक्स् असतात; पाण्याची बाटली, डबा असतो; रेनकोट असतो. प्राथमिक शाळेच्य मुलांच्या बॅगचे वजन पाच किलो होऊन जाते; तर माध्यमिक शाळेच्या मुलांच्या बॅगचे वजन ८-१० किलो होते. ह्याला एक उपाय असा आहे, पुस्तके ही पहिल्या टर्मची व दुसऱ्या टर्मची वेगवेगळी हवीत. म्हणजे एका टर्मचे ओझे दुसऱ्या टर्ममध्ये बाळगायला नको. तसेच १०० पानांपेक्षा वही करू नये. किंवा सर्व वह्या ४० पानांच्या कराव्यात. एकच बॉक्स फाईल करावी. त्यात सर्व ४०-४० पानांच्या वह्या लावता येतील. म्हणजे १० तासीका असतील; तर १०० गुणिले ४० - ४०० एवढीच पाने न्यावी लागतील; किंवा २० पानांचे तुकडे नेता येतील. म्हणजे पंच करून ठेवावे व प्रत्येक विषयाचे कागद घरी आणून अलग लावून ठेवले, की तुमची अलग वही घरी तयार होईल. याने मुले फायलिंग सुद्धा शिकतील. ४० पानांच्या वहीचे वजन वीस ग्रॅम असते. अशा १० वह्या नेल्या तरी त्याचे वजन २०० ग्रॅमच होईल व मुलांच्या शाळेच्या दप्तराचे वजन कमी होईल. मुलांच्या पाठी कमी दुखतील. आपल्याकडे सांगितले जाते; की सरस्वती व लक्ष्मी एकत्र नांदत नाही. पण हे चूक आहे; कारण सरस्वती शिवाय लक्ष्मी येत नाही. तुम्हाला लाख रुपये दिले पण तुम्हाला राखायची अक्कल नसेल तर लक्ष्मी चंचल असते. ती चालली जाते. पैसे चोर चोरून नेतात. त्यामुळे अज्ञानी माणूस कधीच श्रीमंत राहू शकत नाही. संस्कृतात सुंदर श्लोक आहे. त्यात वर्णन केले आहे की, लक्ष्मी कोणाकडे प्रसन्न होते व कोणाच्या घरी जाते. तुम्ही जर हा श्लोक आजपासून पाळला तर तुम्ही चांगले नागरिक व्हाल. तुम्ही श्रीमंत व्हाल. दीर्घायुषी व्हाल. तुम्ही श्रीमंत झाल्यावर आपला देश श्रीमंत होईल. श्लोक असा आहे.

उत्साहसंपन्नम् अदीर्घसूत्रम्
क्रियाविधीज्ञं व्यसनेषु असक्तम्।
शूरं कृतज्ञं दृढसुहृदं च
लक्ष्मी: स्वयं याति निवास होतो:।।

लक्ष्मी कोणास प्रसन्न होते? हे आपल्याकडे पाच हजार वर्षांपासून सांगून ठेवले आहे. ती उत्साही माणसाला प्रसन्न होते. जो सदोदित कामाला तयार असतो. कुठल्याही कामाला 'नाही' म्हणत नाही. कुठलेही काम करायला तयार असतो असा. जसे डॉक्टरकडे रात्री बारा वाजता पेशंट आला व डॉक्टरनी बरा केला तर डॉक्टरला पैसे मिळणार. जर त्याने म्हटले, 'रात्रीचं मी येणार नाही;' पण मग डॉक्टरकडून लक्ष्मी निघून जाईल.

गिऱ्हाईकाबरोबर लक्ष्मी रुसून जाते.

अदीर्घसूत्री म्हणजे कधीही विलंब न करणारा. जो आजचे काम उद्या करतो. उद्याचे काम परवा करतो त्याचे कामंच होत नाही. त्यामुळ त्याला लक्ष्मी प्राप्त होत नाही. त्यातून त्याला पैसे मिळत नाहीत. तेच काम विलंब न करता त्वरित करणाऱ्याला कामाचे पैसे मिळतात.

'क्रिया विधीज्ञम्' म्हणजे आपले कामे नीट करतो; म्हणजे ड्रॉईंग परीक्षेला १००० रुपयांचे बक्षीस मिळणार. जो नीट नाही काढणार त्याला बक्षीस मिळणार नाही. रोज रात्री ज्याला सिनेमा बघायचे व्यसन आहे त्याला दिवसा झोप येणार. शाळेत तो झोपणार. मग तो परीक्षेत नापास होणार. जर तो काम करणारा असेल तर दिवसा त्याचे काम खराब होणार. मग त्याला नोकरीतून काढतील किंवा त्याचा धंदा नीट होणार नाही. मग शेवटी त्याला लक्ष्मी मिळणार नाही.

'शूरम्' म्हणजे एखादे काम रात्री तीन तीसच्या गाडीने जाऊन करायचे असेल पण त्याला भीती वाटत असेल तर तो काम करणार नाही व त्यातून त्याला पैसे मिळणार नाहीत.

'कृतज्ञम्' प्रत्येक माणसाला सगळ्यांची मदत लागते. जो मदतीबद्दल कृतज्ञता व्यक्त करतो, त्याची परतफेड करतो, ज्यांनी मदत केली त्यांचे आभार मानतो, त्यांना नमस्कार करतो त्यालाच सर्व लोक मदत करायला तयार असतात. परंतु, आपल्या कामाच्या वेळी हात जोडणारा व दुसऱ्याला काम पडले, की नाही म्हणाऱ्याला पुन्हा कोणी मदत करीत नाही. ज्याला मदत मिळत नाही त्याची कामे होत नाहीत. त्याच्याकडे लक्ष्मी येत नाही. त्याच्याकडे पैसा येत नाही. कठीण समयी कोण कामास येतो? कठीण समयी मित्रच कामास येतात. असे ज्यांना चांगले मित्र असतात त्यांच्यावरची सर्व संकटे टळतात. त्यांची कामे अडत नाहीत. त्यांच्या घरी लक्ष्मी स्वत: रहायला येते, असे आपल्या पूर्वजांनी वर्णन करून ठेवले आहे.

शाळेत मधली सुट्टी केवढी असावी?

मुलं ही स्वभावत: अस्थिर प्रवृत्तीची असतात. एका ठिकाणी नीट बसू शकत नाहीत. त्यांना नैसर्गिक विधींसाठी वेळ द्यायला हवा. म्हणजे फक्त स्वच्छतागृह, शौचालय नव्हे तर खाणे, पिणे, मस्ती, खेळणे, बागडणे याने ते ताजेतवाने होतील.

दर दोन तासांनी डबा खायला हवा असते. कुणाला काही त्रास होतो. कोणी बसून कंटाळतात. त्यानंतर त्यांचे अभ्यासात लक्ष लागत नाही. पण, जर दोन तासांपेक्षा शाळा जास्त असेल तर दोन सुट्ट्या हव्या. समजा एखाद्या शाळेत ३००० मुलं असतील आणि जर त्यांच्याकडे दहाच शौचालये असतील तर एका वेळी दहाच मुलांच्या स्वच्छतागृहांची, शौचालयांची सोय शाळेने केलेली असते. एवढ्या मुलांना रांगेत उभे राहून, पाणी पिऊन, मग डबा खाऊन, खेळून मगच अभ्यासाला जाता येईल एवढी मोठी सुट्टी हवी. खूप शाळांना अर्ध्या तासाची व दुसरी छोटी सुट्टी दहा मिनिटांची असते. सुट्टीचा जेवढा वेळ वाढला त्यापैकी निम्मा वेळ आधी शाळा सुरू करून, निम्मा वेळ उशिरा शाळा सोडता येईल. हे सर्व त्या ३००० मुलांसाठी करायला हवे ज्यांच्यासाठी शाळा चालविली जाते.

एखाद्या ३००० मुलांच्या शाळेमध्ये ३००० मुलं व त्यांचे शिक्षक व दहा-वीस इतर कर्मचारी असतात. तेव्हा शाळेची सोय म्हणजे ३००० मुलांची सोय हे आधी लक्षात घ्यायला पाहिजे.

शैक्षणिक सहली

दरवर्षी शैक्षणिक सहली जातात. ह्या सहली जर अजून उपयुक्त करायच्या असतील तर शैक्षणिक अभ्यासक्रमातील बघण्यासारख्या स्थळांची सूची तयार करायला हवी. हे अगदी सोपे आहे. सर्व शिक्षक व पालकांनी आपापल्या मुलांची सर्व पुस्तके वाचावी व त्यांच्या बघण्यासारख्या स्थळांची, वास्तूंची एक सूची तयार करावी. मग ह्या स्थळांचे महत्त्व व ते कोणत्या वर्गात कोणत्या धड्यात दिले आहे अशी एक सूची तयार झाली, तर समजा कोणी मुंबईला गेले, तर सर्व वास्तू आपल्या मुलांना दाखवू शकेल. ह्यातले काही पहिल्या वर्गातले असतील, काही तिसऱ्या वर्गातील असतील काही दहाव्या वर्गातील असतील, परंतु, त्याने मुंबईची भेट, दिल्लीची भेट, बंगालची भेट ही जास्त लाभदायक होईल. आमचे सर्व पालकांना, विद्यार्थ्यांना व शिक्षकांना आवाहन आहे, की आपले सर्व पाठ्यपुस्तक वाचा व त्यातील बघण्यासारख्या स्थळांची एक सूची करून घ्या. त्यामध्ये स्थळाचे नाव हवं. मग ती जागा कोठे आहे? ते कोणत्या पाठ्यपुस्तकात आहे व त्याचे महत्त्व काय आहे? अशी माहिती जर आपण साठविली तर त्याची एकत्र सूची तयार करून ती सर्वांसाठी वापरता येईल. हे खरं तर सर्व शाळेमध्ये स्वतंत्रपणे होऊ शकेल.

अशाने मुलांचा अभ्यास हसत - खेळत आनंदात होईल.

शालेय प्रथमोपचार

त्रास	उपाय
(१) काही जखम झाली तर	Neomycin मलम निओमायसिन लावा किंवा हळद लावा.
(२) डोकेदुखी / ताप अंगदुखी	पायरीजेसीक किंवा मेटासिन / क्रोसिन १ गोळी ३ वेळा
(३) सर्दी खोकला, ताप	फेब्रक्स प्लस १ गोळी ३ वेळा
(४) उलटी	डोमस्टाल गोळी १ गोळी ३ वेळा
(५) पोटदुखी	लोपामाईड किंवा Ridol किंवा Cycloplam २ गोळी पोट दुखले तर
(६) बस लागणे	Avomince १ गोळी प्रवासाआधी घेणे.

मुले शाळेत दांडी का मारतात ?

आमचे एक जगप्रसिद्ध डॉक्टर मित्र आहेत. जग त्यांच्याकडून शस्त्रक्रिया शिकते. ते आठवीत असताना शाळेत जाण्याऐवजी बागेत जाऊन बसायचे. कारण गणिताचा त्रास! ही त्यांनीच सांगितलेली कथा आहेत. उत्तम मार्गदर्शनाने ते बदलले, सर्वोत्तम गणित करू लागले आणि आता ते जगाला शिकवतात.

का बरे मुलांना शाळा एवढी नकोशी वाटते? याचा शास्त्रीय अभ्यास केला नुकताच दिल्लीच्या बाल आरोग्यतज्ज्ञ डॉ. प्रीना उप्पल, डॉ. प्रमिला पॉल व डॉ. व्ही. श्रीनिवास यांनी दिल्लीच्या सरकारी शाळेतील ७०४ विद्यार्थ्यांचा अभ्यास केला. मुले १० ते १५ वयोगटातील होती.

यापैकी ६१ मुले (८.१ टक्के) अशी निघावी, की जी घाबरून शाळेत जाण्यासाठी निघायची. पण शाळेत न जाता दुसरीकडेच जायची. घरी हे लपवायची. वर्षभरात इतर मुले सरासरी १३ दिवस गैरहजर होती; तर ही इतरत्र जाणारी मुले सरासरी २६ दिवस गैरहजर होती. अभ्यासात ती इतर मुलांच्या मागे होती.

शाळेत न जाता ही मुले सिनेमाला किंवा मित्रांकडे किंवा बाजारात फिरायला जायची. या अभ्यासात शाळेत न जाण्याची कारणे खालीलप्रमाणे मिळाली -

१) शाळेत मित्र नसणे.

२) शाळेतील मुलांनी त्रास देणे, मारणे, दादागिरी करणे, भांडणे.

३) शिक्षकांशी व वर्गमित्रांशी न पटणे.

बालमानसशास्त्राचे धडे

काही मुले हट्ट म्हणून, जिद्द करून शाळेत जात नाहीत. काही मुले शाळेत जायला घाबरतात. शाळेतील वातावरण त्यांना त्रासदायक वाटते. निराश करते. शाळेत जायचे म्हटले, की त्यांना हृदयात धडधड होते. हे सर्व दुखणे खरे असते. मोठ्यांना ताणतणावापायी हृदयविकाराचा झटका येतो, पोटात आम्लता, ॲसिडिटी वाढते; तसेच हे आहे. मुले शाळेत जायला तयार नसतील तर पालकांनी शिक्षकांशी, मुलांच्या वर्गातील, शाळेतील इतर मुलांशी, इतर पालकांशी सुसंवाद साधावा. यातून उपयुक्त माहिती मिळेल. अडचण सुटू शकेल. पालकांनी चिडचिड न करता आपल्या मुलाचे सर्व शांतपणे, ममतेने ऐकावे. शांतपणे त्याला शाळेत पाठवावे. शाळेत जाऊन आल्याबद्दल त्याचे लाड करून व बक्षीस देऊन गौरव करावा. त्याला जीवन सार्थ झाले, आनंदी जगण्यासारखे आहे असे वाटेल, करावे.

'या मुलाकडे जास्त ममतेने लक्ष द्या.' अशी विनंती शाळेला व शिक्षकांना करावी.

आई - वडिलांच्या भांडणाचा, घरातील मारहाणीचा, दारू पिण्याचा मुलांवर सर्वात वाईट परिणाम होतो. लग्न करताना सप्तपदीच्या वेळी काही झाले तरी भांडणार नाही, मारहाण करणार नाही, दारू पिणार नाही, अशी शपथ सर्वांनी घ्यायला हवी.

आपल्यासाठी धडा

दर शंभरातील आठ मुले शाळेत जातो सांगून इतरत्र जातात. घरच्यांपासून ते लपवतात, हे फारच गंभीर आहे. पालकांसाठी धडा आहे, की त्यांनी मुलांकडे जास्त लक्ष द्यायला हवे. त्यांच्याशी मित्रत्वाने वागून रोज काय झाले, याची ममतेने विचारपूस करावी. काही चुकले तरी ते 'मला आई - बाबांना सांगता येते व शिक्षेची भीती न बाळगता सांगता येते.' एवढा विश्वास आपल्या मुलांना आपल्याबद्दल हवा. मुलांचे मित्र आपले मित्र व्हावेत. शालेय शिक्षकांशी आपला स्नेहमय संपर्क हवा. मुलांशी, मुलीशी, त्यांच्या मित्रांशी, मैत्रिणींशी, शिक्षकांशी व शाळेशी पालकांनी मैत्री करायला हवी, म्हणजे काही गडबड झाली तर लगेच कळेल. मदत लागली तर मिळेल.

मित्र कसे मिळवावे व टिकवावे, व्यवहार कसे करावे? यशस्वी सुखी कसे व्हावे, या गोष्टींच्या साह्याने हितोपदेश, पंतचंत्र यात छान दिले आहे. या गोष्टी मुलांना रोज रात्री सांगितल्या तर मुलं चांगली वाढतील व आई - बाबांचे मित्रही होतील. रामदासस्वामींनी 'मनाचे श्लोका'त मनावर ताबा कसा ठेवावा, हे छान सांगितले आहे. मनाचे श्लोक व दासबोध मुलांना वाचून दाखवला तर मुले सन्मार्गाला लागतील व उत्तम नागरिक होतील.

शिक्षकांसाठी धडे

'गुरु: देवो भव ॥'

मुलांना सांभाळून शिकविण्याचे महान काम शिक्षक करतात. त्यांनी अजून थोड्या मायेने सर्व मुलांना वागवले तर बरेच काही होईल. आई कमजोर मुलावर जास्त 'माया' करते, हेच शाळांमध्ये व्हावे.

७०४ पैकी आणखी १२ मुले (१.७ टक्के) शाळेत गैरहजर राहायची. एक तर ती शाळेत जायची नाहीत किंवा शाळेत गेली तर निरनिराळ्या कारणांनी लवकर परत यायची. त्यांचे गैरहजेरीचे प्रमाण इतरांच्या दुप्पट, म्हणजे महिन्याला २५ दिवस होते. (इतर मुले सरासरी १२ दिवस गैरहजर होती.)

अभ्यासात व परीक्षेच्या निकालातही ही मुले इतर मुलांच्या मागे होती.

गैरहजेरीची कारणे -

१) आई - बाबांचे आजारपण व दारू पिणे.

२) आई - वडिलांचे वाद, भांडणे, एकटे एकटे, हरवल्यासारखे वाटणे.

३) मित्र नसणे.

४) शाळेतील इतर मुलांची दादागिरी.

५) शिक्षकांशी व इतर मुलांशी न जुळणे.

यावर उपाय म्हणजे आपण चांगले पालक व्हायला शिकले पाहिजे. या विषयावरील पुस्तके, लेख, कार्यक्रम बघावे. डॉ. श्रीकांत चोरघडे (पत्ता : तारांगण, राजवी धरमपेठ, नागपूर) यांनी या विषयावर छान पुस्तके लिहिली आहेत. ती वाचावीत. (स्वत:ला घडविताना, शाळेतील मुलांसाठी, अडगुळंमडगुळं, तान्हुल्यांच्या आई - बाबांसाठी व त्यांच्या पालकांसाठी इ.) पालकनीती मासिक घ्यावे, वाचावे. ही माहिती सर्वांना गप्पा, फोन, ई-मेल, एस.एम.एस., लेखांनी द्यावी. टि. व्ही., रेडिओ, इंटरनेट वृत्तपत्रे यांच्या मदतीने सर्व भाषांतून ती

द्यावी व देश चांगला करावा. सर्व शाळांतील सर्व पालकांनी ही माहिती सर्वांना द्यावी. तिचे जाहीर वाचन सर्व शाळांत, अंगणवाड्यांत, महिला मंडळात, क्लबमध्ये व्हावे, ही आपल्याला प्रार्थना!

आजारानंतर मुलाला शाळेत केव्हा पाठवावे?

हे खालील मुद्यांवर आधारित असते.

१) मुलाची सर्वसाधारण प्रकृती कशी आहे?

२) आजार छोटासा आहे की लांबलेला?

सर्दी-तापासारख्या आजारात ताप गेल्यावर एक दिवस जादा घरी ठेवून मग शाळेत पाठवावे.

विषमज्वरासारख्या लांबलेल्या आजारानंतर २ दिवस ठणठणीत राहून दिवसभर खेळून रात्री बाळाला थकवा न आला की, मग तिसऱ्या दिवशी पाठवावे.

३) संसर्गजन्य आजार

हे आजार इतरांना होऊन खूप मुले आजारी पडू शकतात म्हणून संसर्गजन्य रोगांमध्ये त्या आजाराची लागण होण्याचा काळ संपल्यावर त्याला शाळेत पाठवावे.

उदाहरणार्थ कांजण्यांमध्ये - सर्व कांजण्यांच्या खपल्या सुकल्यावर मुलाला शाळेत पाठवावे.

१) सर्दी-खोकला-ताप - तापानंतर १ दिवस घरी ठेवून पत्र पाठवावे.

२) गालगुंड - सूज उतरेपर्यंत.

३) गोवर - पुरळीचे ३ दिवस.

४) कांजण्या - १ आठवडा सर्व कांजण्या खपल्या धरेपर्यंत.

५) कावीळ - ३ आठवडे.

परीक्षेच्या वेळी

संसर्गजन्य आजार असलेल्यांची एक तर नंतर बरे झाल्यावर परीक्षा घ्यावी किंवा त्याची बसण्याची स्वतंत्र व्यवस्था करावी. त्या मुलांना इतरांच्या १-२ तास आधी वा नंतर येण्यास सांगावे म्हणजे त्यांचा इतरांशी संसर्ग येणार नाही.

सावध व्हा!
अपुऱ्या झोपेने मुलांचे वाटोळे होते;
मस्त झोपा. मस्त जगा!

ही आमच्या मुलीची गोष्ट. ती सहावीत होती. नेहमी पहिल्याच पाचात येणाऱ्या आमच्या मुलीचा सहामाही परीक्षेत ३६ वा नंबर आला. असे का असावे? या काळजीने आम्ही शाळेला भेट दिली. तिच्या वर्गशिक्षिकेने सांगितले, 'तुमची मुलगी ना? नेहमी सुस्त, दोन्ही हातावर डोके ठेवून बसलेली असते.'

मला कळले काय झाले ते. आम्ही नुकतीच टि. व्ही. केबल घेतली होती. रोज रात्री ९ ते १२ सर्व सिनेमा बघायचे. त्यानंतर झोपायचे. मुलांची सकाळी ७ ची शाळा. त्यांची झोप व्हायची नाही. मग शाळेत व दिवसभर सुस्ती. अभ्यास निकाल खराब. दुसरे काय होणार?

आम्ही घरी येऊन केबल काढली. आणि मुलीची गाडी रूळावर आली. पुढे हीच मुलगी उत्तम गुणांनी डॉक्टर झाली, हा झाला स्वत:चा अनुभव. दिल्लीच्या डॉ. रवी गुप्ता व सहकारी यांचा अभ्यास हे दाखवतो, की अपुऱ्या झोपेमुळे सर्वच मुलांचे वाटोळे होत आहे.

डॉ. रवी गुप्ता व सहकारी (Email : manbhatia1@rediffmail.com) पत्ता सायकिआट्री विभाग *** रुग्णालय, दिल्ली - १५ यांनी ९ वी ते १२ वीच्या मुलांच्या झोपेचा अभ्यास केला. दिल्लीच्या ३ शाळांतील घरी कुणालाही झोपेचे आजार नसलेले निरोगी १९२० विद्यार्थी यात सहभागी झाले. इंडियन पेडिऑट्रिक्स मार्ग २००८ मध्ये हा लेख प्रसिद्ध झाला.

मुलांना पुरेशी झोप मिळाली नाही तर त्यांचे आयुष्य कमी होते. आयुष्य खराब होते. त्यांची शारीरिक वाढ खुंटते. त्यांची शिक्षणक्षमता, वागणूक, बौद्धिक विकास बिघडतात. आपली मुले कशी झोपतात? याचा असला हा भारतातला पहिलाच अभ्यास. आपल्यासाठी धडे कंसात देत आहोत (माहिती मोठ्यांनाही उपयोगी) मागील ६ महिने रोज ही मुले कशी झोपली व त्यांच्या अडचणी यांची माहिती प्रश्नावली भरून मुलांनी दिली,

निरीक्षण - मुलाचं सरासरी वय १५ वर्षे होते. ते सरासरी ७-८ तास रोज झोपतात. बहुतेक मुले रात्री अकराला झोपतात. बिछान्यावर पडल्यावर झोप लागायला २४ मिनिटे लागतात.

सकाळी ५ ते ६ च्या दरम्यान उठतात; दर ५ पैकी २ मुले रात्री एकदा तरी पाणी प्यायला किंवा शू करायला उठतात. पुन्हा झोप लागायला सरासरी १७ मिनिटे लागतात. (जे पाणी पिण्यासाठी उठतात त्यांनी पाणी पिऊन झोपावे. जे शू करायला उठतात त्यांनी झोपण्याआधी शूला जावे.) ९ वी पेक्षा १० वी १२ वीतील मुले कमी झोपतात. लवकर उठतात. अभ्यासाची, भविष्यची काळजी व त्याचा ताण यामुळे हे होते.

मुलांना रोज ८ ते ९ तास झोप आवश्यक असते. त्याने ते दिवसभर सर्वोत्तम उत्साही व जागी राहतात. झोप कमी झाली तर मुले दिवसा पेंगुळतात; निरुत्साही सुस्त असतात. त्यांना सारखी झोप येते. पाय दुखतात. लक्ष कमी लागते. शिक्षणक्षमता कमी होते.

गरजेपेक्षा एक तास एखाद्या दिवशी झोप कमी झाली तर आपल्यावर १ तास झोपेचे कर्ज राहते. दुपारी झोपून ते फेडावे लागते. असे रोज झोपेचे कर्ज राहिले व हे कर्ज वाढत गेले तर तब्येत बिघडते. शिक्षणक्षमताही बिघडते. शिकलेले कळत नाही कळले तरी आठवत नाही. (म्हणून रोज, विशेषत: परीक्षाकाळात झोप पूर्ण होणे अत्यावश्यक आहे. याने 'परिक्षेत आठवले नाही. गणितात अजाणतेपणी छोट्या-छोट्या चुका केल्या' आदी प्रकार घटतील.)

झोपेचं कर्ज

मुलांना ८-९ तास रोज झोप लागते; पण प्रत्यक्षात ७-८ तासच मिळते. याचा अर्थ त्यांचेवर रोज १ तास झोपेचे कर्ज राहते. याने त्यांचा रोजचा दिवस खराब होतो.

या अभ्यासात असे दिसले, की निम्म्याहून जादा मुलांना रोज दिवसा सुस्त वाटायचे. झोप यायची व निम्मी मुले रोज दिवसा झोपायची, पण? झोपून उठल्यावर मस्त ताजेतवाने वाटणे ही चांगली झोप मिळाल्याची पावती. पण, निम्म्यापेक्षा जास्त मुले सकाळी उठल्यावर ताजी नसतात. याचा अर्थ निम्म्यापेक्षा जास्त मुलांना नीट व पुरेशी झोप मिळत नाही. दर दहाव्या मुलाला डास, लाईट सुरू असणे, बिछाना लहान असणे आदी कारणांनी झोपमोड झाल्याची कारणे निर्माण होतात. हे टाळा.

चहा कॉफीमध्ये कॅफेन नावाचे उत्तेजक द्रव्य असते. त्याने निद्रानाश होतो, लवकर झोप येत नाही. हे टाळलेले बरे, मुलांनी टाळावे यासाठी मोठ्यांनी पण सोडावे. रात्रीच्या टि. व्ही. ने झोपायला उशीर होतो, पाहिलेले प्रसंग डोक्यात राहून झोप खराब होते. सूर्यास्तानंतर टि. व्ही. न लावलेलाच बरा. 'टि. व्ही., कॉम्प्युटर, इंटरनेट झोपायच्या खोलीत अजिबात ठेवू नये.'

अगदी मंद उजेडात ही झोप खराब होते. सर्व दिवे रात्री मालवा. हवे तर जवळ टॉर्च ठेवा. खूपदा शेजाऱ्यांच्या टि.व्ही., रेडिओचा पण त्रास होतो, सिंगापूरमध्ये घराबाहेर टि. व्ही., रेडिओ, फोनचा आवाज आला तर शिक्षा होते. आपल्या टि. व्ही., रेडिओ घराची व फोनची बेल व सर्व उपकरणांचे आवाज कमी कमी ठेवा.

प्रत्येक गृहनिर्माण सोसायटीत राहणाऱ्यांपैकी निम्मी मुलेच आहेत. आज सोसायटीची सभा बोलवा. हा लेख सगळे वाचा व सोसायटीच्या नियमावलीत टि. व्ही., रेडिओचा, फोनचा आवाज कमी ठेवायचा नियम करा. हा कायदा करेल त्यालाच येत्या निवडणुकीत मत द्या. परीक्षेच्या दिवसात मुले जास्त अभ्यास करतात. त्यामुळे त्यांचा मेंदू जास्त थकतो. त्याला जास्त विश्रांती लागते. त्यामुळे मुलांचा झोपायचा वेळ वाढतो. परीक्षेच्या दिवसांत मुले जास्त झोपतात. पालकांनी त्याबद्दल आनंदी, समाधानी असावे. रागावू नये. चांगली झोपून ताजी झालेली मुले चुका कमी करतात व जास्त गुण मिळवतात.

अभ्यासाचे धडे

वरच्या वर्गातील जवळजवळ सर्व मुलांना रोज एक तास कमी झोप मिळते. हे झोपेचे कर्ज रोज त्यांच्यावर राहते. त्यांची रात्री झोपमोड होते. त्यामुळे दिवसा पाय दुखतात व ते दिवसा सुस्त राहतात. आपल्या ओळखीच्या

सर्वांना हा लेख दाखवून बिनपैशात मुलांचे आरोग्य सुधारा. ही सर्वोत्तम देशसेवा आहे.

रात्री उजेड कमी करा.

'दिवा लावला देवापाशी, उजेड पडला तुळशीपाशी' असे आपण म्हणतो. घरात खूप उजेड असतो. त्याने झोप बिघडते. जेवताना घास नाकात जाणार नाही लॅम्प दिसेल एवढाच उजेड ठेवा. प्रथम ट्यूबलाईट काढा. ज्याला वाचायचे त्याने टेबललॅम्प लावावा. हे करूनही उजेडाचा त्रास होत असेल तर डोळ्यांवर काळी पट्टी लावून झोपा.

महाराष्ट्रात वर्षाचे १० महिने उकाडा असतो. प्रत्येक कपड्याने उकाडा वाढतो. निद्रानाश होतो. झोपताना ढिले व कमीत कमी कपडे घाला.

रोज खूप कमी व खूप जास्त झोपणारे अल्पायुषी असतात. हे टाळा. रात्री लवकर झोपावे. झोप येत नसल्यास झोप आणणाऱ्या नावडत्या विषयांचा अभ्यास करावा. (सामाजिक शास्त्र, गणित आदी)

त्यामुळे लगेच झोप लागेल. शवासन करावे. रात्री लवकर झोपावे, संपूर्ण झोप झाल्यावर आपोआप जाग यावी. हे सर्वोत्तम.

जो रात्री नीट झोपत नाही. त्याला दिवसा झोप येते. अभ्यास, काम बिघडते. तेव्हा आजपासून मस्त झोपा, मस्त जगा, राष्ट्रगीतात म्हणतात तसे 'भारतभाग्यविधाते' व्हा!

नीट झोप न लागणे, हा जगात सर्वात जास्त लोकांचा आजार आहे. याचा एक उपाय व्यायाम आहे.

व्यायाम करा

व्यायाम न करणाऱ्यांना, पुरेसे शारीरिक श्रम न करणाऱ्यांना झोप नीट लागत नाही. रोज १ तास घाम येईल, असा व्यायाम प्रत्येकाने करवा. शाळा, ऑफिस ३ किलोमीटरपर्यंत घरापासून दूर असेल तर पायीच जावे. गांधीगिरी करावी. गांधीजी कित्येक कि. मी. रोज चालायचे. ५ कि. मी. अंतरासाठी सायकल वापरा. त्यापेक्षा लांब शाळा, ऑफिस असेल तरच स्कूटर, रिक्षा, बस वापरा. इतर सर्व ट्यूशन वर्ग लावता तशी व्यायामशाळा मुलांना लावा. सुट्टीत तर लावाच लावा. त्यांना मस्त मजा येईल. प्रत्येक शाळेत व्यायामशाळा हवीच हवी. जेथे व्यायामशाळा नाही ती शाळा शाळाच नाही. घरी जेवायची, झोपायची, बसायची खोली असते तशी व्यायामाची खोली आजच करा.

पूर्वी मुलगा ८ वर्षांचा झाला, की त्याचा व्रतबंध संस्कार व्हायचा. त्याला चांगल्या जगण्याचे धडे द्यायचे. कुणाचे उष्टे खाणार नाही, दिवसा झोपणार नाही, खोटे बोलणार नाही, गुरूंचे ऐकेन. हे त्यातले चांगले धडे होते. आपल्या मुलांकडून देवाला नमस्कार करून घेईन ही प्रतिज्ञा घ्या. आज व रोज मुले भांडली, की झोपेतही तोच विचार करतात. त्यांची झोप खराब होते. त्यांना कुणी चुकले तर क्षमा करायला व ते चुकले तर माफी मागून भांडण मिटवायला शिकवा. सर्वात छान म्हणजे रोज सकाळी व सायंकाळी मुलांनी पालकांसह देवासमोर ५ मिनिटे शांत बसावे. प्रार्थना करावी व नंतर गेल्या प्रार्थनेपासून या प्रार्थनेपर्यंत आपण कसे जगलो हे आठवावे. केलेल्या चुका कशा टाळाव्या व केलेली चांगली कामे कशी अजून चांगली करायची याचा विचार करावा व तसे नंतर वागावे. याने आपले, मुलांचे व देशाचे, जगाचे कल्याण होईल. निद्रानाशाचा आजारही घटेल.

शरीराच्या महत्त्वाच्या अवयवांचे संरक्षण करा

आपल्या छोट्याशा डोक्यात शरीराचे सर्वात महत्त्वाचे भाग आहेत / अवयव आहेत. ते म्हणजे डोळे, कान, नाक, जीभ, दात आपला मेंदू डोक्याच्या हाडाच्या आवरणात आत सुरक्षित आहे.

आपला चेहरा खूपच महत्त्वाचा आहे. आपल्या डोक्याचे 'इजा' होण्यापासून रक्षण करा.

(१) मित्रांशी भांडताना मित्राचे डोके भिंतीवर आपटू नका.

(२) केसांची निगा राखा. त्यात उवा, घाण जमा होऊ देऊ नका. केसांना तेल लावा.

(३) चांगले अन्न खाल्ले तरच केस नीट वाढतात. अन्न रोज कमी पडले तर केससुद्धा बारीक व खराब होतात. शितावरून भाताची व केसावरून तब्येतीची / आहाराची परीक्षा करता येते.

हे करा.

(१) डोक्याला जखमा होऊ देऊ नका.

(२) केस स्वच्छ आहेत का बघा.

(३) केस नीट वाढतात का बघा. लाल-भुरे केस, बारीक, खराब केस, कमी केस दिसले म्हणजे उपासमार होते आहे, हे जाणा.

हे करा.
डोळे नीट बघा.

(१) ते चमकदार हवेत. ते चमकदार आहेत की मातीसारखे आहेत?

(२) डोळ्यांमधून सतत (विनाकारण) पाणी येते का? काही त्रास आहे का? खाज येते का?

(३) डोळे लाल आहेत का?

(४) डोळे दुखतात का?

(५) वर्गात फळ्यावरचे लिहिलेले दिसते का? वाचायला त्रास होतो का? बसची नावाची पाटी, नंबरची पाटी वाचता येते का? की त्रास होतो. टि.व्ही. अगदी जवळून बघता का? टि.व्ही. दुरून बघायला त्रास होतो का?

यातील काहीही त्रास असेल तर डोळे डॉक्टरांकडून तपासून घ्या. लक्षात घ्या, की दर दहाव्या मुलाला डोळ्यांचा त्रास असू शकतो. पण हे माहिती नसते. नीट दिसत नसल्याने मुले अभ्यासात मागे पडतात, नापास होतात. डोळे तपासून चष्मा लावला, की ही मुले नीट वाचू शकतात, अभ्यास व जीवनात प्रगती करतात.

'अ' जीवनसत्त्व सरकारी दवाखान्यात मोफत मिळते. ५ वर्षांखालील सर्व मुलांना सरकारी दवाखान्यात 'अ' जीवनसत्त्व १ चमचा पाजतात. त्याने १ वर्षभर पुरेल एवढे 'अ' जीवनसत्त्व मिळते. मातकट डोळे असलेल्या सर्व मुलांनी 'अ' जीवनसत्त्व घ्यावे. सरकारी दवाखान्यात किंवा आपल्या डॉक्टरांकडून.

हिरव्या-पिवळ्या लाल भाज्या व फळांमध्ये भरपूर 'अ' जीवनसत्त्व असते. उदाहरणार्थ, खालील भाज्या आणि फळांमध्ये भरपूर 'अ' जीवनसत्त्व आहे. ही खाण्यात रोज हवीत / वारंवार हवीत.

मस्त फळे, कोशिंबिरी भाज्या खायला शिका व सर्वांना शिकवा.

जेव्हा काही खाल तेव्हा दरवेळी त्यात एकतरी फळ, कोशिंबीर हवीच. काकडी, टोमॅटो ही फळेच आहेत.

कान : कानाचे काम

(१) आपण कानामुळे सुंदर दिसतो. (कानाशिवाय कसे दिसतो ? हाताने कान झाकून आरशात बघा.)

(२) ऐकणे.

(३) चक्कर न येऊ देता आपल्याला स्थिर उभे ठेवणे. तोल न जाता बसणे, उभे राहणे. हे काम कान करतात.

एखाद्या टि.व्ही. चा कार्यक्रम त्याच्या आवाजाशिवाय बघा. बहिरे झालात तर असे जगावे लागेल. (गोंगाटाने, अती आवाजाने) कान खराब होऊन आपण सर्व हळूहळू बहिरे होत आहोत. म्हणून शक्य तेव्हा आवाज / गोंगाट कमी करा. टि.व्ही, रेडिओ, मोबाईलचे आवाज कमीत कमी ठेवा.)

या सर्वांनी आपण बहिरे होतो हे सर्वांना सांगा.

शहरात उंच इमारतींनी आवाज परावर्तित होऊन आवाजाची तीव्रता खूप वाढते. शहरात फटाके वाजवू नयेत.

शहरात उंच-उंच इमारती दाटीवाटीने उभ्या असतात. आरसे उजेड परावर्तित करतात; तशा भिंती आवाजाच्या लहरी परावर्तित करतात. त्यामुळे आवाजाची तीव्रता खूप पटींनी वाढते.

फटाके गच्चीत वाजवले तर आवाज मोकळ्या आकाशात जाईल, शहरातील नागरिक बहिरे होणार नाहीत. आवाजाचे फटाके टाळा. टाळता आले नाही तर गच्चीत वाजवा. पण गच्चीवरून खाली पडू नका. सावध राहा. कोणातरी वडील मंडळींना सोबत घ्या.

सर्वात चांगले म्हणजे घरच्या सोसायटीची सभा घ्यायला सांगा. त्यांना सांगा, की प्रत्येक घरी निम्मी मुले आहेत. म्हणजे सोसायटीत पण निम्मी राहणारी मुलेच आहेत. त्यांना खेळायला गच्ची हवी. ती सुरक्षित करून घ्या. कठडे उंच करून घ्या. पाइप भिंतीजवळ करून गच्ची खेळायला मोकळी करून घ्या. रोज गच्चीत खेळा व दिवाळीत फटाके उडवायचे असतील तर गच्चीतच उडवा.

हे केल्याचे मला पोस्टकार्ड टाकून कळवा.

लक्षात ठेवा एकदा बहिरे म्हणजे नेहमीसाठी बहिरे, गोंगाट टाळा, बहिरेपणावर इलाज आहे; पण बहिरेपणा आणणारा गोंगाट टाळलेलाच बरा.

कान

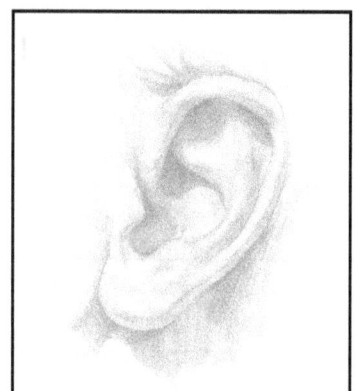

(१)   कान दुखतो का ?

कान ओढून बघा.

कानासमोरचा भाग दाबून बघा.

कानामागचे हाड दाबून बघा.

(२)   कानातून पाणी, रक्त, पू येतो का ?

(३)   कानात काही वाजते आहे असे वाटते का ?

(४)   ऐकायला नीट येते की कमी येते ?

हे सर्वांना सांगा.

(१)   कानात पिन, काडी, टोकदार वस्तू टाकू नका.

(२)   गोंगाट, मोठे आवाज यापासून दूर राहा. गोंगाट करू नका.

हे बघा –

(१)   कानातून पाणी येते का ?

(२)   कानात मळ आहे का ?

(३)   कान दुखतो का ?

(४)   ऐकायला त्रास होतो आहे का ? ऐकायला कमी येते का ?

ऐकण्याचे दोष / बहिरेपणा टाळता येतात. सुधारता येतात.

डॉक्टरकडे केव्हा जावे ?

(१)   कान दुखतो.

(२)   कानातून पाणी / पू / रक्त येते.

(३)   ऐकण्यात अडचण / कमी ऐकायला येते.

(४)   कानात विचित्र आवाज येतो.

(५)   चक्कर येते.

दात : दात आहे तरच जगू शकू !

बिनदाताचा सिंह / वाघ उपाशी मरेल.

बिनदाताचा माणूस पण.

पण जवळजवळ सर्वांचे दात किडलेले आहेत. किडलेल्या दातांमध्ये आजाराचे जंतू घर करून राहतात. ते आपल्याला वारंवार आजारी करू शकतात. किडक्या दातांनी जेवताही येत नाही. दात दुखत असेल तर कशातच लक्ष लागू शकत नाही.

मिठाने दात किडवणारे जंतू मरतात. (या जंतूचे शास्त्रीय नाव स्ट्रेप्टोकॉक्स) म्हणून घरच्या सर्वांनी जेवल्यावर बारीक मिठाने दात घासले तर सर्वांची दाताची कीड कमी होते, दातदुखी कमी होते, तोंडाचा खराब वास जातो; असा खूप लोकांचा अनुभव आहे. तुम्ही करून बघा. रोज घरी सर्वांनी जेवल्यावर बारीक मिठाने दात घासा व आपला अनुभव मला कळवा.

दातांची नीट काळजी घेतली तरच ते १०० वर्षे छान राहतील. दात राहिले तरच तुम्ही राहाल. दात हिरड्यांमध्ये बसवलेले असतात. हिरड्या खराब झाल्या, सडल्यास दात पडतात.

दात गुलाबी हिरड्यांमध्ये बसवलेले असतात. खूप लोकांचे दात किडलेले व हिरड्या सुजलेल्या, आजारी असतात. हिरड्या खराब झाल्या तर चांगले दातही पडू शकतात.

दात व हिरड्यांचे आजार कसे टाळावे ?

(१) जेवल्यावर मिठाने दात घासा.

(२) सकाळी उठल्यावर व रात्री झोपण्याआधी दात घासावे.

(३) फळे, कोशिंबिरी, कच्चे पदार्थ हे दात व हिरड्यांचे रक्षण करणारे नैसर्गिक ब्रश, पेस्ट आहेत. ते खाताना दात, हिरड्या घासून निघतात, हिरड्या बळकट होतात. म्हणून काहीही खाण्याचा शेवट कच्च्या पदार्थांनी, कोशिंबिरी, फळांनीच करा. हे सर्वांना सांगा.

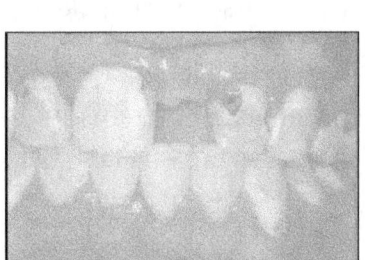

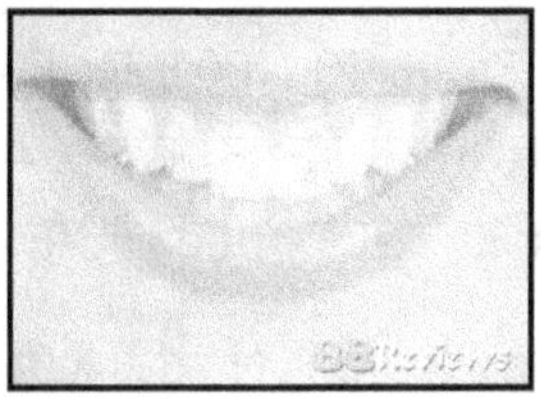

एकदा दातांच्या डॉक्टरांना भेट द्या.

निरोगी हिरड्यांमध्ये दात मजबूत राहतात.

हिरड्या कशाने खराब होतात ?

आपण शिजवलेले मऊ अन्न खातो. त्याचे थर दातांवर राहतात. या थरांनी हिरड्यांना इजा होते. हिरड्या लाल होतात, सुजतात, दुखतात. त्यातून कधी-कधी रक्त येते. हिरड्या सडल्या, की दात ढिले होऊन पडू शकतात.

या मऊ अन्नावर स्ट्रेप्टोकॉक्स नावाचे जंतू वाढतात. ते आम्ल (ॲसिड) तयार करतात. या आम्लाने दात झिजतात. त्यात खड्डा पडतो.

धडा – दरवेळी काहीही खाताना त्यात कच्ची कोथिंबीर, फळे हवीतच! खाण्याच्या शेवटी ती जरूर स्वतंत्रपणे खावीत. ही ब्रशसारखी पेस्ट दात साफ करण्याचे काम करतात.

मिठाने दात घासा, दातातील कीड व तोंडाचा खराब वास घालवा

किडके दात हा भारतातील सर्वाधिक लोकांचा आजार आहे. यापैकी काही लोकांच्या तोंडाला एवढा खराब वास येतो, की आपण त्यांच्याजवळ उभेही राहू शकत नाही. आताच आरशात आपले दात सर्व बाजूंनी नीट बघा, कीड आहे का कळेल. जवळच्या व्यक्तीला माझ्या तोंडाला खराब वास येतो का, हे विचारा व खरे उत्तर मागा.

किडक्या दातांनी अन्न नीट चावता येत नाही. त्याने अन्न अंगी लागत नाही. अनंत भारतीय त्यामुळे बारीक, अशक्त कमी उत्पादन शक्ती असलेले, आजारी, अल्पायुषी व दु:खी आहेत.

सर्व डॉक्टरांचे अनंत प्रयत्न व करोडो रुपयांचे दाताचे ब्रश, पेस्ट, पावडरी वापरूनही करोडो भारतीयांचे दात किडलेले आहेत. याचा अर्थ असा, की भारतीयांना दात कीडमुक्त करण्यासाठी नवीन काहीतरी करावे लागेल. आणि आपले दात चांगले राखायला आपल्यालाच काहीतरी करावे लागेल. यासाठी खालील माहिती वाचा.

स्ट्रेप्टोकॉक्स नावाच्या बॅक्टेरियांनी दात किडतात. बॅक्टेरियांना मराठीत 'जीवाणू' म्हणतात. एका सुईच्या टोकावर खूप जीवाणू मावतात. घरी एकाचे दात किडलेले असतील तर सर्वांचे दात किडतात.

स्ट्रेप्टोकॉक्स् जीवाणू सूक्ष्मदर्शकाखाली आपण बघू शकतो. सर्व जीवाणूंचे दोन वर्ग आहेत. एक हॅलोफिलीक म्हणजे मिठाने न मरणारे व हॅलोफिबीक म्हणजे मिठाने मरणारे. आपल्याला आजारी करणारे सर्व जीवाणू हॅलोफिबीक आहेत. ते मिठाने मरतात.

दुधाचे दही हे लॅक्टोबॅसिलस् नावाच्या चांगल्या जीवाणुंनी होते. दूध हे त्यात जीवाणू वाढल्यामुळेच नासते. आंबे व मासे सुद्धा जिवाणूंमुळे नासतात. लोणचे करताना मीठ लावलेले लोणचे नासत नाही.

निष्कर्ष : (१) मिठाने दात किडवणारे स्ट्रेप्टोकॉक्स जंतू मरतात.

(२) रोज मीठ लावलेली वस्तू खराब होत नाही.

मिठाने दात घासले तर लाळेमधील मिठाचे प्रमाण वाढते. त्यामुळे दात किडवणाऱ्या स्ट्रप्टोकॉक्स जीवाणुंच्या शरीरातील पाणी कमी होते व ते मरतात, दात कीडमुक्त होतात. जेवताना ताटात मीठ वाढतात. जेवल्यानंतर उरलेल्या मिठाने रोज दोन्ही वेळा आपले दात घासावे. हे बारीक मीठ असते. त्याने दातांना किंवा तोंडाला आतून इजा होणार नाही. सकाळी उठल्यावर व रात्री झोपतानाही मिठाने दात घासावे.

मीठ सगळ्यांच्या घरी असते याला नवीन खर्च करावा लागत नाही. हा साधा सोपा खर्च आहे. हे सर्वांनी केल्यास सर्वांची दातकिडी कमी होईल. आरोग्य सुधारेल. आहार सुधारल्यामुळे तब्येती सुधारतील व आरोग्य सुधारेल. हे बिनखर्चात होईल. बिनखर्चात कुठली गोष्ट होईल याला जगप्रसिद्ध जपानी व्यवस्थापन शास्त्रात 'कायझन' असे म्हणतात.

आपण सर्वांनी जेवणानंतर काही खाल्ल्यावर व झोपण्याआधी व उठल्यावर दरवेळी बारीक मिठाने बोटाने दात घासले तर आपल्या सर्वांचा तोंडातील स्ट्रेप्टोकॉक्स म्यूरॉन्स जीवाणुंचे प्रमाण कमी होईल. याने नवीन दात किडणे थांबेल व पुढील पिढ्यांचे दातही किडणार नाहीत. ज्यांच्या तोंडाला खराब वास येतो, तोही याने जाईल. ज्यांना मीठ पावडर वापरायची नाही; त्यांनी मिठाच्या पाण्याने गुळण्या केल्या तरी हा फायदा होईल. रोज मिठाने दात घासा, फायदा होतो का बघा.

आपण गहू, तांदूळ, मका आदी वस्तू खातो. पीठ स्टार्चचे बनलेले असते. प्रत्येक स्टार्चचा कण हा कित्येक ग्लुकोज साखरेच्या कणांपासून बनलेला असतो. आपण साखर, गूळ व गहू, तांदूळ, मका यांचे पदार्थ खातो. त्यांचे कण आपल्या तोंडात राहतात. तोंडातील स्ट्रेप्टोकॉक्स म्यूरॉन्स जीवाणुंमुळे या कणांपासून आम्ल तयार होते. या आम्लामुळे दातांना खड्डे पडतात. आपल्या हाडांसारखे दात हे कॅल्शिअमचे, चुन्याचे बनलेले असतात. आम्लामुळे ते विरघळतात व दातांना खड्डे पडतात. दात खराब होतात, किडतात. किडके दात दुखतात. त्यामुळे दात किडलेले लोक नीट जेवू शकत नाहीत. त्यांची उपासमार होते. वारंवार दातांच्या मुळाशी गळू होणे, ताप येणे, सुस्ती, भूक नसणे, पोटांचे विकार, नीट बोलता न येणे, तोंडाला खराब वास येणे, त्यामुळे समाजात मागे पडणे, उपासमार होणे, उंची खुरटणे, वजन न वाढणे, अशक्तता, हे सर्व होते. दात किडताना आधी दातांवर छोटा पांढुरका डाग पडतो. मग तेथे खड्डा पडतो.

संगमरवरी फरशी पण कॅल्शियमची / चुन्याची बनलेली असते. त्यावर आम्ल पडले तर ती झिजते. असेच दातही आम्लांनी झिजतात. चिंच खाल्ली की, खूप सफरचंद खाल्ले की, त्यातील आम्लाने दात आमतात व झिजतात. हृदयविकार, ॲसिडिटी यांचाही दातकिडीशी संबंध असल्याचे काही संशोधक सूचित करतात.

आपल्या तोंडात, लाळेत लॅक्टोबॅसिलाच नावाचे जीवाणू असतात. हे लॅक्टोबॅसिलच नावाचे जीवाणूच दुधाचे दही बनवतात. तेव्हा आम्ल बनते. दही जेवढे जास्त जुने तेवढे आम्लामुळे आंबटपणाचे प्रमाण वाढते.

आपण दूध तापवले नाही तर ते नासते. हे कामही जीवाणूच करतात. जीवाणूच आपले दात नासवतात. दात किडवतात. गूळ व साखर सर्वांत जास्त लवकर दात किडवतात. या दोघांमधील साखरेचे शास्त्रीय नाव 'सुक्रोज' असे आहे. जीवाणुंच्या प्रक्रियेमुळे सुक्रोजपासून ग्लुटॉन नावाचा कण बनतो. याच्या आधाराने जीवाणू दातांना घट्ट चिकटतात. या जीवाणुंनी बनवलेल्या आम्लाने दाताला खड्डा पडतो.

या खड्ड्यात लॅक्टोबॅसिलस आदि सर्व जीवाणू वाढतात. लॅक्टोबॅसिलस दुधात अधिक जलद वाढतात. आपण दुधात साखर टाकून पितो. मुलांनाही देतो. झोपेत जी मुले बाटलीने साखर घातलेले दूध पितात त्यांच्या तोंडातील जंतूंना तर ती मेजवानीच असते. त्यामुळे अशा मुलांचे दात अति जलद किडतात.

धडा : मुलांचे दूधच बंद करा. शंका काढू नका. साखरेच्या गोळ्या, चॉकलेट पण दातांना चिकटतात व दात जलद किडवतात. इतर अन्नातील साखरेपेक्षा हे जास्त हानिकारक आहे. मुलांना गोळी, चॉकलेट देऊ नका. चणे, शेंगदाणे द्या.

किडके दात असलेली १०० टक्के मुले असलेल्या आपल्या देशात गोळी-चॉकलेटवर बंदी आणू या. त्याऐवजी मुलांना चणे-दाणे, फळे द्या.

चणे - शेंगदाण्यांमध्ये, फळांमध्ये स्टार्च व सुक्रोज नसते.

पहिल्या वर्षी बाळाचे दात आले, की ते लगेच किडायला लागतात. घरी मोठ्यांच्या लाळेमध्ये स्ट्रेप्टोकॉक्स म्युरॉन्सचे जीवाणू असतात. त्यांची लागण मुलांना होते व त्यांच्याही तोंडात ते घर करतात.

घरच्यांचे दात किडलेले असतील तर या जीवाणुंचे प्रमाण त्यांच्या लाळेत खूप जास्त असते. अशा वेळी मुलांचे दात जास्त लवकर किडतात. जंतूंची लागण झाल्यापासून १२ ते १६ महिन्यांत दात किडायला लागतात.

जर घरी दात किडले नाही, तर बालवाडीत, अंगणवाडीत किडके दात असलेल्या मुलांचे उष्टे अन्न खाल्ले, की दातकिडीचे जंतू भेट मिळतात; हे टाळावे.

बाजारातील फळांच्या रसातही खूप साखर असते. ते मुलांना देऊ नये. फळेच द्यावीत. बाटली, दूध, साखर टाळावे. बिस्किटे, गोळ्या, चॉकलेट टाळावे. त्याऐवजी चणे-दाणे फळं द्या. विशेषत: वाढदिवसाला.

प्रतिबंध

आपल्या पिण्याच्या पाण्यात १ पी. पी. एम. (पार्ट पर मिलियन म्हणजे १० लाखांत ब १ भाग) एवढे फ्लुरॉईड असेल तर दातकीड कमी होते. आपल्या नगरपालिकेत माहितीच्या अधिकाराचा वापर करून, आपल्या पाण्यात किती फ्लुरॉईड आहे ही माहिती आजच मिळवा. कमी असेल तर नगरसेवकाला त्यात फ्लुरॉईड टाकायला विनंती करा. फ्लुरॉईडयुक्त पेस्टने दात घासले तर फायदा होतो.

आठ वर्षांपर्यंत मुले स्वत: नीट दात घासू शकत नाहीत म्हणून आठ वर्षांखालील मुलांचे दात आई-बाबांनी घासून द्यावेत. मुलांसाठी वाटाण्याएवढी पेस्ट पुरे, कारण ते ती गिळतात. थुंकून टाकत नाहीत.

सर्वात महत्त्वाचे

सूक्ष्मजंतूशास्त्र (मायक्रोबायोलॉजी) या शास्त्रात स्ट्रेप्टोकॉक्ट्स जंतूला 'हॅलोफोबीक' म्हणतात. हॅलोफोबीक म्हणजे आपल्या घरच्या स्वयंपाकघरातील मिठाने मरणारे जंतू.

आपण सर्वांनी जेवणानंतर काही खाल्ल्यावर व झोपण्याआधी व उठल्यावर दरवेळी बारीक मिठाने बोटाने दात घासले तर आपल्या सर्वांच्या तोंडातील स्ट्रेप्टोकॉक्स म्यूरॉन्स् जीवाणुंचे प्रमाण कमी होईल. याने नवीन दात किडणे थांबेल व पुढील पिढ्यांचे दातही किडणार नाहीत.

ज्यांच्या तोंडाला खराब वास येतो, तो ही याने जाईल. ज्यांना मीठ पावडर वापरायची नाही, त्यांनी मिठाच्या पाण्याने गुळण्या केल्या तरी हा फायदा होईल. याने किडीचे जीवाणू मरतील. याने जुने दातातील खड्डे भरणार नाहीत. पण दातांमध्ये नवीन खड्डे पडणे कमी होईल. रोज मिठाने दात घासा, फायदा होतो का बघा.

विभाग तिसरा

मुलांचे गंभीर आजार

रडणारी मुले म्हणजे यमराजाचा भोंगा असतो. त्याच्याकडे दुर्लक्ष करू नका. एखादं रडणारं बाळ शांत झालं तर सावध व्हा. एक तर ते बरे होत आहे किंवा ते एवढे खराब झाले आहे, की त्याला रडायलाही जोर नाही, अशी मुले दगावतात. प्रत्येक मुलाला सावधपणे बघा कारण मुलं केव्हाही गंभीर होतात व दगावतात.

दमा – चारचौघांपेक्षा जास्त खोकला असणारी मुले ही दमेकरी असतात. १० टक्के लोकसंख्या अशी आहे. त्यांना दम्याच्याच औषधाने गुण येतो. खूप खोकला आहे व तो बरा होत नाही तर तुम्ही त्याच्या तोंडामध्ये ब्रिकॅनिल नावाची अर्धी गोळी २.५ मिलीग्रॅमची गोळी ठेवा. त्याला जर दम्याची प्रवृत्ती असेल तर त्याला एक मिनिटांत बरं वाटेल. मुलगा बरा होईल. ह्यानंतर दरवेळी त्याला जर खोकला आला तर त्याला दम्याचे औषध द्या. दम्याची प्रवृत्ती असेल तर जो खोकला येतो; तो साध्या औषधाने जात नाही. तो ब्रिकॅनिल, ॲस्थालीननेच जातो.

पित्त – पित्त म्हणजे ॲंजीओन्युरॉटिक इडीमा. ॲंजीओन्युरॉटिक इडीमा का होतो ? ॲलर्जी ज्या वस्तूने होते त्यांनी कॅपीलरी (म्हणजे केश वाहिन्या केसा एवढ्या बारीक रक्त वाहिन्या) गळायला लागतात. नेफीडेपीन दिल्यामुळे सूज कमी होऊन जाते. एक तासामध्ये गुण दिसतो. जेव्हा पित्त आहे का किंवा लघवीच्या आजारामुळे डोळ्याला सूज आली आहे का, अशी शंका येईल तेव्हा तोंडामध्ये नेफिडेपीन किंवा डेपीनची अर्धी गोळी ठेवा किंवा कॅप्सूल तोंडात पिळा व एका तासाने बघा, एका तासाने सूज कमी झालेली तुम्हाला दिसेल. इंडियन पेडिॲट्रिक्समध्ये हे आमचे संशोधन १९९३ मध्ये प्रसिद्ध झाले आहे.

बद्धकोष्ठता – मुलांमध्ये उपासमार हे बद्धकोष्ठतेचं सर्वाधिकवेळा कारण आहे. आमची सर्व मुलं लग्नाला साडे सहा फूट व मुली सहा सव्वा सहा फूट पाहिजेत, ते नाहीत. त्याचं कारण ते अठरा वर्षे वाढले तेव्हा नकळत झालेली उपासमार हे आहे. दिवसांतून एकदाही पातळ अन्न दिलं तर उपासमार होते. उपाशी माणसाला शौचास होत नाही. तुम्ही काही न खाता उपवास करा. दुसऱ्या दिवशी तुम्हाला शौचास होणार नाही असं आठवडाभर झालं तर जी शौचास तयार होते त्याचा खडा होतो हा बाहेर येताना जखम होते, चीर पडते. ती दुखते म्हणून शौचास होत नाही. दूध पिल्याने शौचास अधिक घट्ट होते, कारण त्यातील कॅल्शियममुळे धारदार खडा होतो. त्याला धार असते. त्याने शौचाच्या जागी चीर पडते. म्हणून ते शौचास करत नाही. त्या चिरेला तिथे झायलोकेन दु:ख निवारक मलम आतमध्ये लावायला पाहिजे. मलमाच्या ट्यूबला ॲप्लिकेटर लावा. मलम बाहेर सांडा व ॲप्लिकेटर गुद्द्वारातून आतमध्ये टाका व बाळ जेव्हा शौचासाठी जोर करेल तेव्हा गुद्द्वाराच्या आत मलम लावा. ह्याने लगेच दुखणे जाईल. दुखणं गेल्यानंतर तो शौचास करेल. ते दुखण्यामुळे तेथे कुलूप लागलेले असते. दु:खनिवारक मलम लावल्याने ते निघून जाते व शौचास सुकर होते. हे शौचास पातळ होण्यासाठी तुम्ही सॉफ्टी, पॅरॅफीन फलाक्शी, क्रिमॅफीन यापैकी एखादे औषध द्या आणि आहारात बदल करा आणि त्याचे खिसे भरून ठेवा. २४ तास चणे खाईल. चण्याने गॅस होईल व शौचास मोकळी होईल. तेल-तूप वाढवा. तेल-तुपाने जे पचेल त्याने रूप येईल. जे पचणार नाही जी उरेल त्याने मोकळी शौचास होईल.

उलटी – उलटीच्या औषधाने कधीकधी उलटी थांबत नाही. कारण बहुतेक मुलांना सर्दी-खोकल्यानी घशाला खवखव झाल्यामुळे उलटी येते. ही खवखव काही उलटीच्या औषधाने थांबत नाही. त्याला जर तुम्ही सर्दी-खोकल्याचे चेस्टॉनसारखे औषध दिले तरच ते थांबते आणि खवखव थांबली तर उलटी थांबते. म्हणून उलटीच्या मुलाला आधी सर्दी खोकला आहे का विचारा. त्याला सर्दी खोकल्याचे औषध द्या तरच उलटी थांबेल. तरी जर उलटी होत असेल तरच त्याला रेगलान, पेरीनॉम, ऑनडेम हे औषध द्या.

मुलांचे गंभीर आजार कसे ओळखाल ?

लगेच डॉक्टरकडे केव्हा जावे हे ज्याला समजेल, उमजेल व जो सगळ्यांना सांगेल त्याच्या गावातील खूप मुले वाचतील.

(१) जो मिनिटाला ५० वेळा श्वास घेतो त्याला निमोनिआ झाला आहे. असे समजावे. सगळेच श्वास घेतात पण श्वास घेताना कुणीही दिसत नाही. जो मुलगा श्वास घेताना दिसतो त्याला निमोनिआ झाला, छातीत कफ झाला आहे असे समजावे. जो श्वास घेताना कण्हतो, ज्याचा दम ऐकायला येतो त्याला लगेच डॉक्टरकडे न्यायला पाहिजे. त्याच्या जिवाला धोका आहे. सर्वाधिक मुले निमोनिआने मरतात.

(२) एवढीच जास्त मुले जुलाबाने मरतात. ज्याला दिवसाला तीन पेक्षा जास्त जुलाब होतात, शौचास पातळ होते, ज्या शौचास वास येतो त्याला लगेच डॉक्टरांकडे न्यायला पाहिजे.

(३) नेहमीपेक्षा अलग, विचित्र रडणारा, तासाभरापेक्षा जास्त रडणाऱ्या मुलाला डॉक्टरकडे न्यायला पाहिजे. एक तर त्याला सर्दी किंवा मेंदूला त्रास होत असल्याने तो असा रडतो.

(४) सुस्त झालेल्या, झोपेतून उठणाऱ्या व दूध न पिणाऱ्या मुलाला लगेच डॉक्टरकडे नेले पाहिजे.

(५) आकडी आलेल्या मुलांना लगेच डॉक्टरांकडे न्यायला पाहिजे.

(६) थंडगार किंवा तापाने खूप गरम असलेल्या मुलांना लगेच डॉक्टरांकडे नेले पाहिजे.

(७) काळे-निळे पडलेल्या बाळाला लगेच डॉक्टरांकडे न्या.

(८) खूप रडणाऱ्या, सारखे अस्वस्थ पण हालचाल करणाऱ्या व कानाला हात लावणाऱ्या किंवा कान वाहणाऱ्या मुलाचा कान दुखत असतो. कान फुटलेला असतो. त्याला डॉक्टरकडे लगेच न्यायला पाहिजे.

खूप अपघात औषधाचे प्रमाण जास्त झाल्याने होतात. औषधे ही विष असतात. कमी दिल्यास गुण येत नाही व जास्त दिले तर धोका होतो. सर्दी खोकल्याच्या औषधाने मुले सुस्त होतात. सर्दी खोकल्याचे औषध नेहमी मोजून मापून सोबतच्या मिली. च्या मापाच्या खुणा असलेल्या मापाने मोजून द्या. पातळ औषध देताना किती मिली औषध द्यावे हे आठवणीने डॉक्टरांना विचारा.

जर तुमचा मुलगा आजारी असेल, तर दात आल्यामुळे आजारी पडला असं म्हणून स्वस्थ राहू नका.

जर तुम्हाला नेहमीच्या डॉक्टरकडे घेऊन जायला वेळ नसेल, तो दूर असेल, तर त्याला जवळच्या दवाखान्यात न्या. आजारी बाळाला डॉक्टरकडे नेल्यानंतर हा आजार किती दिवसांनी बरा होईल हे डॉक्टरांना जरूर विचारा. सहसा आजार आठवड्यात बरा होतो. सर्दी- खोकल्याचा आजार अर्ध्या आठवड्यातच किंवा आठवड्यात बरा होतो. तेवढ्या दिवसात बरा न झाल्यास पुन्हा डॉक्टरांकडे न्या.

गंभीर आजाराचा बाळ कसा ओळखावा ? (आठवणीसाठी कळीचा शब्द – झोपरे)

आठवणी-साठी कळीचा शब्द	बाळ	चांगला	आजारी	गंभीर आजार
र	(१) रडतो कसा ?	छान रडत नाही.	नीट रडत नाही.	क्षीण आवाज कर्कश्य
र	(२) आई-बाबांनी धरले उचलून घेतले. पाठीवर थोपटले तर रडण्यात बदल होतो ?	थोडे रडून रडणे थांबते. शांत होतो.	मधून-मधून रडतो.	सतत रडतो शांत होतच नाही.
झो	(३) झोपेतून उठणे व झोपी जाणे.	जागा असेल तर जागा राहतो. झोपेतून उठवले तर लगेच उठतो.	थोडा झोपतो. पुन्हा जागा होतो किंवा लवकर उठत नाही.	झोपेतून जागा होत नाही अथवा झोपतच नाही.
र	(४) रंग	गुलाबी	पांढरे हात, पाय पांढरे, निळसर	फट्ट किंवा निळे हातपाय किंवा निळसर जाळी त्वचेवर
प	(५) शरीरातील पाणी डोळे, तोंड, त्वचेचा ओलावा.	ओले डोळे, तोंड व त्वचा ओलसर	थोडे-थोडे कोरडे डोळे-त्वचा ओलसर.	त्वचा कोरडी, डोळे आत गेलेले, सुकलेले डोळे व तोंड.
प्र	(६) प्रतिसाद-जवळ घेतले, पापी घेतली, स्पर्श केले, बोलले, लाड केले.	हसतो-किंवा (२ महिन्यांखाली) सावध, शांत बघतो.	क्षीण हसतो. क्षणभर बघतो.	हसत नाही. तणावग्रस्त, सुस्त २ महिन्यांखाली सावधपणे बघत नाही.

बाळ मंदबुद्धी आहे का ?
हे सांगणाऱ्या धोक्याच्या लाल खुणा !

एखाद्या ऐकू न येणाऱ्या बाळाला लवकर उपचार केले तर त्याला ऐकू येते. मग आपले बोलणे कानावर पडले की तो भाषा शिकून बोलू शकतो.

न ऐकणारा आधी बहिरा व नंतर मुका होतो. कारण त्याला बोलता पण येत नाही. एखाद्या बाळात एखादा दोष आहे का ? हे प्रत्येकाला खालील माहिती वापरून बघता येईल. अडचण असेल तर डॉक्टरांना विचारता येईल. इलाज करता येईल. सर्व डॉक्टरांना, परिचारिकांना, अंगणवाडी सेविकांना, शिक्षकांना, पत्रकारांना व सर्व आजी-आजोबा, आई-बाबा व मुलामुलींना दाखवा. सर्वांनी आपल्या परिसरातील सर्व मुलांसाठी ही माहिती वापरून ज्याला मदत लागेल त्याला मदतीचा हात देऊ या.

सोबत मुलांच्या बौद्धिक वाढीचा तक्ता आहे. जन्मापासून दुसऱ्या वाढदिवसापर्यं मुले प्रगतीच्या पायऱ्या कशा ओलांडतात ते यात दिले आहे. उदा. आईला बघून हसणे, साधारणपणे मुले १ ते ३ महिने या काळात आईला बघून हसू लागतात. हे जर एखाद्या मुलाने केले नाही तर तो मंदबुद्धी तर नाही ना, हे बघायला डॉक्टरांना भेटावे. या तक्त्यात खाली १ ते २४ वयाचे आकडे आहेत व त्या आकड्यांवर उभ्या रेषा आहेत. आपल्या मुलाचे वय समजा ९ महिने असेल तर ९ आकड्यांवरील रेषेवर एक पेन ठेवा. या पेनच्या डावीकडील सर्व पायऱ्या त्याने ओलांडलेल्या असाव्या. म्हणजे या आधी दिलेल्या ९ क्रिया बाळाला करता येत असाव्या. यातील एक पायरी स्वत:हून उठून बसणे ही आहे. मुले ५$^{१/२}$ महिन्यांची असताना स्वत:हून उठून बसणे ही आहे. काही मुले ५$^{१/२}$ महिन्यांची असताना स्वत:हून उठून बसतात. तर बहुतेक सर्व मुले ९ महिन्यांची होईपर्यंत ते करतात. म्हणून ही पायरी ५$^{१/२}$ ते ९ महिने एवढी मोठी दाखवली आहे. हा तक्ता बाळाच्या पालकांकडे हवा. ज्या महिन्याला बाळ एखादी पायरी ओलांडेल त्या महिन्याच्या उभ्या ओळीच्या पातळीत त्या पायरीवर एक खूण करावी. असे दोन वर्षे करावे. खालीलपैकी एकही अडचण आली तर डॉक्टरांना लगेच भेटा.

(१) शरीर कडक ठेवतो.
(२) ढिला ढाला बाळ.
(३) उशिरा चालणे.
(४) पाय पूर्ण जमिनीवर न ठेवता पायाच्या बोटावर चालणे.
(५) वाकडे पाय.
(६) हालचालीत सफाई नसणे.
(७) सारखा चुळबूळ / हालचाली करणारा.
(८) हात-पाय शरीराच्या अनियंत्रित हालचाली होणारा.
(९) आकडी येणारा.
(१०) तोंड उघडे ठेवणारा.

(११) तोंडातून लाळ गाळणारा.

(१२) अन्न - पाणी लाळ गिळायला त्रास.

(१३) पाय बेडकासारखे ठेवणारा.

(१४) उशिरा बोलायला लागलेला.

(१५) आपल्या नजरेशी नजर न मिळवणारा.

(१६) आपली दखल न घेणारा.

(१७) स्वत: मध्येच रमणारा.

(१८) ६ महिने वयानंतर चेहऱ्यावर आनंद नसणारा.

(१९) ९ महिने वयानंतर पण आपण बोलल्यावर हुंकार, प्रतिसाद न देणारा, न हसणारा, चेहरा मख्ख ठेवणारा.

यातील एखादी अडचण आली तर खूप घाबरून जाऊ नका. शांतपणे डॉक्टरांना भेटून आपलं बाळ ठीक आहे याची खात्री करा. अडचण असेल तर ती सोडवा.

मानसिक वाढ कमी असल्याचा खुणा

(१) पहिल्या वाढदिवसाला एकदाही बडबड न करणे.

(२) हे न करणे - एखाद्या वस्तूकडे बोट दाखवणे. ती घ्यायला जाणे, टाटा करणे.

(३) १६ महिने वयाला एकही शब्द न बोलणे.

(४) कोणत्याही वयाला आधी बोलत असलेले न बोलणे, आधी करत असलेले न करणे.

(५) बोलण्यात अडखळणे.

(६) $२^{१/२}$ वर्षाला घरच्यांना सोडून इतरांचे बोलणे न कळणे.

(७) खूप लाळ गळणे, अती दात चावणे, सारखे चावल्यासारखे करणे.

(८) बोलायला त्रास वाटणे.

(९) आधीची बडबड बंद होणे, साद दिली तर प्रतिसाद न देणे.

(१०) वारंवार डोळे मिचकावणे, वारंवार डोळे वाकवणे, वळवणे.

(११) खेळणी डोळ्यांजवळ धरणे, नेहमी वस्तूंना अडखळणे, पडणे, हालचालीत सफाई नसणे.

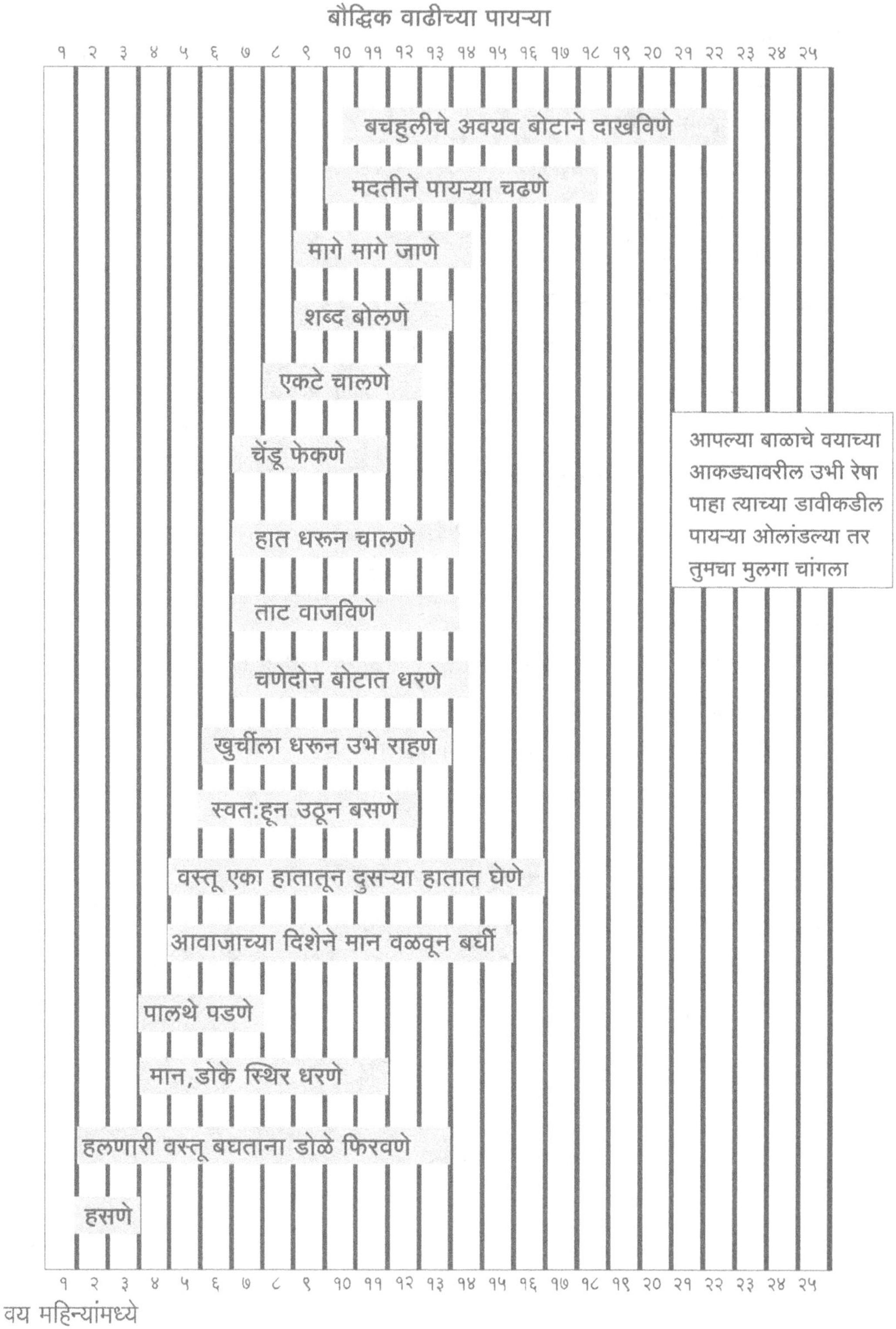

बौद्धिक वाढीच्या पायऱ्या

| | १ | २ | ३ | ४ | ५ | ६ | ७ | ८ | ९ | १० | ११ | १२ | १३ | १४ | १५ | १६ | १७ | १८ | १९ | २० | २१ | २२ | २३ | २४ | २५ |

बचहुलीचे अवयव बोटाने दाखविणे

मदतीने पायऱ्या चढणे

मागे मागे जाणे

शब्द बोलणे

एकटे चालणे

चेंडू फेकणे

आपल्या बाळाचे वयाच्या आकड्यावरील उभी रेषा पाहा त्याच्या डावीकडील पायऱ्या ओलांडल्या तर तुमचा मुलगा चांगला

हात धरुन चालणे

ताट वाजविणे

चणेदोन बोटात धरणे

खुर्चीला धरुन उभे राहणे

स्वत:हून उठून बसणे

वस्तू एका हातातून दुसऱ्या हातात घेणे

आवाजाच्या दिशेने मान वळवून बघी

पालथे पडणे

मान, डोके स्थिर धरणे

हलणारी वस्तू बघताना डोळे फिरवणे

हसणे

| १ | २ | ३ | ४ | ५ | ६ | ७ | ८ | ९ | १० | ११ | १२ | १३ | १४ | १५ | १६ | १७ | १८ | १९ | २० | २१ | २२ | २३ | २४ | २५ |

वय महिन्यांमध्ये

जुलाब मृत्यू कमी करायची नवी पद्धत

आमच्या रुग्णालयात विरारला जुलाबाने गंभीर आजारी बाळ आले. (त्याला कॉलरा होता हे निदानानंतर कळले.) त्याला शौचाच्या वाटेने तेल लावलेली प्लॅस्टिक नळी / रबरी नळी १ इंच आत टाकली. करगोट्याला ती दोऱ्यांनी बांधली. चिकटपट्टीने चामडीला चिकटवली.

तिला वापरलेल्या सलाईनची नळी जोडली. रिकाम्या जमिनीवर ठेवलेल्या सलाईनच्या बाटलीला त्या नळीचे दुसरे टोक जोडले. आता दर तासाला, मिनिटाला जुलाबात जेवढे पाणी गेले तेवढे जादा सलाईन एका शिरेतून नेहमीसारखे दिले. बाळ बरे होईपर्यंत दिले. दुसऱ्या हाताला शिरेतून सलाईन देऊन आधी, जुन्या पाण्याची घट होती ती भरून काढली व नंतर रोज २४ तासांत जे सलाईन लागते ते दिले.

२४ तासांनी बाळाला बरे वाटल्यावर शौचाच्या वाटेतील नळी काढली. याने खालील फायदे झाले.

(१) बाळाचा जीव वाचला. जगभर सर्व वयाचे सर्वात जास्त लोक जुलाबाने मरतात. जुलाबात अंगातले पाणी जाते, पाण्याअभावी जीव जातो. पाणी किती गेले मोजायचे साधन नव्हते त्यामुळे अंदाजे सलाईन द्यावे लागायचे. हे कमी किंवा जास्त झाल्याने रोगी मरतात. या पद्धतीत दर मिनिटाला किती पाणी जुलाबात जाते आहे हे बरोबर कळते व मरण टळते.

(२) या जिवाला धोका असणाऱ्या माणसाची सेवा करणाऱ्या डॉक्टर, परिचारिका ताण-ताणवाने मरतात, कारण सर्व करूनही रुग्ण मरायची भीती असते. या नळीने किती पाणी द्यायचे या अडचणीचा ताण संपतो.

(३) शौचास बरी होते. सर्व पाणी नळीतून बाटलीत जाते, रुग्ण नातेवाईक सर्वांना सुख लागते.

(४) जुलाबाचा प्रत्येक आजार पसरतो. हे पाणी बाटलीत जाते, आजाराचा प्रसार कमी होतो.

(५) तीव्र जुलाबात / कॉलरात रुग्ण जुलाबाच्या पाण्यातच पडून असतो, गार पडतो, हे या पद्धतीत टळते.

(६) तीव्र जुलाब / कॉलरामध्ये रोज १०० वर जादा चादरी भिजतात. हे या पद्धतीत टळते. कपडे, गाद्या, हॉस्पिटल खराब होणे कमी होते.

(७) जुलाब / कॉलरा जुलाबाच्या खूप घाण वास असेल तर सर्वांना त्रास होतो. जुलाबाचे पाणी या पद्धतीत बाटलीत जमा होते. खराब वास येत नाही वातावरण प्रसन्न राहते.

(८) जुलाबातील पाण्यामुळे रुग्णाची कातडी खराब होते. गुद्द्वार सोलून लाल होते. हा त्रास टळतो.

(९) अशा प्रकारे गुद्द्वारातून नळी टाकून जुलाब बाटलीत जमा केल्याने, रुग्ण, नातेवाईक, परिचारिका, डॉक्टर व देश असा सर्वांनाच फायदा होतो. रोज देशातील ४ लाख खेडी व हजारो गावातील १११ कोटी भारतीयांपैकी अनेकांना हा त्रास होतो, रोज खूपजण लोक मरतात. सर्वांना ही माहिती देऊन या.

सर्दी-पडसं

जगात सर्वात जास्त लोकांना हैराण करणारा आजार अशी सर्दीची ख्याती आहे. १९४१ साली शास्त्रज्ञांनी सिद्ध केले की, सर्दी झालेल्या व्यक्तीच्या नाकातून वाहणारा द्रव जिवाणूविरहित केल्यानंतरसुद्धा संसर्गजन्य आहे. १९५० ते १९६० च्या दरम्यान सर्दीला कारणीभूत अशा जवळपास १०० विषाणूंचा शोध लागला. या विषाणू समूहाला Rhinoviruses (ग्रीक भाषेत rhin म्हणजे नाक) असे संबोधतात. सर्दी इतर काही विषाणू आणि जीवाणूंमुळेसुद्धा होते. शिंकताना किंवा खोकताना विषाणू नाका-तोंडातून बाहेर पडतात व हवेत पसरतात. हवेतील विषाणूंचा संसर्ग होऊन सर्दी होते. नाकातून वाहणारा द्रव किंवा शेंबूड हाताला लागल्यास त्यामुळेसुद्धा संसर्ग होऊ शकतो.

अशा प्रकारे हाताला हात लागून संसर्ग होण्याची शक्यता समोरासमोर शिंकल्यामुळे होणाऱ्या संसर्गापेक्षा जास्त असते असे एका प्रयोगात आढळलेले आहे.

लक्षणे : नाक वाहणे, नाक चोंदणे, शिंका येणे, घसा खवखवणे, क्वचितप्रसंगी डोळे लाल होणे, डोळ्यांतून पाणी वाहणे, किंचित ताप, अंगदुखी ही सर्दीची सर्वपरिचित लक्षणे आहेत.

सर्दी झाल्यास काय करावे?

सर्दीवर रामबाण अशी वल्गना करणारी शेकडो औषधं बाजारात उपलब्ध आहेत. वेगवेगळ्या उपाचार पद्धतीच्या तज्ज्ञांनी सुचवलेली विविध औषधे, लक्षणांची तीव्रता तात्पुरती कमी करण्यापलीकडे फारसं काही करू शकत नाही, हे सर्वांना चांगले ठाऊक आहे. तरीसुद्धा जाहिरातीला आम्ही बळी पडतो. ‘सर्दीला औषध नाही’ ही वस्तुस्थिती आहे.

दोन वेळा नोबेल पारितोषिकाने सन्मानित केलेले थोर शास्त्रज्ञ लायनस पॉलिंग यांनी ‘व्हिटामिन सी’ वर बरेच संशोधन केले आहे. व्हिटामिन सी मुळे सर्दीला प्रतिबंध घालता येतो किंवा लक्षणांची सुरुवात झाल्याबरोबर घेतल्यास आजाराची तीव्रता कमी होते असे ठामपणे सुचवले आहे.

सर्दी झालेल्या व्यक्तीने नेहमीच्या आहाराबरोबर भरपूर पाणी, ताजी फळे व फळांचा रस घ्यावा. ‘व्हिटामिन सी’ घ्यावे. गरम पाण्याच्या गुळण्या कराव्या. भरपूर झोपावे व विश्रांती घ्यावी. केवळ लक्षणांची तीव्रता कमी करण्याकरिता औषधोपचार करायचा झाल्यास काही पारंपरिक घरगुती औषधाचा वापर उदा. आलं, गवती चहा, तुळस, हळद इत्यादींचा काढा अथवा सुंठ, वेखंड, लेप या प्रकारांना बाजारात मिळणाऱ्या औषधांमधील रसायनांपेक्षा उजवे स्थान आहे.

मुलांमधील सर्दी-खोकला

जर एखादे सर्दी-खोकला झालेले बाळ जलद श्वास घेताना दिसत असेल, म्हणजे तो श्वास घेतो आहे हे जर तुमच्या लक्षात आले असेल तर त्याच्या जिवाला धोका आहे. त्याला त्वरित दवाखान्यात न्यायला हवं. सर्दी-खोकला बहुधा आपोआपच सप्ताहात बरा होतो. कधी तो वाढून न्यूमोनिआ होतो. हे टाळण्यासाठी ही माहिती आवश्यक आहे.

साध्या सर्दी-कफाचे न्यूमोनिआमध्ये रूपांतर झाले आहे हे जर आई-बाबांना कळले व वैद्यकीय सेवा त्वरित मिळाली तर हे जीव वाचतात. पालकांना हे माहिती हवे. खालील लक्षणे दिसल्यास त्वरित दवाखान्यात जावे.

(१) मुलांचा श्वास जलद म्हणजे मिनिटाला ५० पेक्षा जास्त वेळा असेल. बाळ श्वास घेतो आहे, याची आपल्याला जाणीव झाली याचा अर्थ त्याला श्वास घ्यायला खूप त्रास आहे.

(२) छातीच्या खालचा व मधला भाग श्वास घेताना आत ओढला जातो.

(३) बाळ दूध, पाणी पिऊ शकत नाही; जर बाळाचा श्वास नेहमीसारखा नसेल म्हणजे नेहमीसारखा दिसत नसेल, तर सर्दी खोकल्यावर काही औषधे न करता आठवड्याभरात बरे होतात.

अ जीनवसत्त्वामुळे न्यूमोनिआसारख्या रोगाशी मुकाबला करण्याची ताकद वाढते.

लसीकरण : सर्व लसी द्या. त्रिगुणी लसीमुळे डांग्या खोकला, बी. सी. जी. मुळे क्षय रोग, गोवर लसीने गोवर व हिमोफिलस इन्फ्लुएन्झी बी लसीमुळे होणारा न्यूमोनिआ टळतो.

गर्दी टाळा : गर्दीमुळे सर्दी-खोकला लवकर पसरतो. मुलांना लोकलने (रेल्वे) नेल्यावर ती हमखास आजारी पडतात. हे टाळावे. मोठ्या मुलांनी एकटे झोपावे.

प्रतिबंधक उपाय

सर्दी झालेल्या व्यक्तीने शक्यतोवर गर्दीत जाऊ नये. शिंकताना, खोकताना नाका-तोंडावर रूमाल धरावा. नाकातून वाहणारा द्रव वा शेंबूड हाताला लागल्यास दुसऱ्यांना संसर्ग होऊ शकतो हे टाळण्याकरिता रूमाल वापरावा. सार्वजनिक वापराच्या वस्तूंना गरज नसल्यास हाताळू नये. रुग्णांच्या संपर्कात आल्यास हात स्वच्छ धुवावे. लक्षणांची तीव्रता विशेषत: ताप वाढल्यास, कफाचा रंग पिवळा वा हिरवट झाल्यास, खोकला वाढल्यास, श्वासाची गती वाढल्यास श्वास घेताना छातीत किंवा पाठीत दुखायला लागल्यास वैद्यकीय मदत घ्यावी.

सर्दी, खोकला झालेल्या मुलांना अन्न खायला व पाणी प्यायला मदत करा. भरपूर पातळ पदार्थ तसेच द्या.

स्तनपान करणाऱ्यांना आईचे दूध व इतरांना वरचे अन्न त्यांना त्यांच्या कलाने वारंवार द्या. बाळाचे चोंदलेले नाक स्वच्छ केल्यास तो नाकाने श्वास घेतो व तोंडाने दूध पितो. बाळ दूध पिऊ शकत नसेल तर आईने दूध काढून चमच्याने पाजावे. फळांचे तुकडे, चणे, कुरमुरे मुले ते दिवसभर खाऊन लवकर बरी होतात.

रडणारे मूल- सर्दी असलेल्या बाळाला आडवे ठेवले की नाक चोंदते व तो रडतो. कडेवर घेतले, की सर्दीचे पाणी खाली उतरते, नाक मोकळे होऊन बाळ श्वास घेऊ लागतो व रडणे थांबवतो; हेच नाक चोंदून बाळ रडते हे सांगणारी खूण आहे.

सर्दीने श्वसनमार्ग चोंदल्याने, गुदमरून प्राणवायूअभावी मुले रडतात; पण रडणाऱ्या लहान मुलांना पोट दुखते

आहे असे समजून पोटदुखीचे, गुंगीचे औषध दिले जाते. फक्त स्तनपान घेणाऱ्या मुलाचे पोट कधीच दुखत नाही. त्यांना नाक स्वच्छ करण्याची व नाक स्वच्छ ठेवण्याची गरज असते.

सर्दी-खोकल्याने घशात खवखवते. मुले घशाला साफ करण्यासाठी खाकरतात, तेव्हा त्यांना उलटी होते. उलटीत कफ पडल्याने, श्वासनळी मोकळी होऊन मुलांना आराम मिळतो. बहुतेक उलटी करणारी मुले सर्दी खोकल्याची असतात. उलटीच्या औषधाने त्यांची उलटी थांबत नाही. त्यांना सर्दी-खोकल्याच्या औषधानेच गुण येतो. लहान मुलांना सर्वाधिक वेळा सर्दी-खोकल्यासाठी डॉक्टरांकडे न्यावे लागते. सर्दी-खोकला असलेल्या पाहुण्यांना बाळंतिणीच्या खोलीतही नेऊ नये व कोणीही हात धुतल्याशिवाय लहान बाळांना हात लावू नये. ही विनंती.

वातावरण : सर्दी, खोकला, ताप असलेल्या मुलांना उबदार पण सुखद खोलीत ठेवायला हवे. त्याच्या खोलीत धूळ न आली तर बरे. खोलीतील धुळीमुळे त्याला त्रास होतो. छोटी आजारी मुले गार पडतात. त्यांना उबदार कपड्यात ठेवावे. परंतु, त्याने त्रास होऊ नये. बाळाला ताप आल्यास पॅरासिटीमॉल नावाचे औषध देतात.

श्वसनास मदत : गरम पाण्याच्या भांड्यातून पाण्याची वाफ मुलास दिल्यास याने बाळाचे नाक स्वच्छ राहील. मुलांच्या खोलीमध्ये खेळती हवा हवी. जोरदार सुक्या वाहत्या वाऱ्याने त्रास होईल.

स्वच्छ हवा : धुरकट हवेत राहणाऱ्या मुलांना न्यूमोनिया होण्याची शक्यता जास्त असते. सर्दी-खोकल्यामुळे कान व घशाला जोडणारी नळी (युस्टेशिअन नळी) चोंदल्याने कान दुखतो व कधी फुटतोही. अशा वेळी दुखण्यासाठी पॅरासिटीमॉल देतात. कान फुटल्यास प्रतिजैविकेही (ॲन्टिबायोटीक्स) देतात. ॲलर्जीची सर्दी असणाऱ्यांना कानफुटीचा इतरांपेक्षा तिप्पट त्रास होतो.

डॉ. राजेन्द्र आगरकर, वैद्यक विभाग,
टाटा मूलभूत संशोधन संस्था, कुलाबा, मुंबई - ५

सर्दी, खोकला, कांजण्या, गोवर गालगुंड आदी संसर्गजन्य आजार झालेल्यांपासून दोन हात दूर रहावे, त्यांच्याशी पाश्चिमात्त्य हस्तांदोलन न करता भारतीय 'राम राम' करणे व त्यांनी हाताळलेल्या वस्तू न हाताळणे. हे केले तर त्यानंतर हात धुणे हाच या रोगांचा संसर्ग टाळण्याचा मार्ग आहे. याने १० पैकी ८ वेळा संसर्ग टळेल, असे शास्त्रीय अभ्यास सांगतो.

सर्दी-खोकला टाळा

सर्दी-खोकला झालेली माणसे जेव्हा शिंकतात किंवा खोकतात तेव्हा त्यांच्या तोंडातून बाहेर येणाऱ्या वाऱ्यांमध्ये सर्दी-खोकल्याचे विषाणू असतात; अशा लोकांशी हस्तांदोलन केल्यास विषाणू आपल्या हाताला लागून आपल्याला सर्दी-खोकला होऊ शकतो. ते आपल्या हाताला लागतात व आपल्याला सर्दी खोकला होतो. तेव्हा सर्दी-खोकलावाल्यापासून दोन हात दूरच रहावे व पाश्चिमात्त्य शेकहॅन्डऐवजी सर्वांना हात जोडून भारतीय नमस्कार करणे सर्वोत्तम.

सर्दी-खोकला टाळायला सर्दी खोकल्यावाल्या मुलांशी न खेळणे हे सर्वात श्रेयस्कर. सर्दी-खोकला व ताप असलेल्या मुलांना जेव्हा शाळेत पाठवतात तेव्हा त्या वर्गातील सर्व मुलांना सर्दी-खोकला होतो व असे इतरांनी केल्याने वर्षभरात अनेकदा आपल्याही मुलांना आजार होतो. आजारी व्यक्तींनी ऑफिस, शाळेत न जाणेच योग्य! शास्त्रीय अभ्यास असे दाखवतो, की सर्दी खोकला झालेल्या मुलांबरोबर खेळल्यावर घरी येऊन हात नीट धुतले तर सर्दी, खोकला व तापाचे प्रमाण ८५ टक्क्याने कमी होते. या सोबत घरी येऊन पाण्याची वाफ घेतली तर, वाफेने नाक आतून साफ होते व आजारी पडण्याचे प्रमाण अजून कमी होते. वारंवार सर्दी होणाऱ्यांनी हे जरूर करावे.

महत्त्वाची माहिती

१० दिवसांवर लांबणारी सर्दी ॲलर्जीमुळे असते. १० दिवसांवर लांबणारा खोकला ॲलर्जीमुळे होतो. तो दमवतो. यालाच जगभर 'दमा' म्हणतात.

१० टक्के लोकांमध्ये ॲलर्जीमुळे सर्दी-खोकला होतो. तो ते दुसऱ्यांना देऊ शकत नाही. ॲलर्जीवाल्यांना वाळीत टाकू नये. ॲलर्जीवाल्यांनी स्वत:ला सर्दी-खोकला होऊ देऊ नये. त्याने ते दीर्घायुषी होतील.

(संदर्भ : फॅक्ट्स फॉर लाईफ)

डॉक्टर काका, आम्हाला वाचवा!

डॉक्टर काका मला वाचवा. मला लंगडे होण्यापासून वाचवा. मला पांगळे होण्यापासून वाचवा. मला कमरेत देण्यात येणाऱ्या सुईपासून माझ्या कमरेतील शिरेला - सायाटिक नसेला होणाऱ्या इजेमुळे लंगडे होण्यापासून मला वाचवा. 'करायला गेलो एक व झाले भलतेच.'

उदा. जन्मत: मला जास्त रक्तस्राव होऊ नये म्हणून व्हिटॅमीन के. नावाचे इंजेक्शन देतात. इतरही सुया देतात. बाळ हलले तर बाळाच्या सायोटिक शिरेला, नसेला इजा झाल्यामुळे बाळाला लंगडेपणा येण्याची शक्यता असते.

पांगळे होण्यावाचून वाचवण्यासाठी मला पोलिओ लस देतात. सोबत त्रिगुणी लसचे इंजेक्शन दिले जाते. त्या सुईनेच पांगळेपणा येतो.

जागतिक आदेश असा आहे, की दोन वर्षाखालील मुलांना कमरेवर इंजेक्शन देऊ नये; पण लक्षात कोण घेतो ? आम्हा मुक्या जिवाला कोण विचारतो ? भारतात पोलिओपासून येणारा पांगळेपणा कमी आहे. परंतु, सायाटिक नसेला इजा होऊन लंगडेपणा येण्याचे प्रमाण जास्त आहे.

(आम्ही उशिरा रांगतो, उशिरा बसतो, चालतो. चालताना वारंवार पडतो.)

आमच्या सायाटिक नसेला इजा होऊन आम्ही रांगायला उशिरा लागतो. रांगताना पाय ओढतो. उदाहरणार्थ, जर हे उजव्या पायाचे झाले तर उजवा पाय मागे राहतो व रांगताना ओढला जातो. उजवा पाय मध्यरेषेपासून वाकडा पडतो -

आपल्या पुढील पिढीचा पाय लहानपणापासूनच वाकडा पडू नये म्हणून मुलांना कमरेवर सुई टोचू नका.

सहसा हे आई-वडिलांच्या, आजी-आजोबांच्या लवकर लक्षात येते. हे आपल्याला कसे कळेल ?

मुलांचे पाय व चाल बघा. मोठेपणी अशा लोकांच्या चपला बाहेरून झिजतात.

हे कुणाला होते ?

कुणालाही होते. अगदी डॉक्टरच्या मुलांनाही होते. अशा मुलांचे पाय बघा. जिन्यावरून उतरणाऱ्या तसेच चढणाऱ्या मुलांचे पाय बघा. भारतातील दर दहांपैकी एकाला ही अडचण आहे म्हणून आम्हाला इंजेक्शन दिले तर मांडीवर दिले जावे.

त्यासाठी काका, हे तुम्ही सर्वांना, डॉक्टरांना तसेच सर्व सिस्टरांना सांगा. जर हे चुकून इंजेक्शन कमरेवर देतील त्यांना शिक्षा म्हणून कमरेवर १०० इंजेक्शन्स् घ्यावी लागतील.

आपली,

आजाणतेपणी कमरेवर इंजेक्शन टोचून घ्यावे लागल्यामुळे
सायाटिक नसेला इजा झालेली मैत्रीण.

(भाजणे) जखमांना मलम + केळीचे पान + पट्टी बांधा. वेदना होत नाहीत, जखम लवकर भरते.

मुंबईला मुलांच्या त्वचारोगांवर परिषद झाली. तेथे कोईंबतुरच्या डॉक्टरांनी हे संशोधन सांगितले.

जखम झाली किंवा भाजून मोठे फोड आले, की त्यांना आपण मलम लावतो. त्यावर कापूस किंवा गॉज (जाळीचा कापडाचा तुकडा) ठेवतो व पट्टी बांधतो.

दुसऱ्यावेळी जखम साफ करायला आपण पट्टी सोडतो. तेव्हा असे दिसते की, पट्टी जखमेला चिकटली आहे. ती काढताना जखम पुन्हा चिघळते. मोठी होते. खूप दुखते. जखम भरायला जास्त दिवस जातात. हे टाळण्यासाठी जखम झाल्यावर किंवा चामडी भाजल्यावर ती जखम धुऊन त्यावर निओमायसिन हे मलम लावावे. त्यावर केळीच्या पानाचा तुकडा ठेवावा व मग पट्टी बांधावी. केळीचे पान जखमेला चिकटत नाही. पुढे पट्टी सोडली, की कपड्याची पट्टी व पान अलग होते.

त्याचे फायदे :

(१) केळीचे पान जखमेला चिकटत नाही. पट्टी काढताना म्हणून दुखत नाही. (चिकटलेली पट्टी काढताना दुखते.)

(२) जखम लवकर भरते. कपड्याची चिकटपट्टी काढताना जखम वाढते. त्यामुळे जखम भरायला जास्त वेळ लागतो. केळीचे पान जखमेला चिकटत नाही.

केळीच्या पानाचे तुकडे करावे. ते वाफवून घ्यावे. कोईंबतुरच्या प्रयोगाने हे सिद्ध झाले आहे, की केळीचे पान वाफवून घेतले की ते जास्त मजबूत होते व सहजासहजी ते फाटत नाही. जखमेला थोडी हवा मिळावी यासाठी या पानांना वाफवण्याआधी थोड्या थोड्या अंतरावर सुईने भोके पडतात. कुकरमध्ये ती चांगली वाफवून घ्यावी. एक शिट्टी पुरे.

के. ई. एम. सारख्या मोठ्या रुग्णालयात पण भाजलेल्या रुग्णांसाठी केळीची पाने वापरतात. असे डॉक्टर सांगतात. भाजलेल्या रुग्णांना मोठ्या जखमा असतील तर आम्ही बिछान्यावर केळीची पाने टाकून त्यावर ठेवतो.

केळीचे पाने जेथे मिळणे कठीण आहे तेथे त्यासारखी दुसरी पाने वापरून बघता येतील.

केळीच्या पानाचे चौकोनी किंवा हवे तसे तुकडे करावे. त्यांना सुईने छिद्रे करावी. एका स्टीलच्या डब्यात ती ठेवावी. या डब्याचे झाकण व हा उघडा डबा कुकरमध्ये ठेऊन ते वाफवून घ्यावे. वरून बांधायच्या पट्ट्याही किंवा घरच्या धुतलेल्या कापडाच्या केलेल्या पट्ट्याही यासह अशाच वाफवून घ्याव्या. नंतर डबा बाहेर काढून झाकण लावून ठेवावे. यासह पोळ्या उचलायचा चिमटा ठेवावा. त्यानेच पाने काढावी.

जखम झाली तर पहिली भरपूर पाण्याने ती नीट धुवून घ्यावी. त्यावर हळद लावून केळीचे पान लावून पट्टी बांधली तरी ती लवकर भरेल. हळदीमध्ये जखम पिकविणाऱ्या जंतूंना विरोध करण्याची शक्ती आहे. जंतुनाशक

मलम लावायचे असेल तर कुठलेही उपलब्ध मलम लावावे. निओमायसिन सर्वात स्वस्त व उत्तम, हे कायम घरी ठेवावे.

अपघात

कापणे	धारदार सुरी, चाकू, विळी, रेझर, ब्लेड हाताळणे वा तोंडात घालणे. खेळता खेळता गंभीर इजा होण्यास कारण होतात.	-अशी वस्तू सुरक्षित जागी ठेवणे. जखम घट्ट दाबावी, त्यावर बर्फ लावावा म्हणजे रक्तस्राव थांबण्यास मदत होते. धनुर्वात न होण्याची लस डॉक्टरांकडून घेणे तितकेच आवश्यक आहे.
विजेचा धक्का (शॉक) लागणे	विजेची बटणे, पंखे ह्यांच्याशी खेळतांना मुलांना शॉक बसू शकतो.	अशी उपकरणे मुलांच्या हातास लागणार नाहीत ह्याची खबरदारी घ्यावी. विजेचा शॉक लागल्यास प्रथम मेन स्वीच बंद करणे व लाकडाचा, रबरचा आधार घेऊन व्यक्तीस बाजूला करावे.
बुडणे	नदी, विहीर, तलाव या ठिकाणी मुलांना संरक्षण नसेल तर अथवा अगदी लहान मुले बादलीत किंवा पाण्याने भरलेल्या बादलीतसुद्धा बुडू शकतात.	मोठ्या पाण्याच्या साठ्यांजवळ सुरक्षाव्यवस्था असावी. न्हाणीघरात मुले रांगत जाणार नाहीत याची काळजी घ्यावी.
गुदमरणे	- नाका-तोंडात पैशांचे नाणे, बाण, मणी, दाणे इत्यादी घातल्याने, प्लॅस्टिकची पिशवी डोक्यावर तोंडापर्यंत घातल्याने गुदमरून श्वास बंद पडून मृत्यू ओढवू शकतो.	-प्रसंगावधान राखून हलकेच अडकलेल्या वस्तू बाहेर काढणे महत्त्वाचे. प्लॅस्टिकच्या पिशवीशी मुलांना खेळू देऊ नये.

मुलांमधील विषबाधा टाळू

मुलांमधील विषबाधेचा अभ्यास बालरोगतज्ज्ञ डॉ. करुण भापट व सहकारी यांनी केला. त्यांचे धडे :-

(१) सर्वाधिक मुलांना केरोसीन पिऊन विषबाधा झाली.

(२) त्यानंतर घरातील वेदनाशामक औषधे व झोपेची औषधे खाल्ल्याने झाली.

(३) मुलांना १ ते ७ दिवस रुग्णालयात रहावे लागले.

(४) ४५० पैकी एक दगावला.

आपल्यासाठी धडे –

दरवर्षी सर्वाधिक विषबाधा केरोसीननेच होते. दिव्यात टाकायला वाटी, पेल्याने, छोट्या बाटलीत ठेवलेले केरोसीन पाणी म्हणून पितात. गंभीर आजारी होतात. मरतातसुद्धा. मुलांच्या हाती लागेल असे केरोसीन ठेवू नका. पाणी म्हणून पितील अशा भांड्यात, बाटलीत ठेवू नका.

दरवर्षी अंदाजे १ लाख स्त्रिया व मुले केरोसीन व स्टोव्हमुळे भाजून मरतात. हे टाळायला प्रत्येकाला खालील माहिती द्या.

(१) औषधे मुलांच्या हाती पडणार / लागणार नाहीत अशी ठेवा.

(२) प्रेशर स्टोव्हवर बंदी आणा. त्यांच्यातून केरोसीनचा भडका उडाल्याने खूप स्त्रिया भाजतात. वातीचा नूतन स्टोव्ह सर्वोत्तम.

(३) केरोसीन स्टोव्ह गॅस ओट्यावर हवा. जमिनीवरच्या स्टोव्हने खूप अपघात होतात. रांगणारी मुले, धावणारी मुले त्यावर धडपडतात.

(४) ढिले कपडे, पदर, दुपट्टे पेटून खूप स्त्रिया भाजतात. ते टाळा.

(५) नायलॉन कपडे पेटले, की अंगाला चिकटतात. सुती कपडेच स्वयंपाकघरात बरे.

(६) अंगावरच्या कपड्याने, पदराने, दुपट्ट्याने स्टोव्हवरील / गॅसवरील भांडी उचलू नका.

(७) कधीही अंगावर रॉकेल ओतू नका. अगदी खोटी धमकी द्यायला पण.

फ्ल्यू जाणा, फ्ल्यू टाळा!

फ्ल्यू होऊ नये म्हणून काय करावे ?

> जागतिक फ्ल्यूची साथ - ही काळजी घ्या. म्हणजे क्षयरोग, डोळे येणे, कांजण्या, सर्दी, खोकला इत्यादी हवेतून पसरणाऱ्या सर्व आजारांपासून आपले रक्षण होईल.

फ्ल्यू होऊ नये म्हणून काय करावे ?

(१) आजारी माणसांपासून दूर राहा. विशेषत: सर्दी-खोकला-ताप असलेल्यांपासून आणि लाल डोळे असलेल्यांपासून. यापैकी एकही त्रास ज्याला असेल त्यापासून दूर राहा.

साबण आणि पाण्याने वारंवार हात धुवा.

(२) प्रतिकारशक्ती वाढवा. निरोगी राहा. हे करण्यासाठी : झोप पूर्ण घ्या. यासाठी लवकर झोपा. अलार्मशिवाय झोप पूर्ण झाल्यानंतर जागे व्हा. ताजे अन्न घ्या. अन्नामध्ये कोशिंबिरी, फळे जास्त घ्या. रोज व्यायाम करा. जास्त चाला, धावा, जिन्याचा वापर करा. योगासने करा.

घरी आजारी माणसाची सेवा कशी कराल ?

(१) आजारी माणसापासून घरातील प्रत्येक माणसाने १ मीटर दूर रहावे. म्हणजे हात भर दूर रहावे.

(२) आजारी माणसाची सेवा करताना नाकाला व तोंडाला रूमाल बांधावा.

(३) प्रत्येकवेळी आजारी माणसाशी संपर्कात आल्याने साबणाने व पाण्याने हात धुवा.

(४) घरामध्ये हवा मोकळी असायला हवी. हवा खेळती हवी.

(५) आजारी माणसाचे विषाणू उन्हामध्ये मरून जातात.

(६) आजारी माणसाचे कपडे, भांडी, उन्हामध्ये सुकवून घ्या.

(७) साबण, पाण्याचा व ब्लिचिंग पावडरचा वापर करून घर साफ ठेवा.

(८) टि.व्ही., रेडीओ व पेपरमधून मिळणारी सूचना वापरा.

(९) नाका-तोंडावर बांधायला कपड्याऐवजी कागदही वापरता येईल. वापरल्यानंतर तो जाळून टाका.

मला फ्ल्यू झाला अशी भीती वाटली तर काय कराल ?

जर तुम्ही आजारी असाल उदा. सर्दी, खोकला तर खालील गोष्टी करा.

(१) घरामध्येच राहा. घराबाहेर पडू नका.

(२) ऑफिस, शाळा, बाजारामध्ये, मंदिरामध्ये लोकांपासून गर्दीपासून दूर राहा.

(३) आराम करा. भरपूर पाणी प्या.

(४) खोकताना, शिंकताना नाका - तोंडावर रूमाल, टिशू पेपर धरावा. जुने वर्तमानपत्रसुद्धा वापरू शकता. वापरलेला कागद जाळून नष्ट करा. गॅसवर किंवा आगपेटीने जाळून टाका.

(५) हात वारंवार साबणाने व पाण्याने धुवा. विशेषत: खोकल्यावर, शिंकल्यावर.

आपल्या मित्रांना व घरातील माणसांना आपल्या आजाराची कल्पना द्या.

डॉक्टरांची मदत घेण्यासाठी काय कराल ?

(१) फोनवरून आपल्या डॉक्टरांशी संपर्क साधा.

(२) त्यांना सांगा की, मला फ्ल्यू होऊ शकतो.

(३) त्यांचा सल्ला पाळा.

(४) हॉस्पिटलमध्ये जाताना नाका - तोंडावर रूमाल बांधा. जुने वृत्तपत्र वापरले तरी चालेल.

एनफ्ल्यूएन्झाची जागतिक साथ आली आहे, सावध व्हा!

> ही फ्ल्यूची साथ दोन-तीन वर्षं चालेल. आपल्याला चिवटपणे फ्ल्यूवर विजय मिळवावाच लागेल. २-३ वर्षं शाळा, बंद ठेवता येणार नाहीत.

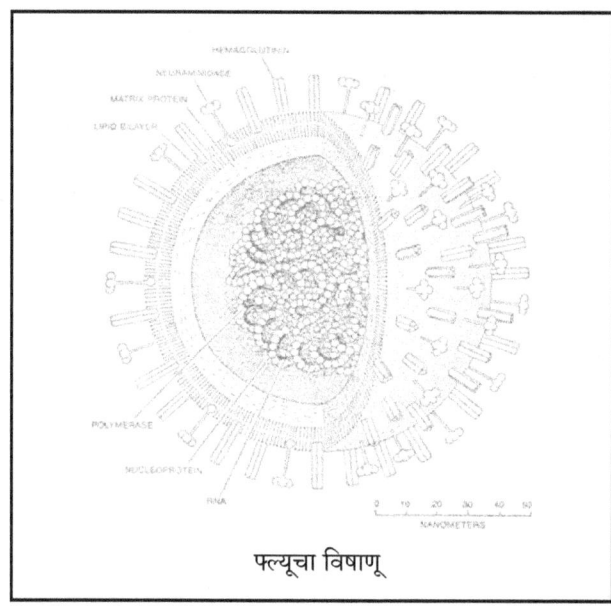

फ्ल्यूचा विषाणू

फ्ल्यू जाणा व स्वत:ला वाचवा

सावध व्हा ! लाखो जीव घेणारी एन्फ्ल्यूएन्झाची जगभर साथ आली आहे. ही पसरणार. आम्ही तिला रोखू शकत नाही असे जागतिक आरोग्य संघटनेने जाहीर केले आहे. (१-८-०९) यापुढे सोयीसाठी एन्फ्ल्यूएन्झाला फ्ल्यू म्हणू या. फ्ल्यू जाणा व स्वत:ला वाचवा.

गेल्या ३०० वर्षात एन्फ्ल्यूएन्झाच्या १० जागतिक साथी येऊन गेल्या. गेल्या शतकापेक्षा तिप्पट जास्त म्हणजे ६५० कोटी आता जगाची लोकसंख्या आहे. त्यामुळे पूर्वीपेक्षा कमी तीव्र साथीत पण कोट्यवधी लोक मरतील. यातील सर्वाधिक भारतात व इतर गरीब देशात मरतील.

शिक्षकांनी, विद्यार्थ्यांनी व पत्रकारांनी आरोग्य सेवा देणाऱ्या डॉक्टर्स, परिचारिकांनी हे नीट वाचून देशाला जागे करावे. साथीत सर्वांत पहिले रोग्याची सेवा करताना सेवा करणारे आजारी पडतील, सर्वच आजाराबद्दल हे खरे आहे.

१९१८ ते १९२० ला एन्फ्ल्यूएन्झाची साथ आली होती. तिला स्पॅनिश एन्फ्ल्यूएन्झा म्हणतात. या साथीत भारतात ७० लाख लोक मेले. जगभर ३ ते १० कोटी म्हणजे सर्व महायुद्धापेक्षा जास्त. आता लोकसंख्या जास्त

आहे. त्यामुळे जास्त म्हणजे १८ ते ३६ कोटी लोक मरतील असा तज्ज्ञांचा अंदाज आहे. १९५७ ते १९६८ च्या साथींची तीव्रता नैसर्गिकरीत्या कमी झाली होती. तसेही होऊ शकेल. तज्ज्ञांचा अंदाज चुकला तर बरेच! पण सावरकर सांगायचे की विपरीत होईल असे गृहीत धरून तयारी करा तरच विपरीत परिस्थितीत टिकाल.

(१) प्रसार थांबवण्यासाठी जेथे रुग्ण आहेत त्या भागात रोग्यांना उपचारासाठी व इतरांना लागण होऊ नये यासाठी औषधे देणे व इतर खबरदारी घेणे. यात खालील उपाय आहेत.

(१) आजारी लोकांना सर्वांपासून दूर ठेवणे. त्यांना कुणाला भेटू न देणे. (२) त्यांना भेटलेल्यांनी स्वत:हून सर्वांपासून दूर राहणे. (३) शाळा, जत्रा, सण-समारंभ, सिनेमा हॉल, देऊळ, बाजार येथे लोकांचे एकत्र येणे बंद करणे. (४) शिंकताना, खोकताना नाकासमोर रूमाल वा कागद, वृत्तपत्र धरणे. (५) कुणाशी हात न मिळविणे. (६) आजारी माणसापासून दोन हात दूर राहणे. (७) नवीन कुणाला आजार होतो आहे का, याकडे लक्ष ठेवणे.

तीन प्रकारचे एन्फ्ल्यूएन्झा आहेत -

(१) माणसांना होणारा - मोसम बदलाच्या वेळी होतो.

(२) पक्षांना होणारा व क्वचित त्याची माणसांना लागण होणे.

(३) जागतिक एन्फ्ल्यूएन्झाची साथ!

डुकरांना, पक्षांना व माणसांना वेगवेगळे विषाणू फ्ल्यूचा आजार करतात. या तीन विषाणूंचे अंश एकत्र येऊन नवीन विषाणू तयार झाला. याचे नाव एच.वन.एन.वन. असे आहे.

ही साथ वणव्यासारखी पसरते. ती रोखायला तिच्याशी युद्धच करावे लागेल. 'हू'ने म्हणजे जागतिक आरोग्य संघटनेने जागतिक साथ आहे असे जाहीर केले आहे. आज रोज ५० लाख लोक विमानाने जगभर प्रवास करतात. त्यामुळे आजार करणारे विषाणू काही तासांत जगभर पोहोचतात.

२००३ साली 'सार्स' हा असाच आजार आला होता. आशियाई देशांना तेव्हा ३०,००० कोटी रुपयांचा फटका बसला. तेव्हा आजारी लोकांना सर्वांपासून दूर ठेवता आले. पण एन्फ्ल्यूएन्झा फारच झपाट्याने पसरतो. ही साथ १ ते ३ वर्षे चालेल. साथीच्या लाटांवर लाटा येतील. आधीच्या लाटेशी सामना करून आपण थकलेले असताना नवीन लाटा येतील यामुळे त्या जास्त भयानक बनतील. १९१८ मध्ये मेलेले निम्मे लोक आधी निरोगी होते व तरुण कमावणारे १८ ते ४० वयाचे होते. त्यांना न्यूमोनिया झाला होता.

एवढ्यात पक्षाचा फ्ल्यू माणसांना झाला होता. एशिया, पॅसिफिक, आफ्रिका व युरोपमध्ये ३९१ लोकांना हा रोग झाला म्हणून रुग्णालयात ठेवावे लागले. त्यापैकी २४७ म्हणजे ६० टक्के मेले. म्हणजे दर दुसरा रोगी सर्व प्रयत्न करूनही मेला. यातील सर्वाधिक मुले व ४० वर्षांखालील तरुण होते. मृत्यूचे प्रमाण १० ते ११ वर्षे म्हणजे ५ वी ते १२ वीच्या मुलांत सर्वाधिक होते. व्हायरसने न्यूमोनिआ होऊन हे मेले. ही रुग्णालयात दाखल झालेल्यांची माहिती. यापेक्षा कित्येकपट जादा लोकांना आजार होऊन कमी-जास्त त्रास झाला असेल हे नक्की!

हे सर्व आधी चांगले लोक होते. आधीच उपासमारीने कमजोर झालेले, क्षयरोग, डायबेटीस, मलेरिया, डेंग्यू, उलटी-जुलाब आदी इतर अनंत आजार असलेले लोक आपल्याकडे आहेत; त्यांना जर आजार झाला तर त्याची तीव्रता व मरणाचे प्रमाण खूपच जास्त असेल.

आपल्यासाठी धडा - आपले इतर सर्व आजार बरे करून घ्या. म्हणजे फ्ल्यू झाला तरी बरे होण्याची शक्यता वाढेल.

नेहमी आधी व्हायरसने सर्दी-खोकला होतो. त्यानंतर प्रतिकारशक्ती कमी होऊन न्यूमोनिआ करणाऱ्या न्यूमोकॉकूस नावाच्या व त्यासारख्या जीवाणूंनी (बॅक्टेरियांनी) न्यूमोनिआ होतो. या न्यूमोनिआनेही मरण येते. न्यूमोकॉकूसने होणारा न्यूमोनिआ टाळायला लस मिळते. ती सर्वांना देता येईल. आज एका डोसची किंमत ५००० रु. आहे. भारत सरकार ५००० कोटी रुपये दरवर्षी इस्रोवर खर्च करते. इस्रो चंद्रावर विमान पाठवते. इस्रो म्हणजे इंडियन स्पेस रिसर्च ऑर्गनायझेशन, इस्रोप्रमाणे सरकारने आय.व्ही.आर.ओ. म्हणजे इंडियन व्हॅक्सिन रिसर्च ऑर्गनायझेशन स्थापन करावी व सर्व लसी सर्वांना देता येतील; फ्लूची पण लस बनवता येईल.

उदा. साबीन नावाच्या शास्त्रज्ञाने इंजेक्शनने देता येणारी पोलिओ लस बनविली. ती गरिबांना मिळावी म्हणून त्याने लसीचे पेटंट घेतले नाही. ती कोणीही बनवू शकतो; आपण बनवली तर एक रुपयाला एक लस पडेल; पण आपण बनवत नाही व परदेशी कंपन्या आपल्याकडून प्रत्येक डोससाठी ३०० रुपये घेते.

आपण १९४७ मध्ये स्वतंत्र झालो. १९४९ मध्ये चीनमध्ये कम्युनिस्ट पक्ष सत्तेवर आला. आपण बहुतेक सर्व औषधे, लसी चीनमधून आयात करतो. त्याच जर आपण आपल्या देशात बनवल्या तर त्या काही रुपयांना पडतील. आत्ता त्या प्रत्येक लसीच्या एका डोससाठी आपण १७०० रुपये मोजतो. जे परदेशी जातात.

आपण आजच पंतप्रधान कार्यालय, नवी दिल्ली - ११०००१ येथे पत्र टाकून I.S.R.O. लसी बनविण्यासाठी IVRO (लससंस्था) बनवा असे पत्र टाका. पण आपणच झोपून राहिलो तर हे होणार नाही. तेव्हा एक पत्र टाकायची देशसेवा जरूर करा. अचानक लाखो-करोडो लोक आजारी पडले तर त्यांना अन्न-पाणी, औषधे, सेवा कशी देणार? अगदी अमेरिका, युरोपमध्ये जेवढ्यांना श्वास देणारे यंत्र व्हेंटीलेटर लागेल तेवढ्यांना ते मिळणारच नाही. आधी डॉक्टर्स व नर्सेस आजारी पडतील. त्यातले खूप मरतील. जे उरतील तेच इतरांना वाचवू शकतील. आशियात सार्सची साथ २००३ साली आली तेव्हा खूप आरोग्यसेवक कामावर आलेच नाहीत. अशा वेळी प्रशिक्षण नसलेले स्वयंसेवकच असले तर मदत करतील. पण त्याने गोंधळ वाढेल.

व्हायरस विरोधी औषधे यांची नावे ओसेल्टोमिवीर, पेशामिवीर, झॅनामिवीर अशी आहेत. यांचे साठे करणे सुरू आहे. ती महागडी आहेत. त्यांना न्यूरमिनिडेझ इनहिबीटर्स म्हणतात. ३० लाख लोकांसाठी कमीत कमी, एकावेळी औषध लागेल.

सर्व खात्यांमध्ये सुसंवाद हवा - गेल्या वीस वर्षांतील सर्व साथी प्राण्यांच्या आजारांमधून आल्या; म्हणून प्राणिशास्त्रज्ञआरोग्य आदी विविध खात्यांमध्ये उत्तम संपर्क व सुसंवाद हवा. जपानमध्ये प्राण्यांच्या मेंदूच्या आजाराची साथ आली तेव्हा सरकारची विविध खाती एक दुसऱ्यांच्या नावे ठेवत राहिली. महत्त्वाचा वेळ वाया गेला; असे होऊ नये. साथीला जागतिक त्वरित प्रतिसाद हवा.

आग विझवायला आगीचे बंब नेहमी तयार हवेत. लसी, औषधे तातडीने जरूर तेथे देणे हे व्हायला हवे. त्यासाठी जरुरी राजकीय करार व्हायला हवे.

आपण काय करावे?

(१) ही माहिती २३ भाषांत ११५ कोटी भारतीयांना लगेच द्यावी. गप्पा, फोन, एस.एम.एस., ई-मेल ने टी.व्ही., रेडीओ, पेपर इंटरनेटच्या मदतीने.

(२) पोस्टकार्ड क्रांती करा.

(३) पंतप्रधानांना पत्र टाकून भारतीय लस संशोधन संस्था स्थापन करायला सांगावी. हे करेल त्यालाच मत द्यावे. राजकीय पक्षांना जाहीरनाम्यात हे हवे, असे मत मागायला येईल त्याला सांगावे.

ताप उन्हाचा की आजाराचा
कसे ओळखावे ?

○ चामडीचा ताप काखेत मोजा.

○ शरीराचा आतला ताप तोंडात / शौचाच्या जागी मोजा.

उन्हाचा ताप

(१) ऊन लागले तर चामडीचा ताप जास्त असतो किंवा चामडीचा व तोंडातला ताप सारखा असतो.

(२) उन्हाचा ताप असल्यास

- आंघोळ घाला.

- १२ वेळा शू करेल एवढे पाणी / पातळ अन्न / पेज / सरबत / चहा पाजा.

- ओल्या फडक्याने अंग, डोके पुसा.

आजाराचा ताप

(१) आजारात तोंडाच्या आतला ताप जास्त असतो.

(२) आजाराचा ताप असल्यास त्वरित डॉक्टरला दाखवा.

○ **घाम न येणे, लघवी कमी होणे ही ऊन लागण्याची लक्षणे आहेत.**

उष्माघातात हे टाळा

आपल्याला नुसते पाणी पचत नाही. त्यात थोडे अन्न व मीठ पाहिजे. अन्न व मीठयुक्त पाण्याला आम्ही 'गंगाजल' म्हणतो. २०० मिली म्हणजे एक मोठा पेला घरचे पातळ अन्न (पेज, सरबत) काहीही घ्या. त्यात दोन बोटांच्या चिमटीत येईल एवढे मीठ टाका. की 'गंगाजल' तयार झाले.

'नवजात बाळांना उन्हाचा सर्वाधिक धोका'

नवजात बाळाला गर्मीने सर्वाधिक अपाय, आजार यांचा त्रास होतो. नवजात बाळांना घाम येत नाही; म्हणून ती लवकर तापतात. आपण त्यांना गुंडाळून ठेवतो. पंखा लावत नाही. धुरी देतो, शेक देतो. गरम पाण्याने आंघोळ घालतो. १ मार्च ते १५ जुलै (पावसाने गारवा येईपर्यंत) सर्व वयाच्या मुलांना उघडेच ठेवणे सर्वोत्तम. त्यांना कपडे, धुरी, शेक, स्नानाला गरम पाणी हे सर्व टाळा. सुखद पाण्याने स्नान घाला.

त्याने रोज सहा वेळा शू शू केली पाहिजे. लघवी कमी झाली तर आईने त्यांना जादा पाजावे. ते तहानलेले असतात ज्यादा पाणी पितील. त्यांना पाणी कमी पडले, की लघवी कमी होते, चिडचिड आधिक वाढते. मग सुस्ती येते. मग ताप -

उन्हाळ्यात नवजात बाळांना कावीळ जास्त होते. कावीळ नेहमी सर्व नवजात बाळांना होते. पण उन्हाळ्यात अंगातले पाणी कमी होऊन कावीळ जास्त होते. ही अती वाढली तर मेंदूला इजा होऊन बाळ मरते. वाचले तरी मेंदू खराब होतो. आकडी येणे हे होऊ शकते. हे टाळायला नवीन बाळांच्या शू कडे लक्ष ठेवा. बाळे उघडी, हवेशीर ठेवा, कावीळ दिसली तर डॉक्टरांना लगेच भेटा. डॉक्टर त्याला सलाईन व फोटोथेरपी देतात. आजाराचे औषध देतात.

पाजणारी आई - दूधपित्या बाळाची सर्वोत्तम तापमापक उर्फ थर्मामीटर, हा आम्हाला लागलेला शोध आहे. आई बाळाला पाजते तेव्हा तिला बाळाच्या त्वचेचे तापमान बाळ उचलताना कळते व तोंडातले आतले तापमान बाळाला पाजताना कळते. ती सर्वोत्तम तापमापक आहे हे सर्व डॉक्टर, परिचारिकांना, नातेवाईकांना आजच सांगा. ही नवीन उपयुक्त जीवनरक्षक माहिती आहे.

नवजात बाळाला फोटोथेरपी देतात. म्हणजे तीव्र उजेड त्याच्या त्वचेवर टाकतात. तेव्हा उष्णता वाढते, बाळाची पाण्याची गरज वाढते. त्याला पाणी / सलाईन द्यायला हवे. त्याने कावीळ लवकर उतरते व ताप जातो. सलाईन न दिले तर ताप उतरायला जादा वेळ लागतो.

मुलांना मागून पाणी प्यावे लागते म्हणून ते पाणी कमी पितात.

जमिनीवर एक कोपरा मुलांना द्या. त्यात खाऊ, पाणी, तहान लाडू, भूकलाडू ठेवा. मुले तोंड लावून किंवा हाताने पाणी पितील. मग ऊन लागणे टळेल. मुले हाताने घेऊन खातील मग उपासमार, कुपोषण टळेल.

उष्माघातावरील उपाय

प्रत्येकाला केव्हा न केव्हा ऊन लागून त्रास होतोच. उष्माघाताचे दरवर्षी भारतात लोक दगावल्याच्या बातम्या वृत्तपत्रात येतात. खूपदा हे लोक उष्माघाताने दगावले, की काही साथीच्या आजाराने ? असे प्रश्नचिन्हं डॉक्टरांसमोर उभे रहाते. एखाद्या व्यक्तीला आलेला ताप उन्हामुळे आला, की इतर आजारांमुळे हे प्रत्येकाला समजण्याची सोपी युक्ती आहे. ताप आलेल्या व्यक्तीचा ताप तापमापकाने काखेत व तोंडात जिभेखाली तापमापकाच्या पाऱ्यावर फुगा ठेवून प्रत्येकी १-२ मिनिटांसाठी मोजा. दोघांची तुलना करा. उन्हामुळे ताप आला असेल तर त्वचेचे तापमान हे तोंडातील तापमानापेक्षा जास्त असते किंवा तोंडातील तापमानाएवढेच असते. निरोगी व्यक्तीत व फ्ल्यू, विषमज्वर इत्यादी आजारांमध्ये तोंडातील तापमान हे काखेतील तापमानापेक्षा एक अंशाने जास्त असते. तोंडातील ताप मोजताना चुकून थर्मामीटर फुटले तरी त्यातील शुद्ध पाऱ्याने त्या व्यक्तीला अपाय होत नाही. लहान मुलांचे तोंडाऐवजी गुदद्वारातील तापमान पाहिले तरी चालते. आजारी माणसाला औषधाची, तर ऊन लागलेल्या माणसाला भरपूर पाणी, सरबते व आंघोळीची किंवा ओल्या फडक्याने सर्वांग पुसण्याची गरज असते. ऊन लागून कुणालाही ताप येऊ शकतो. म्हणून ही माहिती प्रत्येकाला सांगावी. हे सर्व तापलेले रुग्ण आरोग्य सेवकांकडे व डॉक्टरांकडे जातात.

त्वचेचा ताप

उन्हाळ्यात उन्हामुळे व गरम वाऱ्यामुळे त्वचा तापते तेव्हा घाम येतो. घाम सुकताना त्वचा थंड होते. घाम खूप आला, की शरीरातील पाणी कमी होते व तहान लागते. तहान लागल्यावर हाताशी पाणी असेल तर भरपूर पाणी प्यायल्यावर पुन्हा शरीर घाम बनवू शकते. घराबाहेर जाताना सोबत पाणी नेले नाही व बाहेर कमी झाल्यानंतर, पाण्याअभावी घाम येत नाही उन्हाने त्वचा तापते व ताप येतो.

आजारांमध्ये शरीराची पाण्याची गरज वाढते व आजारामुळे तहान-भूक मंदावते. आजारी व्यक्तींनी पाणी कमी प्याले तर त्यांना गरम वाऱ्याचा त्रास जास्त लवकर होतो, त्यांना ताप लवकर येतो, जास्त चढतो व उशिरा उतरतो.

निरोगी माणसाला ऊन लागून ताप आला असेल, तर तो भरपूर पाणी, सरबते प्यायल्यानंतर ओल्या फडक्याने अंग पुसून, अंघोळ करून ४ ते २४ तासांत व खूपच जादा त्रास असेल तर ४ तासांत उतरेल. तरीही ताप उतरला नाही तर पुन्हा दोन्ही ठिकाणी ताप मोजावा व त्वचेपेक्षा तोंडात ताप जास्त आला तर डॉक्टरांचा सल्ला घ्यावा.

पाण्याचा अभाव

झाडे पाण्याअभावी सुकतात, तशी तहान लागल्यावर पाणी न मिळणारी माणसे सुकतात. पाण्याअभावी माणसे गळून जातात. त्यांची कार्यक्षमता कमी होते. ताप येतो. ताप वाढल्यास ती भ्रमिष्ट होतात व दगावतात.

लघवी कमी झाल्याने उन्हाळी लागते. वारंवार उन्हाळी लागणाऱ्या माणसांना मूत्रसंस्थेचे विकार, मुतखडे, उच्चरक्तदाब होतो, त्यानी आयुष्य कमी होते. भारतभर हे फक्त उन्हाळ्यात होते, तर जिल्हा ठाणे, मुंबई, कोकणात व राजस्थानात हे वर्षभर होते.

तहान लागल्याबरोबर भरपूर पाणी पिण्यासाठी घराबाहेर पडताना बाटली नेणे, हाच उष्माघात टाळण्याचा उत्तम उपाय आहे. ठाणे, मुंबईकरांनी तर हा नक्कीच रोज केलाच पाहिजे.

मुलांना धोका जास्त

मुले पाणी सांडतील म्हणून घरोघरी त्यांच्या आवाक्याबाहेर पाणी ठेवतात. त्यांना पाणी मागून प्यावे लागते. बोलता न येणाऱ्या मुलांमध्ये पाण्याअभावी येणाऱ्या तापाचे प्रमाण जास्त असते. गेल्या आठवड्यात तापमान ३५ अंश सेल्सिअस झाले तेव्हा १४ मुले उन्हाच्या तापामुळे दवाखान्यात आली. दरवर्षी अशी अति तापलेली १०० मुले दवाखान्यात दाखल करावी लागतात. आपल्या घरी हे होऊ नये म्हणून पाणी मुलांच्या आवाक्यात ठेवा. घर किंवा मूल यांपैकी एकच चांगले राहू शकते. हवे तर शाळेसारखी त्यांना घरीही पाण्याची बाटली द्या. खिशात त्यांना चणे, कुरमुरे द्या. एक आठवड्यापेक्षा कमी वय असलेल्या बाळांना उन्हाचा सर्वाधिक त्रास होतो. ती सर्वस्वी परावलंबी असतात. उन्हाळ्यात त्यांना बांधून ठेवले तर अजून घाम येऊन त्यांचे पाणी कमी होते, त्यांना घामोळे येते व ताप येतो. हे टाळावे.

सर्वच नवजात बालकांना थोडी कावीळ होते. अंगातील पाणी कमी झाले तर ती वाढते, तापही येतो. समुद्रकिनारी उन्हाळ्यात अशा बालकांना थोडे पाणी द्यायला हवे. कावीळ उतरवायला त्यांना फोटोथेरपी देतात, म्हणजे ४-६ ट्यूबलाईटखाली ठेवतात. पण ट्यूबलाईटच्या उष्णतेमुळे अंगातील पाणी आणखी कमी होऊन, कावीळ वाढते. वाढलेली कावीळ व कमी झालेले पाणी मेंदूला इजा करू शकतात; अशा मुलांना भरपूर पाणी तोंडावाटे किंवा शिरेतून सलाईनच्या रूपाने द्यायला हवे.

उन्हाळा सुखात घालवा

आपल्याकडे - दहा महिने उन्हाळाच असतो. ७५ ते ८५ अंश फॅरेनहीट तापमानात म्हणजे २५ ते ३० अंश सेल्सिअस तापमानात आपण सुखात राहतो. ३० अंशाच्यावर तापमान वाढले, की आपल्याला त्रास होऊ लागतो. आपल्याकडे १० महिने दिवसभर ३० अंश तापमान असते. हे १० महिने खालील सूचना पाळून सुखात राहा.

(१) उन्हापेक्षा सावलीत कमी त्रास होतो. बाहेर जाताना अंगावर सावली येईल असे पहा. म्हणजे डोक्यावर टोपी व अंगात लांब हाताचे सदरे व पाय झाकणारे धोतर, पायजमा, पँट हवे.

(२) पंखा लावून बरे वाटते, कारण वारा वाहता असेल तर गर्मीचा त्रास कमी होतो. घट्ट कपडे, टाय यांनी हवा वाहणे थांबले. गर्मी वाढते म्हणून ढिले कपडे वापरा, टाय नको. ढिली पँट, पायजमा, शर्ट वापरा.

(३) बनियनचा कपडा जाळीदार असतो. त्यात हवा खेळते. गर्मी कमी होते. याला होजिअरी कपडा म्हणतात; शक्य तेवढे जास्त कपडे होजिअरीचे वापरा.

(४) काळा कपडा सर्वात जास्त, रंगीत मध्यम व पांढरा सर्वात कमी तापतो म्हणून पांढरे कपडे वापरा.

(५) उन्हाने घाम येतो. अंगातले पाणी आटते, तहान लागते व शरीराला त्रास होऊ लागतो. तहान लागणार नाही एवढे घोट घोट पाणी पीत राहा. घराबाहेर जाताना आठवणीने पोटभर पाणी पिऊन जा.

(६) ही माहिती शाळेतील मुलांसाठी वापरा. शाळेतील मुलांचे टाय काढा व शाळेच्या नावाचा बिल्ला शर्टच्या खिशाला लावा.

(७) आपली लघवी समुद्राच्या पाण्यासारखी असते. दोघांमध्ये क्षार असतात. उन्हात समुद्राचे पाणी सुकवले की, त्यातील पाणी आटते व क्षार बाहेर येतात. हेच मीठ. उन्हाळ्यात शरीरातील पाणी घाम वाळून कमी होते. तेव्हा लघवीतले क्षार वाढतात. लघवीची विशिष्ट घनता (स्पेसिफिक ग्रॅव्हिटी) वाढते. क्षाराचे मिठाच्या बारीक कणात रूपांतर होतं. लघवी करतांना हे कण लघवीच्या मार्गाला इजा करतात. त्याने लघवी करताना आग होते. याला आपण उन्हाळी लागली म्हणतो.

खूप पाणी पिले की, लघवीतील पाणी वाढते. क्षार विरघळतात. झालेल्या जखमा भरल्या, की आग कमी होते. यूरिस्पास नावाची १ गोळी ३ वेळा २ दिवस घ्यावी. याने लघवीची आग घटते. हेच काम पायरिडिअमच्या २ गोळ्या ३ वेळा घेतल्या की होते. पायरिडिअमने हळदीकुंकवासारखी लालपिवळी लघवी होते. घाबरू नये. रोज सकाळी तांब्याभर पाणी प्या. दिवसभर खूप पाणी प्या. उन्हाळी मुक्त जगा. ही माहिती सर्वांना द्या. महाराष्ट्र उन्हाळीमुक्त करा.

एखाद्याला ऊन लागले कसे कळेल ?

समजा आपल्या बाळाला ताप आला आहे. आता आपल्या हाताच्या बोटांची नखाकडील (मागची) बाजू आपल्या गळ्याला लावा. आपल्या गळ्याची चामडी गार व घामाने ओली आहे हे अनुभवा.

मग हाच हात तसाच बाळाच्या अंगाला लावा. हाताच्या बोटांच्या बाहेरच्या नखाखालील भागाने बाळाला स्पर्श करा. तुलना करून जाणा. बाळाला जर ऊन लागले असेल तर त्याची त्वचा कोरडी असेल.

ऊन लागून आलेला ताप पाण्याशिवाय इतर कशानेही जात नाही. त्याला पाणी / सलाईनच हवे. सर्वच आजार उन्हाने बळावतात; म्हणून आजारी माणसाला भरपूर लघवी होईल एवढे पाणी जरूर द्यावेच द्यावे.

अमिबीआसिस

भारतातील खूप लोकांना हा आजार आहे. अमिबा हा सुईच्या टोकावर मावणारा व मायक्रोस्कोप (सूक्ष्मदर्शक) नेच दिसणारा एक पेशीय प्राणी.

अमिबा हा दूषित अन्नाच्या सेवनाने पोटात जातो. त्याने पोटदुखी, रक्त व आव मिश्रित जुलाब लागतात. हे आतड्यात फोड करतात व रक्तप्रवाहात मिसळून यकृतात पोहोचतात तेथेही सूज येते व गळू होते.

शरीरात यकृत बरगड्यांखाली उजव्या भागात असते. आपल्या उजव्या हाताची मूठ उजवीकडील खालच्या बरगड्यांवर जोराने मारा.

यकृत चांगले असेल तर दुखणार नाही. पण यकृतला सूज असेल तर दुखेल. दुखल्यास आपल्या डॉक्टरांना भेटून टीनी (५००) गोळ्या २ सकाळी व २ रात्री अशा ५ दिवस घ्यायच्या.

वारंवार सूज येऊन शेवटी यकृत निकामी होते. यकृत ही आपल्या शरीरातील एकमेव अशी जागा आहे जेथे सर्व खराब वस्तू नष्ट केल्या जातात व खाल्लेल्या अन्नापासून शरीराला आवश्यक ते पदार्थ (प्रथिने) तयार केले जातात. यकृत खराब झाले, की रक्तातील प्रथिने कमी होतात. अंगावर सूज येते व अशी व्यक्ती लवकरच दगावते. भारतात सर्वाधिक व्यक्ती यकृत खराब झाल्याने मरतात. दारूमुळे यकृतच खराब होते; म्हणून दारू पिणे व घराबाहेरचे अन्न खाणे टाळावे.

घराबाहेरचे अन्न खाण्याचा मोह टाळू न शकणारे, तो मोह पुरवणारे जादा वर्षे टिकत नाहीत.

टायफॉईडस्थान, विषमज्वरस्थान ही आपल्या देशाची अजून दोन नावे

प्रत्येकाला एकदा तरी टायफॉईड होतोच. जो नशीबवान व पैसेवाला असतो तो वाचतो. रोज टायफॉईडने लोक मरतात. विशेषत: मुले १९८२ ते २००८ या २७ वर्षांत टायफॉईडवरच सर्वाधिक संशोधन पेपर्स इंडियन पेडिॲट्रिक्स या भारतीय बालआरोग्यतज्ज्ञांच्या शास्त्रीय मासिकात प्रसिद्ध झाले व या तज्ज्ञांच्या दरवर्षीच्या वार्षिक परिषदेत गेली २८ वर्षे वाचले गेलेत. गेली २४ वर्षे जेवढे गंभीर रोगी दाखल झालेले, दगावलेले मी पाहिले, त्यातील खूप टायफॉईडचे होते.

२ ते १८ वर्षे या वयोगटातील सर्व मुलांना न दुखणारी, काहीही त्रास न देणारी स्वस्त टायफॉईड लस देऊन आपण देश मोठ्या प्रमाणात टायफॉईडमुक्त करू शकतो. ते करू या, यासाठी खालील माहिती वाचा.

(१) जागतिक आरोग्य संघटनेची शिफारस

(२) इंडियन ॲकॅडमी ऑफ पेडिॲट्रिक्सचा सल्ला

(३) आमचा अनुभव : विरारला टायफॉईड लस देऊन टायफॉईड निम्मा केला.

(४) आपणासाठी धडे

टायफॉईड लस - लसीकरण कार्यक्रमातून सरकारने द्यावी : जागतिक आरोग्य संघटनेची शिफारस

जागतिक आरोग्य संघटना दर आठवड्याला जगाच्या आरोग्याबद्दल माहिती प्रसिद्ध करते. त्याला विकली 'इपिडेमिऑलॉजिकल रेकॉर्ड' असे म्हणतात. ही माहिती जाळाच्या (इंटरनेटच्या) www.who.int/wer या संकेतस्थळावर बघावे व दि. ८-२-२००८ च्या अंकामध्ये जागतिक आरोग्य संघटनेची टायफॉईड लसीबद्दलची आजची भूमिका दिली आहे तिचा सारांश व निष्कर्ष असे आहेत. (भारताची स्थिती व आमचे मत कंसात दिले आहे.)

टायफॉईड हा गंभीर आजार आहे. तो करणाऱ्या जीवाणूला (बॅक्टेरिआला) 'सालमोनेला टायफी' असे म्हणतात. टायफॉईड (भारतासारख्या) विकसनशील देशात आरोग्याचा गंभीर आजार आहे. मुख्यत्वे करून ५ ते १५ वयोगटातील शाळेतील मुलांचा प्रश्न आहे. काही भागात शाळेतील मुलांपेक्षा ५ वर्षांखालील मुलांमध्ये जास्त विषमज्वराचे रोगी आढळले.

दरवर्षी जगभर कमीत कमी २.१ कोटी लोकांना टायफॉईड होतो. यापैकी ९०% आशिया खंडात (यापैकी आशियातील सर्वात मोठा देश असलेल्या भारतात सर्वाधिक होणे स्वाभाविक आहे.) यापैकी १ ते ४ टक्के सर्व उपचार करूनही मरतात. २ ते ६ लाख दरवर्षी मरतात. (यातील सर्वाधिक भारतात.)

आता टायफॉईडचे जंतू उपलब्ध असलेल्या बहुतके औषधांनी मरत नाहीत. त्यामुळे रोगी बरे करणे कठीण व महाग झाले आहे. रोगी गंभीर होणे व मरणे यांचे प्रमाण वाढले आहे. टायफॉईड पासून रक्षण करणाऱ्या २ नवीन लसी आल्या आहेत. दोन्ही फक्त २ वर्षांपेक्षा वयाने मोठे असलेल्यांमध्येच वापरता येतात. या घेणाऱ्यांपैकी ७०% लोकांना ३ वर्षे भारतात टायफॉईड होत नाही. ३ वर्षांनी पुन्हा लस घ्यावी लागते.

एकीला व्ही. आय. लस म्हणतात. तिचे इंजेक्शन घ्यावे लागते. ही भारतात मिळते. दुसरीला टी. वाय. २१ ए म्हणतात. तिची कॅप्सूल व औषधही मिळते. भारतात ही लस मिळत नाही. दोन्ही लसींनी ताप येत नाही. काही त्रास होत नाही. व्ही. आय. आशियातील मोठ्या शहरातील झोपड्यांमधील मुलांना लस दिल्याने त्यात राहणाऱ्या गरिबांचे आजारावर खर्च होणारे खूपच पैसे वाचले.

विकसनशील देशात (म्हणजे भारतातही) टायफॉईड हा आरोग्याचा गंभीर प्रश्न आहे. टायफॉईडचे जंतू खूप औषधांना दादही देत नाहीत व काहीही त्रास न देणाऱ्या लसी कमी किमतीत उपलब्ध आहेत; म्हणून विकसनशील देशांनी टायफॉईड लस देण्याचे कार्यक्रम करावे. ज्यांना टायफॉईड होण्याची जास्त शक्यता आहे. त्यांना लस द्यावी. (म्हणजे १२ वी पर्यंतच्या सर्व मुलांना) जेथे टायफॉईडची साथ चालू असेल तेथेही ही लस द्यावी. **आपण हे करायलाच हवे.**

या देशात येणाऱ्या प्रवाशांनाही ही लस द्यावी. यासही आरोग्य कसे राखावे, आजार कसे टाकावे, स्वच्छता कशी राखावी हे ही सर्वांना शिकवावे. **ही माहिती जागतिक आरोग्य संघटनेने लक्ष वेधण्यासाठी ठळकपणे दिली आहे.**

पूर्वपीठिका : टायफॉईड फक्त माणसांनाच होतो. असे रोग आपण पूर्ण नष्ट करू शकतो. उदा. देवी.

मुलांना टायफॉईडचा खूपच जास्त त्रास होतो. व्हिएतनामचा अभ्यास असा आहे की, शहरी झोपडपट्ट्यांतील शाळकरी मुलांमध्ये (वय ५ ते ११ वर्षे) दर १ लाख मुलांपैकी १८० ते ४९४ मुलांना टायफॉईड होतो; काही भागात ५ वर्षाखालील मुलांमध्ये टायफॉईडचे प्रमाण यापेक्षाही जास्त होते.

टायफॉईडच्या १० टक्के रोग्यांना जीवघेणे गंभीर त्रास होतात. विशेषत: ताप २ आठवड्यांवर लांबला तर व महागडी लागू पडणारी औषधे न मिळाली तर ४ वर्षांखालील दर १०० टायफॉईड झालेल्या मुलांपैकी १ ते ४ मुले मरतात. मोठ्या मुलांपेक्षा हे प्रमाण १० पट जास्त आहे. योग्य औषध न मिळाले तर दर दहा रोग्यांपैकी १-२ मरतात.

धडा : आपली मुले जगवायला आजच टायफॉईड लस लावून घ्या.

विशेषत: २ वर्षांखालील मुलांमध्ये टायफॉईडने मरण्याचे प्रमाण जास्त असते. (आपल्यासाठी धडा : ६ महिने ते २ वर्षे वयाच्या सर्व मुलांना हाफकिनची टायफॉईड लस देऊन त्यांचा टायफॉईडपासून बचाव करता येतो; पण केंद्रसरकारने चुकीच्या धोरणाने ही लस बनवणे आदेश देऊन बंद केले. आपल्या खासदारांना सांगा, की ही लस बनविण्याचे आजच सरकारला आदेश द्या.)

काही रोग्यांमध्ये औषधांना दाद न देणारे आजचे टायफॉईडचे जंतू रोगी बरे झाल्यावरही त्यांच्या शरीरात राहतात. ही माणसे त्या जंतूचे वाहक बनतात. असे होण्याचे प्रमाण आता १० पट जास्त झाले आहे. याने टायफॉईड पसरतो.

जागतिक आरोग्य संघटना भारतातील अभ्यासाचे उदाहरण देऊन सांगते, की भारतात जर टायफॉईडचा रोगी रुग्णालयात दाखल झाला तर त्याच्यावर कोलकात्याला ६५०० रु. व दिल्लीला ४१,००० रु. सरासरी खर्च करावे लागतात. (महाराष्ट्रात कमी-जास्त पण एवढेच पैसे लागतात. लस देऊन हे टाळा.)

टायफॉईड झालेल्या माणसाच्या हातचे आपण अन्न खाल्ले किंवा त्याने हाताळलेले अन्न आपण खाल्ले की टायफॉईडचे जंतू त्या अन्नासह आपल्या शरीरात शिरतात. घराबाहेरचे, हॉटेलचे, हातगाडीवरील अन्न खूप

लोकांनी हाताळलेले असते. त्यापैकी एखाद्याच्या हातून आपल्याला टायफॉईडचे जंतू वा इतर आजाराचे जंतू मिळू शकतात. म्हणून शक्यतो बाहेर खाणे टाळावे. ५ ते २१ दिवसानंतर आपल्याला थकवा, डोकेदुखी, पोटदुखी होते, ताप येतो. मोठ्यांना शौचास कमी होते. मुलांना जुलाब लागू शकतात. आजार गंभीर झाला, की सुस्ती, तापात बडबड, हातपाय गार पडणे, रक्त वाहणे, आतडे फुटणे व मरणही येवू शकते. १ ते ४ टक्के रोग्यांच्या शरीरात बरे झाल्यावरही वर्षानुवर्षे टायफॉईडचे जंतू राहतात व त्याने आजार पसरतो.

चीनमधील व्ही. आय. लसीचा अनुभव :

चीनमध्ये गुआंगझी राज्यात गुईलीन शहर आहे. तेथील सर्व शाळकरी मुलांना, अन्न हाताळणारे लोक (हॉटेलमध्ये काम करणारे इत्यादी) व जेथे टायफॉईडचे रोगी आढळतील त्या भागातले सर्व लोक यांना १९९५ ते २००६ दर तीन वर्षांनी व्ही.आय. लस दिली. सरासरी ६०% मुलांना लस मिळाली.

लस देण्याआधी सरासरी १० लाख लोकांमध्ये ४७० लोकांना टायफॉईड झाला. मुलांमध्ये १० लाख मुलांमागे ६१० मुलांना टायफॉईड झाला. लस दिल्यानंतरच्या वर्षी २००६ मध्ये हे प्रमाण १० लाखांपैकी २ ते ४५ एवढे कमी झाले. म्हणजे २०० पटीने कमी झाले (अंदाजे). टायफॉईड सारख्या ज्या 'पॅराटायफॉईड अे' ची लस दिली नाही त्या आजाराचे प्रमाण मात्र वाढले.

आपणही लस देऊन महाराष्ट्र टायफॉईड मुक्त करू या. चीनपेक्षा खूपच जास्त किमान १० पट जास्त टायफॉईड आपल्याकडे आहे.

टी.वाय. २१ – ए लस :

ही भारतात उपलब्ध नाही. एक दिवसाआड ३ वेळा दर तीन वर्षांनी परत देतात.

युरोप, ऑस्ट्रेलियात जेथे टायफॉईडचे रोगी आढळतात, तेथे दर तीन वर्षांनी परत देतात. (भारतात व भारतासारख्या देशात जाणाऱ्या प्रवाशांना ही लस देतात.)

युरोप, ऑस्ट्रेलियात जेथे टायफॉईडचे रोगी आढळतात, तेथे दर तीन वर्षांनी ही लस देतात. जेथे टायफॉईडचे रोगी आढळत नाहीत अशा अमेरिका व कॅनडात ही लस प्रत्येकाला देतात. अमेरिकेत दर पाच वर्षांनी व कॅनडात दर सात वर्षांनी ही लस पुन्हा देतात.

(आपल्यासाठी धडा : त्यांच्यापेक्षा खूपच जास्त टायफॉईड आपल्याकडे आहे; आपण तर टायफॉईडची लस सर्वांना द्यायलाच हवी. विशेषत: मुलांना)

११० वर्षे जुनी होल किल्ड लस हाफकिन ही संस्था बनवीत असे. हिने टिटॅनस लसीसारखा एक दिवस ताप येतो. नवीन लसीला ताप येत नाही. म्हणून नवीन लसी वापरल्या तर जास्त चांगले. ताप येऊ नये म्हणून पॅरासिटीमॉल औषध तीन वेळा दिले, की त्रास होत नाही ही टीटॅनससारखी लस आहे. ज्याने ज्याने टिटॅनसचे / धर्नुवाताचे इंजेक्शन घेतले आहे त्याने टायफॉईडच्या या लसीला घाबरू नये.

जागतिक आरोग्य संघटनेची टायफॉईड लसीबद्दलची भूमिका :

नवीन लसी चांगल्या सुरक्षित आहेत. जेथे टायफॉईडचा गंभीर प्रश्न आहे अशा देशांनी लसीकरण कार्यक्रमात टायफॉईड लसीचा अंतर्भात करण्याचा विचार करावा. ज्यांना टायफॉईड होण्याची जास्त शक्यता आहे. (म्हणजे

२ ते १५ वर्षापर्यंतची सर्व मुले व अन्न हाताळणारे सर्व.) त्यांना प्राधान्य द्यावे. शक्यतो राष्ट्रीय लसीकरण कार्यक्रमातील इतर लसींसह टायफॉईड लस द्यावी.

जेथे टायफॉईड आरोग्याचा गंभीर प्रश्न आहे. (म्हणजे भारतात) व जेथे टायफॉईडचे जंतू खूप औषधांना दाद देत नाही (म्हणजे भारतात) तेथे शाळकरी व त्यापेक्षा लहान मुलांना टायफॉईड लस द्यावी. अशी जागतिक आरोग्य संघटनेची शिफारस आहे. चीनमधील अनुभव हे शिकवतो, की ४-५ वर्षांत टायफॉईड नियंत्रणात येतो. त्याचे प्रमाण खूपच कमी होते; साथ सुद्धा आटोक्यात आणता येते. राष्ट्रीय लसीकरण कार्यक्रमात लसींचा अंतर्भाव करताना लस द्यायला येणारा खर्च व होणारा फायदा याचा विचार करतात. आशिया खंडातील मोठ्या शहरातील झोपडपट्ट्यातील मुलांना लस देणे आर्थिकदृष्ट्या खूपच फायदेशीर ठरले. लस दिल्याने, रोगी कमी झाल्याने प्रत्येकी ८८५० ते ३३७०० रुपये वाचले.

लस देण्यासोबत आजार टाळणे व आरोग्य राखणे शिकवावे. पिण्यालायक पाणी सर्वांना उपलब्ध करावे. स्वच्छता वाढवावी. टायफॉईडचे निदान करण्याची सुविधा सर्वत्र उपलब्ध करावी. या देशात येणाऱ्यांनाही टायफॉईडची लस द्यावी. हगणदारीमुक्त शहरे, झोपड्या व गावे करावी.

जागतिक आरोग्य संघटनेचे टायफॉईड लसीबद्दलच्या भूमिकेचे आपल्यासाठी थोडक्यात असे सांगणे आहे, की आपण आज २ ते १५ वर्षावरील सर्व मुलांना उपलब्ध असलेली व्ही. आय. ही लस द्यावी व दर तीन वर्षांनी ती परत द्यावी. अन्न हाताळणारे (म्हणजे हॉटेलमध्ये काम करणारे, मटण, भाज्या, फळे विकणारे) यांनाही द्यावी. जेथे टायफॉईडचे रुग्ण असतील तेथे सर्वांना द्यावी. याने महाराष्ट्रातले (व भारताने केले तर भारतातले) टायफॉईडचे रोगी व त्याचे मृत्यू ५ वर्षांत १००-२०० पटीने घटतील. टायफॉईडवरील प्रचंड खर्च वाचेल.

इंडियन अॅकॅडमी ऑफ पेडिअॅट्रीक्सचा सल्ला : लसीकरण कार्यक्रमातून सर्व मुलांना टायफॉईड लस द्या.

इंडियन अॅकॅडमी ऑफ पेडिअॅट्रीक्सच्या मुलांमधील टायफॉईडची एवढी चिंता आहे, की त्यांनी डॉ. विजय येवले, डॉ. कुंडू, डॉ. नितीन शहा आदी ८ तज्ज्ञांच्या समितीकडून एक विशेष मार्गदर्शक पुस्तक लिहून घेतले. हे २००६ मध्ये झाले. इतर कुठल्याही एका आजारासाठी असे गेल्या दशकात झालेले नाही. या पुस्तकांचा मुक्त सारांश असा आहे.

'जागतिक आरोग्य संघटना सांगते, की दरवर्षी १ लाख लोकांपैकी १०० लोकांना जर टायफॉईड झाला तर, टायफॉईडचे प्रमाण खूप जास्त आहे. त्यांच्या आकडेवारीप्रमाणे भारत व शेजारी देशात दर १ लाख लोकांपैकी ६२२ लोकांना दरवर्षी टायफॉईड होतो.' डॉ. ए. सिन्हा व सहकाऱ्यांनी दिल्लीमध्ये एक अभ्यास करून तो लॅन्सेटमध्ये प्रसिद्ध केला. लॅन्सेट जगप्रसिद्ध वैद्यकीय मासिक आहे. त्यांना दर १ लाख लोकसंख्येपैकी ९८० लोकांना टायफॉईड दिल्लीत होतो असे आढळले.

भारतात टायफॉईडचे प्रमाण खूप जास्त आहे. जगात सर्वाधिक.

टायफॉईडचे रुग्ण वर्षभर आढळतात जुलै ते सप्टेंबर जास्त मिळतात. लग्नसमारंभ, सण यात घराबाहेर खाणे वाढते. याने या रोगाचा प्रसार होतो.

सण-समारंभातही घराबाहेर खाणे टाळावे. त्यांचा सण, आपले पोटाचे आजार व मरण होते.

एखाद्याला चार दिवसांवर ताप असेल तर तो टायफॉईड असू शकतो. त्याचे ब्लडकल्चर घ्या. टायफॉईडचे जंतू सर्व अंगाला त्रास देतात. त्यामुळे निरनिराळी लक्षणे व खुणा दिसू शकतात. गंभीर तापाचे रोगी असतील तर टायफॉईड असू शकतो. १०० पैकी १ ते ४ रोगी मरतात. पण नीट उपचार केले तर ९९ टक्के मुले बरी होतात. ब्लडकल्चरपेक्षा बोनमॅरो कल्चर तपासणी खूप जास्त पटीने टायफॉईडचे जंतू तपासात मिळवून देते. ही कठीण तपासणी आहे. विडाल तपासणीने टायफॉईडविरुद्ध प्रतिकारशक्ती मोजतात. ती १:१६० असेल तर टायफॉईडची शक्यता बळावते.

ब्लडकल्चरमध्ये टायफॉईड जंतू मिळाले तर त्यांना कुठले औषध लवकर लागू पडेल, हे ही कळते! जर नॅलीडिक्सीक ॲसिडला जंतू दाद देत नसतील तर ते सिप्रोप्लॉक्सिन गटाच्या औषधांना दाद देत नाहीत. टायफॉईडसाठी सेफीग्झाइम नावाचे औषध द्यावे. रोग्याच्या प्रती किलोग्रॅम वजनासाठी १५ ते २० मिलिग्रॅम रोज निम्मे सकाळी व निम्मे रात्री असे १४ दिवस द्यावे. याने गुण न आला तर ॲझीथ्रोमायसीन औषध २० मिलिग्रॅम प्रती किलो वजनासाठी असे १४ दिवस द्यावे.

टायफॉइडचे अचूक निदान करायला ब्लड कल्चरच्या नावाची तपासणी करावी लागते. ही जवळजवळ होतच नाही. आपल्या गावच्या लॅबोरेटरीतील कोणी शिकायला तयार असेल तर आम्ही शिकवू.

जर रोगी गंभीर असेल तर रुग्णालयात ठेवून सेफट्रायग्झेन रोज एकदा अथवा सेफॉटॅक्झीम दोन भागात विभागून दोनदा ५० ते ७५ मिलिग्रॅम रोज असे १४ दिवस द्यावे. गुण न आला तर ॲझीथ्रोमायसीन द्यावे. गंभीर रुग्णाला सलाईन देतात. कधीकधी रक्तही देतात.

धोकादायक लक्षणे

(१) पोटदुखी (२) कमी रक्तदाब (ब्लडप्रेशर) (३) रक्तात कमी प्रोटीन्स (४) रक्तात प्लेटलेट्स कमी (१ लाखाखाली) असतील तर रुग्ण मरायची शक्यता जास्त असते. म्हणून डॉक्टरने सावध रहावे.

रक्त दिले तर हे तिन्ही सुधारतात. प्लेटलेट्सांठी ताजे रक्त किंवा अलग प्लेटलेट्स द्यावेत. टायफॉइडचे जंतू सर्व अंगातील सर्व अवयवांना आजार करतात. यकृताला त्रास झाला, की कावीळ होते. मेंदूला त्रास झाला तर सुस्ती भ्रमिष्टपणा येतो. आतड्यातील जखमातून रक्त वाहू लागते. आतडे फुटू शकते. सर्वत्र रक्तस्राव झाला तर मरण येते. आतडे फुटले तर ते शिवावे लागते.

गाव तेथे रक्तपेढी हवीच हवी. यासाठी अनावश्यक कडक नियम शिथिल करायला आज आमदार, खासदारांना सांगा.

टायफॉईड कसा टाळावा :

(१) सर्व गावे हगणदारीमुक्त करावी, शहरातील झोपडपट्ट्या पण हागणदारीमुक्त कराव्यात.
(२) रेल्वेतील शौचालयांमधून गावभर विष्ठा पडते तोपर्यंत हागणदारीमुक्त देश कसा होईल ? हे आज रेल्वेमंत्र्यांना पत्र टाकून बंद करायला सांगा.
(३) घराबाहेर खाऊ नका.
(४) सर्वांना पिण्यायोग्य पाणी मिळावे.
(५) हे होईल तेव्हा होवो, पण आज तर सर्व मुलांना टायफॉईड लस देऊनच भारतातील टायफॉईड कमी करावा.

माझ्या बाळाला क्षय आहे का?

१. भारतात मृत्यूचे सर्वात मोठे कारण क्षय रोग नंबर एकचे कारण आहे. क्षयरोग टाळण्यासाठी हे करा.

२. गर्दीपासून दूर राहणे. गर्दी टाळा. प्रत्येकापासून दोन हात दूर राहा. विशेषत: आजारी माणसापासून व खोकणाऱ्यापासून.

३. कुणाशीही हात मिळवू नका, आलिंगन देऊ नका. दूरून हात जोडून 'राम राम' बरा.

४. प्रतिकारशक्ती वाढवा. यासाठी कोशिंबिरी, फलाहार वाढवा. व्यायाम करा.

५. आजारी पडले तर लगेच उपचार करा.

६. लांबणारा आजार, लांबणारा खोकला, वजन घटणे, अशक्त होणे, भूक जाणे यातील काही झाले तर लगेच डॉक्टरांना भेटा.

क्षय रोग नाही ना याची खात्री करा.

सध्या क्षयाचे प्रमाण एवढे वाढलेले आहे, की कुणालाही क्षय होऊ शकतो. तो घरात असायची गरज नाही. एखादे वाळवी लागलेले झाड जसे सुकत जाते, तसे क्षयरोग झालेला मुलगा किंवा व्यक्ती सुकत जाते, जातो. त्याचा 'क्षय' होतो म्हणून या रोगाला क्षय हे नाव दिलेले आहे. आमच्या संस्कृतीमध्ये अत्यंत योग्य नाव देतात याचं हे उत्तम उदाहरण! एखाद्याला बघून जर वाटेल, की हा किती खराब झाला आहे, तर त्याला क्षययोगासाठी तपासायला हवे. भारतात क्षयरोगाचे प्रमाण १००० मध्ये पाच एवढे आहे. लोकलच्या डब्यात २०० माणसे असतील तर त्यापैकी एकाला क्षय असू शकतो. त्याच्या थुंकीतून जंतु बाहेर पडले की, ते हवेत पसरतात व आपल्या शरीरामध्ये जातात. आपण जर दणकट असलो तर आपली प्रतिकारशक्ती क्षयरोगाच्या जंतूंना नष्ट करते व आपण जगतो. आपण जर कमजोर असलो तर प्रतिकारशक्ती कमी पडते, अशावेळी क्षयरोगाचे जंतू मरत नाहीत. ते छातीत घर करतात व माणूस खंगत जातो व शेवटी ती व्यक्ती दगावते.

मुलांना गोवर आल्यावर प्रतिकारशक्ती कमी होते. आजारातून उठल्यावर मुले कमजोर असतात, अन्न न मिळाल्यामुळे कमजोर होतात. त्याची प्रतिकारशक्ती कमी होते, अशा लोकांना क्षय होऊ शकतो.

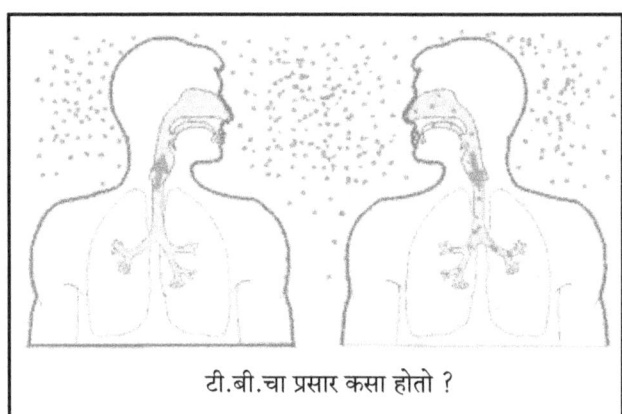

टी.बी.चा प्रसार कसा होतो ?

ठाणे-मुंबईच्या हवेमधील कार्बन मोनॉक्साईड नावाचा वायू आपल्या फुफ्फुसातील प्रतिकारशक्ती कमी करतो. त्यामुळे माणसाच्या शरीरातील क्षयरोग नष्ट करणारी शक्ती कमी होते. जंतू शरीरात घर करतात; अशा प्रकारे आपल्या शरीराला वाळवी लागते. धुरकट घरातही हेच होते.

एड्सच्या आजारात ही प्रतिकारशक्ती नष्ट झाल्यामुळे अंगात क्षय रोगाचे जंतू घर बांधतात.

कोणी नमस्कार केला, की त्याला आशीर्वाद देतात. 'तू शतायुषी हो, औक्षवंत हो' म्हणजे 'अक्षय हो' असे म्हणतात. 'अक्षय' म्हणजे 'ज्याचा क्षय होत नाही असा.'

भारतातील निरोगी मुलगा दर वर्षी २ किलो वाढतो. किमान १ किलो तरी वाढलेच पाहिजे. म्हणजे ३ महिन्याला १/४ (पाव) किलो. जो मुलगा ३ महिन्याला पाव किलोही वाढत नाही त्याला क्षय झाला आहे का, हे आई-बाबांनी बघायला पाहिजे. पण हे समजायला दर ३ महिन्यांनी वजन केले पाहिजे. वजन चांगल्या काट्यावर केले पाहिजे. आपल्या डॉक्टरांकडे किंवा रेल्वे स्टेशनवर वजनाचा जो तरफेचा काटा असतो त्यावर वजन केले पाहिजे.

मुलांना वाढत्या वयात दर २-४ तासांनी पोटभर अन्न लागते. (म्हणजे दिवसाला ६-१० वेळा) पण आपण दोनदाच जेवण देतो. अन्न कमी पडून मुले अशक्त होतात.

एखाद्या मुलाचे वजन वाढत नसेल तर त्याला अन्न कमी पडते किंवा तो आजारी असतो. खालीलपैकी एक वा जादा त्रास आपल्या मुला-मुलीत असतील तर क्षयरोग झाला का? अशी शंका घ्या.

वजन घटने/न वाढणे क्षयामुळे?

एखाद्या मुलाचे वजन वाढत नसेल तर त्याला अन्न कमी पडते किंवा तो आजारी असतो.

या दोघांत फरक कसा ओळखावा?

सोपे आहे. मुलाचा खिसा २४ तास खोबरे, चणे, शेंगदाण्याने भरून ठेवायचा. म्हणजे त्याला अन्नाचा मुबलक पुरवठा होईल. तो आजारी नसेल तर कोंबडीच्या पिलासारखा सतत दाणे टिपून त्याचे रोज वजन वाढेल. तो गुटगुटीत, सशक्त, दीर्घायुषी व सुखी होईल; म्हणून बारीक नसलेल्या मुलाचाही खिसा २४ तास भरलेला हवा. हे करूनही ज्याचे वजन वाढत नाही, त्याच्यासाठी आई-बाबांनी डॉक्टरांचा सल्ला जरूर घ्यावा.

जगभर जन्मापासून पहिल्या वाढदिवसापर्यंत सर्व मुलांचे जन्मतारखेला वजन करतात, तपासणी करतात व पहिल्या वाढदिवसापासून १८ वर्षांपर्यंत दर तीन महिन्याला वजन व उंची मोजतात व तपासणी करतात. आजार होऊ नये म्हणून काळजी घेतात. आजार झाला तर लगेच उपचार करतात.

लांबणारा खोकला क्षयामुळे?

कोणताही १५ दिवसांच्या वर लांबणारा खोकला दम्याचा असेल किंवा क्षयाचा असेल. दमा आहे का, हे स्वत:ला समजायला सोपा उपाय म्हणजे ब्रिकॅनीलची २.५ मिलीग्रॅमची अर्धी गोळी तोंडामध्ये ठेवली व खोकल्याला त्वरित आराम पडला, तर हा दम्याचा खोकला आहे. अन्यथा क्षय आहे का, हे डॉक्टरांकडून तपासावे.

काही लोकांना क्षयरोगाच्या जंतूंची ॲलर्जी होते. ते जंतू शरीरात असल्यामुळे दम्याचा त्रास होतो व क्षयरोगाचे

औषध केल्याने त्यांचा दमाही बरा होतो. दमा असलेल्या माणसालाही टी. बी. चा आजार होऊ शकतो. हा फरक मात्र डॉक्टरच करू शकतात.

मानेतील गाठी क्षयाच्या असू शकतात.

गळ्यामध्ये मानेला जर छोट्या छोट्या गाठी असतील व या प्रतिजैविकाच्या (अँटीबायोटिक्स) औषधाने आठवड्यात गेल्या नाहीत, तर क्षय रोगाची शंका यायला पाहिजे. मानेच्या गाठीचा क्षयरोग झाला आहे की नाही, हा तपास कसा करतात? रिकामी सुई गाठीत टोचतात व बाहेर काढतात. त्या सुईच्या पोकळीमध्ये गाठीचा बारीक तुकडा येतो. हा तुकडा तपासल्यावर क्षय आहे की, नाही हे कळते. मानेतल्या गाठीसाठी ही सगळ्यात चांगली तपासणी आहे. त्याला N.A.C.F. म्हणतात. ती जरूर करून घ्यायला हवी. कमजोर माणसाला चरबी कमी असल्यामुळेही त्वचेखाली गाठी येऊ लागतात. एकाच आकाराच्या गाठी असतील म्हणजे चण्याच्या डाळीएवढ्या गाठी असतील, तर काळजी करण्याचे कारण नाही. जर त्या शेंगदाण्यापेक्षा मोठ्या झाल्या, तर काळजी घ्यायला पाहिजे. भरपूर तेल, तूप अशक्त व्यक्तींनी (दरमहा दोन-तीन किलो) खाल्ले व खोबरे, चणे, शेंगदाणे खाल्ले म्हणजे कमजोर व्यक्ती सशक्त होईल. चरबी वाढेल व गाठी दिसणार नाहीत.

लांबलेला आजार / त्रास

कुठलाही लांबलेला आजार असेल तर क्षय रोगाची शंका आली पाहिजे. खूपदा मुले पोटदुखीने आजारी पडतात. कशानेही बरी न होणारी पोटदुखी कित्येक महिने असते, ती क्षयाच्या औषधाने बरी होते.

उपचार

बी. सी. जी. दिलेल्या व्यक्तींमध्ये क्षयाचे इतर लक्षण दिसत नाही. फक्त मुलाचे वजन वाढत नाही. बारीक ताप येतो. एकच लक्षण असू शकते. चिडचिड करणे. अशा वेळी डॉक्टरांवर विश्वास ठेवून मुलाच्या हितासाठी ते घेतले पाहिजे. कोर्स पूर्ण केला पाहिजे. बी.सी.जी. दिल्यानंतर प्रतिकारशक्तीमुळे रोग पसरत नाही. गळ्यात, छातीत छोट्या गाठी येतात, त्या क्ष-किरण चित्रात दिसत नाहीत. 'फोटो चांगला आहे' असा रिपोर्ट येतो. पण डॉक्टर म्हणतात क्षय रोग आहे तेव्हा डॉक्टरांवर विश्वास ठेवायला हवा. चार आचारी लावले तर भाजी बिघडते.

क्षय रोगाचा आजार बरा करायला चार डॉक्टर बदलू नये. आधी डॉक्टर निवडा. डॉक्टरने क्षय रोगाचे औषध सुरू केले, की काही दिवसांत रोगाच्या खुणा नष्ट होतात, परंतु औषध सहा महिने घ्यावे लागते. एका डॉक्टरने सुरू केलेले औषध दुसऱ्या डॉक्टरच्या सल्ल्याने बंद केले, तर मुलाचा घात होऊ शकतो. ही चूक करू नये. दुसरा उपाय बी.सी.जी. लस देऊन प्रतिकारशक्ती निर्माण करणे. हे दोन्हीही उपाय केलेच पाहिजेत.

म टू टेस्ट

क्षयाच्या जंतूमधील फक्त प्रथिने अलग काढून त्वचेत टोचतात. प्रतिकारशक्तीमुळे दोन ते तीन दिवसांत तेथे सुजून गाठ येते. गाठीचा व्यास मोजतात. बी.सी.जी. मुळे प्रतिकारशक्ती तयार होऊन पाच मिलिमीटर व्यासाची गाठ बनते.

हवेतून श्वासासह क्षयाचे जंतू छातीत जातात. त्याने मोठी गाठ येते. क्षयाचे जंतू जेवढे जास्त तेवढी सूज जास्त

येते. या गाठीचा व्यास १० मिलिमीटर वा त्यापेक्षा जास्त असेल तर ही तपासणी पॉझिटिव्ह आली तर मुलांच्या इतर तक्रारींचा विचार करून क्षयाचे औषध देतात. अपवादात्मक परिस्थितीत काही क्षयरोगांतही हा तपास निगेटिव्ह येतो.

बी. सी. जी. लस दिल्याने शरीरामध्ये प्रतिकारशक्ती निर्माण होते. क्षयरोगाचे जंतू हवेतून श्वासाबरोबर अंगात गेल्यावर शरीर त्याचा चांगला मुकाबला करू शकते व सहसा क्षयरोगाने जिवाला धोका होत नाही.

मुंबईच्या मुलांमध्ये खरोखर क्षय रोग किती आहे याचा 'भाभा अ‍ॅटोमिक रिसर्च सेंटर'चे डॉक्टर कस्तुरी व त्यांच्या सहकाऱ्यांनी १९९१ ते १९९५ मध्ये अभ्यास केला. आरोग्यसेवेमध्ये कर्मचाऱ्यांची ७३ हजार नावे आहेत. त्यापैकी १५ हजार म्हणजे २० टक्के मुले आहेत. यापैकी जी मुले आजारी पडली त्यातील एक टक्के मुलांना क्षयरोग निघाला. म्हणजे शंभरातील कमीत कमी एका आजारी मुलाला पुराव्यानिशी सिद्ध झालेला क्षय रोग मध्यमवर्गीयांमध्ये मुंबईत आज आहे. अशा या ३१६ क्षय झालेल्या मुलांपैकी निम्मे पाच वर्षांखालील होते. एक तृतीयांश लोकांच्या घरी दुसऱ्या व्यक्तीला क्षय रोग होता. म्हणून घरात कोणाला मोठ्यांना क्षय रोग असला, तर मुलांची तपासणी जरूर करावी. ९० टक्के लोकांची ए. टी. ची तपासणी पॉझिटिव्ह आली. ही सर्व मुले - १) वारंवार सर्दी, खोकला होतो. २) बारीक ताप नेहमी येतो. ३) वजन वाढत नाही. ४) घरात वा शेजारी कोणाला क्षय रोग झाला आहे, यापैकी एक वा जादा तक्रारींसाठी आले होते.

नव्वद टक्के मुलांच्या छातीच्या फोटोमध्ये काहीही दोष आढळलेला नाही. याचा अर्थ छातीचा फोटो जरी मुलांमध्ये चांगला असला, तरी क्षय असू शकतो.

(इंडियन अ‍ॅकॅडमी ऑफ पेडिअ‍ॅट्रिक्स १९९७ च्या राष्ट्रीय कॉन्फरन्सच्या अ‍ॅबस्ट्रॅक पुस्तकातील डॉ. कस्तुरे यांच्या लेखातून ही माहिती घेतली आहे.)

अशक्त मुलगा

क्षयामुळे की अन्नाअभावी?

खाऊने (खोबरे, शेंगदाणे, चणे, कुरमुरे इत्यादी)

↓

सतत २४ तास खिसा भरून ठेवा.

↓

दरमहा (जन्मतारखेला) वजन करा.

वजन वाढले	वजन तेवढेच
(क्षय नाही.)	(क्षय आहे का?)
	↓
	डॉक्टरांना भेटा.

हा दिवसांवर लांबणारा खोकला दम्याचा की क्षयाचा?

↓

खोकल्याचा त्रास असताना
दम्याची ब्रिकॅनी (२.५ मिग्रॅ) गोळी तोंडात ठेवा

१५ ते ६० सेकंदात आराम	आराम नाही
(दमा आहे)	(क्षय असेल)
(हा आनुवंशिक आहे. नातेवाईकांमध्ये इतर पिढ्यांमध्येही असेल)	
↓	↓
डॉक्टरांना भेटा.	डॉक्टरांना भेटा.

दोन्ही आजार एकत्रही असू शकतात.

❧

हिवताप

> हिवताप (मलेरिया) डेंगू, फायलेरिआ (हत्ती रोग) आदी भयंकर रोगांपासून वाचण्याचा सर्वोत्तम उपाय म्हणजे डासांपासून स्वत:चे संरक्षण करावे.

शंभर वर्षांपूर्वी दि. २० ऑगस्ट १८९७ रोजी डासांमुळेच हिवतापाचा प्रसार होतो हा शोध भारतात जन्मलेल्या सर रोनाल्ड रॉस यांना सिकंदराबादला काम करताना लागला व या भारतातील कामाला वैद्यकीय क्षेत्रातील एकुलते एक नोबेल पारितोषिक मिळवून दिले. त्यापूर्वी आशिया, युरोप व आफ्रिकेत डासांचा व हिवतापाचा संबंध असल्याचे लोककथांमध्ये उल्लेख असायचे. डॉ. रॉसनी ते शास्त्रीय प्रयोगांनी सिद्ध केले. मलेरिया झालेल्या रोग्याला चावलेल्या डासांच्या पोटात त्यांनी मलेरियाचे जंतू दाखविले.

चरक संहितेमध्ये हिवतापाच्या रुग्णाचे उत्कृष्ट वर्णन आहे. हिवताप आपल्या संस्कृती इतकाच जुना आहे व आजही प्रत्येक भारतीयाला हिवताप होण्याची व प्रसंगी जिवावर बेतण्याची भीती आहे असे जागतिक आरोग्य संघटना सांगते. मोठे उद्योगपती श्री. आदित्य बिर्ला हिवतापाने दगावल्याचे वृत्त सर्वांनीच वाचले असेल.

१९३६ मधील अंदाजानुसार त्यावर्षी हिवतापामुळे भारताची १००० कोटी रु. ची आर्थिक हानी, आजारी व्यक्ती काम करू न शकल्याने झाली. १९९७ साली ही हानी कितीतरी जास्तच असेल.

केंद्र शासन दरवर्षी मलेरिया निर्मूलन कार्यक्रमासाठी २०० कोटी रुपये खर्च करते. शासकीय व खाजगी रुग्णालये व रोगीही बराच पैसा मलेरिया उपचारार्थ खर्च करतात. तरीही गेली दोन दशके मलेरिया दरवर्षी चक्रवाढ गतीने वाढतच आहे. एकट्या १९९१-९२ मध्ये महाराष्ट्रात मलेरियाचे रोगी ५० टक्क्यांनी वाढले.

१९९५-९६ मध्ये महाराष्ट्रात ३.८० लाख लोकांना हिवताप होऊन त्यातील २३४ रुग्ण दगावल्याची नोंद आहे; म्हणून हिवतापाबद्दल माहिती मिळवून स्वत:ला होऊ देऊ नका व झालाच तर प्रायमाक्विन सह क्लोरोक्विन किंवा मेफ्लोक्वीनचा संपूर्ण कोर्स घेऊन रोगमुक्त होण्यास विसरू नका. क्लोरोक्विन प्राथमिक आरोग्य केंद्रात व हिवताप निर्मूलन योजनेच्या कर्मचाऱ्यांकडे मोफत मिळते.

हिवतापाचे रोगजंतू

हिवताप हा अमिबासारख्या अतिसूक्ष्म अशा एकपेशीय परोपजीवी (पॅरासाईट) जंतूमुळे होतो. त्यांचे नाव प्लाझमोडिअम. त्यांच्या व्हायव्हॅक्स व फॅल्सीपेरम अशा दोन उपजाती भारतात आढळतात. फॅल्सीपेरम जंतूंनी तीव्र जीवघेणा हिवताप होऊ शकतो व योग्य तातडीच्या उपचाराअभावी रुग्ण दगावू शकतो!

प्लाझमोडिअम फॅल्सीपेरमचे प्रमाण एकूण रुग्णांच्या ३० टक्क्यांहून जादा असल्यास तो विभाग अति संवेदनशील म्हणून ओळखला जातो; अशा प्रकारे महाराष्ट्रात मुंबई, ठाणे, नाशिक, अलिबाग, धुळे, पुणे, अहमदनगर, गडचिरोली, चंद्रपूर आदी जिल्हे अतिसंवेदनशील म्हणून जाहीर केलेले आहेत. (उरलेली टक्केवारी ७० टक्के अर्थातच व्हायची आहे.)

हिवतापाचा प्रसार

ॲनाफिलीस डासाची मादी हिवताप पसरविते. ती हिवतापाच्या रोग्याला चावते, तेव्हा तिच्या शरीरात रोग्याच्या रक्ताबरोबर हिवतापाचे जंतू प्रवेश करतात. तेथे ते २ आठवड्यात कैक पटींनी वाढतात. यानंतर ही मादी जिवंत असेपर्यंत ज्याला चावेल, त्याच्या शरीरात हिवतापाचे जंतू मादीच्या लाळेसोबत प्रवेश करतात.

हे जंतू रक्तासोबत रोग्याच्या यकृतात जातात. तेथे १-२ आठवड्यात प्रत्येक रोगजंतू पासून २००० ते ४०,००० जंतू बनतात. या जंतूंमुळे यकृताच्या पेशी फुटतात व हे जंतू पुन्हा रक्तात येतात. रक्तातील लाल पेशींमध्ये प्रवेश करून ते पुन्हा अनंत पटींनी वाढतात. यामुळे लाल पेशी आधी फुगतात, मग फुटतात. यावेळी रोग्याला १-२ तास खूप थंडी वाजते, त्यानंतर २-४ तास खूप ताप येतो व नंतर २ तास सपाटून घाम येतो.

रुग्णाची आधी खूप थंडी वाढते तेव्हा खूप शक्ती नष्ट होते. खूप घाम येतो तेव्हा शरीरातील खूप पाणी व क्षार शरीराबाहेर पडल्याने रुग्ण गलितगात्र होतो, लाल पेशी फुटून बाहेर पडलेले जंतू नवीन लाल पेशींमध्ये शिरतात व त्यांत वाढायला लागतात. या लाल पेशी ४८ तासांनी फुटतात व असे दर ४८ तासांनी पुन्हा रुग्णाला थंडी, ताप व घाम या चक्रातून जावे लागते.

लाल पेशी प्राणवायू वाहून नेतात. त्या नष्ट झाल्याने प्राणवायू अभावी रुग्ण दगावू शकतो. थंडी भरून अती तापानेही मेंदूवर परिणाम होऊ शकतो.

आतील जंतूंमुळे लाल पेशी फुगतात. या फुगलेल्या लालपेशी एकमेकींना व केसाएवढ्या बारीक असलेल्या रक्तवाहिन्यांना चिकटतात, त्यामुळे त्यांच्या पलीकडील रक्तप्रवाह खुंटतो व ज्या अवयवांना हे होते त्या अवयवाला इजा होते.

हे मेंदूत झाले तर त्याला 'सेरेब्राल मलेरिया' म्हणतात. जर मेंदूच्या श्वसन व हृदयगती नियंत्रण करणाऱ्या भागालाच रक्तपुरवठा खंडित झाला तर रुग्ण त्वरित दगावू शकतो. अन्यथा तो बेशुद्ध होणे, खूप डोके दुखणे आदी मेंदूचे सर्व विकार त्याला होऊ शकतात.

हेच फुप्फुसात झाले तर रुग्णाला कफ, खोकला व न्यूमोनिआ होतो, आतड्याला झाले तर उलटी, जुलाब होतात.

खूप लाल पेशी फुटल्या तर बाहेर आलेले हिमोग्लोबिन लघवीतून बाहेर पडते तेव्हा काळी लघवी होते. याला 'ब्लॅक वॉटर फिव्हर' असे म्हणतात. यात मूत्रपिंडे निकामी होऊन रुग्ण दगावू शकतो. लाल पेशी फुटल्यानंतर त्यातील लाल हिम पासूनच बिलीरूबीन नावाचा पिवळा पदार्थ बनतो. जो डोळ्यांना पिवळा रंग देतो. यालाच आपण 'कावीळ' झाली असे म्हणतो.

हिवतापाचे रोग निदान

वारंवार डास चावून हिवताप झाल्यावर शरीरात हिवतापाविरुद्ध थोडी प्रतिकारशक्ती निर्माण होते; अशा लोकांमध्ये नियमाप्रमाणे एक दिवसा आड थंडी-ताप येत नाही तर तो कमी-जास्त प्रमाणात येतो म्हणून प्रत्येक ताप हा प्रथमदर्शनी हिवतापच समजावा असे राष्ट्रीय हिवताप निर्मूलन संस्थेचे आदेश आहेत.

रुग्णाच्या रक्ताचा एक थेंब काचेच्या पट्टीवर ठेवून तो सूक्ष्मदर्शकाखाली बघतात. तेव्हा लालपेशींमध्ये हिवतापाचे जंतू दिसतात; पण प्रत्येक रुग्णाच्या प्रत्येक थेंबातील लाल पेशीत ते असतीलच असे नाही. म्हणून जंतू दिसले

म्हणजे हिवताप आहे. हे बरोबर पण जंतू दिसले नाही म्हणजे हिवताप नाही असे मानले जात नाही. शक्य तेव्हा जादा वेळा पुन्हा पुन्हा रक्त तपासणी करतात. विशेषत: रुग्ण गंभीर असला तर पुन्हा रक्त तपासणी करतात.

व्हायव्हॅक्स व फॅल्सीपेरम मधील फरक

फॅल्सीपेरम मध्ये अती तीव्र आजार होतो. वर वर्णलेले सर्व त्रास स्वतंत्रपणे वा एकत्र दोन्ही प्रकारच्या हिवतापात होतात. पण ते फॅल्सीपेरममध्ये आजारात जास्त असते. यकृतातून फॅल्सीपेरमचे सर्व जंतू एकावेळी एकदाच बाहेर पडतात. तर व्हायव्हॅक्सचे तुकड्या-तुकड्यांनी निरनिराळ्या वेळी बाहेर पडतात. काही जंतू तर २-३ वर्षे यकृत पेशींमध्ये सुप्तावस्थेत राहून नंतर बाहेर पडून पुन्हा आजार आणतात व रुग्णाला वारंवार ताप येतो व प्रकृती ढासळत जाते. यकृतात प्रवेश करून त्यातील जंतू नष्ट करणारे प्रायमाक्विन हे औषध या रोग्यांना न मिळाल्यास त्यांचा आजार समूळ नष्ट होत नाही.

रक्तातील काही जंतूनेच नर व मादी जंतूत रूपांतर होते. हे नर व मादी नष्ट करायलाही प्रायमाक्वीन द्यावेच लागते. ते इतर औषधांनी नष्ट होत नाहीत.

औषधोपचार : राष्ट्रीय हिवताप निर्मूलन संस्थेच्या तज्ज्ञांनी राष्ट्रीय तर्कशुद्ध उपचार पद्धती बनविली आहे. त्यांचे कर्मचारी ती पाळतात सर्व डॉक्टरांनी ती पाळावी. ती खालीलप्रमाणे आहे.

(१) रोग्याला औषध देण्याआधी त्याला व्हायव्हॅक्समुळे, हिवताप आहे, की फॅल्सीपेरमुळे हे रक्त तपासणी करून ठरवावे. रक्ततपासणी खाजगीरीत्या करता येते. ती सरकारी दवाखान्यातून मोफत होते.

(२) जिल्हा हिवताप अधिकारी जिल्ह्याच्या ठिकाणी असतात. ते आपल्या जिल्ह्यात व्हायव्हॅक्स जास्त आहे, की फॅल्सीपेरम हे सांगतील त्यावरून अंदाज करता येईल. दोन्हीपैकी कोणताही हिवताप असेल तरी रुग्णाला रक्तातील जंतू नष्ट करायला क्लोरोक्वीनच्या ६ गोळ्या उपचाराच्या पहिल्या दिवशी (४ एकदा व २ त्यानंतर ६ तासांनी) व २ गोळ्या प्रत्येकी दुसऱ्या व तिसऱ्या दिवशी द्याव्यात.

व्हायव्हॅक्स मलेरिया असेल तर यकृतातील जंतू नष्ट करायला प्रायमाक्वीन रोज १५ मिलिग्रॅम याप्रमाणे ५ दिवस द्यावे. (जरी पाश्चात्त्य पुस्तके १४ दिवस द्या सांगतात. तरी राष्ट्रीय) हिवताप निर्मूलन संस्थेच्या तज्ज्ञांचे अनुभवाचे आदेश असे आहेत, की भारतात ५ दिवस प्रायमक्वीन दिल्याने काम होते. फॅल्सीपेरम मात्र फक्त एकदाच पहिल्या दिवशी ४५ मिलिग्रॅम प्रायमाक्वीन द्यावे लागते.

जर एखाद्या रुग्णाला व्हायव्हॅक्स व फॅल्सीपेरम या दोघांचीही लागण असेल (किंवा कशाची लागण आहे कळत नसेल तर प्रायमाक्विन पहिल्या दिवशी ४५ मिलिग्रॅम व इतर ४ दिवशी रोज १५ मिलिग्रॅम द्यावे.)

फक्त गर्भवतींना व १ वर्षांखालील मुलांना प्रायमाक्विन देऊ नये. काही सिंधी लोहाणा लोक (ज्यांनी जी.ई.पी.डी. डिफीशिअन्सी असते.) शेकडा ९९ टक्के भारतीयांना प्रायमाक्वीन चालते.

काही ठिकाणी हिवतापाचे जंतू क्लोरोक्विनला दाद देत नाही. अशावेळी क्विलीनच्या ३०० मिलिग्रॅमच्या २ गोळ्या सकाळी व संध्याकाळी आठवडाभर घ्याव्या लागतात. पूर्वी क्विनीन देशभर (पोस्ट ऑफिसात मोफत मिळायचे.) पुन्हा तसे ते देशभर उपलब्ध करायची वेळ आली आहे. ते किमान सर्व प्राथमिक आरोग्य केंद्रात तरी मुबलक उपलब्ध तातडीने व्हायला हवे.

क्विनीन ऐवजी आर्टीमिसीन व ल्युमीफॅन्ट्रीन ही दोन औषधे एकत्र देतात.

क्लोरोक्वीन औषधी : सल्फा + पायरिमिथामिन यांची ३ एकत्र गोळी वापरतात ती व्हायव्हॅक्स साठी वापरू नये. क्लोरोक्विनला दाद न देणारे फॅल्सीपेरम या औषधालाही दाद देत नाही.

औषधाचे प्रमाण : येथे मोठ्या माणसांचे औषधाचे प्रमाण सांगितले आहे. मुलांसाठी या प्रमाणाच्या पाऊणपट औषध, १२ वर्षाखाली याच्या निम्मे औषध, ८ वर्षांखाली याच्या पावपट औषध ४ वर्षांखाली व १/८ औषध १ वर्षांखाली वापरावे. हाच ढोबळ नियम सर्व औषधांना लागू होतो.

दक्षता - औषधे उपाशीपोटी घेऊ नयेत.

एखादा तापाचा रुग्ण अत्यवस्थ वाटला तर त्याला सेरेब्रल मलेरिया (मेंदूचा हिवताप) तर झाला नाही ना, या शंकेसह रुग्णालयात त्वरित हलवावे!

(५) तापाने तापलेल्याचे अंग ओल्या फडक्याने पुसून ताप उतरवा, पण तिला गार पाडू नका. ताप उतरवायला पॅरासिटीमॉल नावाची गोळी द्या. अंग पुसायला खूप गार पाणी वापरू नका.

खूप जास्त चादरी ब्लँकेटे रुग्णाच्या अंगावर टाकू नका.

(६) हिवतापाच्या रुग्णाला जादा पाणी व अन्न लागते. रुग्णाला कापरे भरून ताप येतो तेव्हा खूप उष्णता व शक्ती नष्ट होते व घाम येतो तेव्हा शरीरातील खूप पाणी जाते, याची भरपाई करायला रोग्याला थोड्या थोड्या वेळाने भरपूर पाणी व रोग्याला खावेसे वाटेल असे अन्न उपलब्ध करून द्यावे. आजारी माणसे जेवत नाहीत पण फळे व चणे, शेंगदाणे खातात असा आमचा अनुभव आहे.

हिवताप व गर्भवती

गर्भवतीला हिवताप झाल्याने सर्वाधिक गर्भपात होतात, अपुऱ्या दिवसाची अशक्त अल्पायुषी बाळे जन्माला येतात. जेथे हिवताप जास्त आहे तेथे गरोदरपणाचे तीन महिने पूर्ण झाल्यापासून प्रसूतीनंतर दीड महिन्यांपर्यंत दर आठवड्याला दोन गोळ्या क्लोरोक्वीन द्याव्या म्हणजे हिवताप होत नाही. गर्भपात टाळला व चांगल्या प्रकृतीचे पूर्ण दिवसांचे सशक्त बाळ जन्माला येते.

ठाणे मुंबईसह महाराष्ट्रातील १० अतीसंवेदनशील जिल्ह्यात प्रत्येक गर्भवतीला हे क्लोरोक्वीन द्यायलाच हवे असे रा. म. मि. यो. चे आदेश आहेत. सर्व खाजगी डॉक्टरांना ही माहिती उपयुक्त ठरेल.

हिवताप टाळा

शक्य तेवढे डास नष्ट केले व डासांना आपल्याला चावू न दिले तर हिवताप होणार नाही. डास सायंकाळी घराबाहेर मुलांना खेळताना व इतरांना कामे करताना चावतात. हे टाळायला...

(१) सूर्यास्तापासून सूर्योदयापर्यंत लांब हाताचा सदरा व पायजमा सर्वांनी घालावा. डासाला नखसुद्धा दिसू देऊ नये, अगदी नातवापासून आजीपर्यंत सर्वांनी.

(२) रात्री शक्यतो नायलॉनच्या डेल्टामेथ्रीन औषध लावलेल्या मच्छरदाणीत झोपावे. (नायलॉन मच्छरदाणीत हवा चांगली खेळते.) हाच डासांचे चावे व त्यामुळे होणारे हिवताप, हत्तीरोग हे रोग टाळण्याचा सर्वोत्तम उपाय आहे.

(३) डास पळवणारी औषधे अगरबत्ती वापरावी.

(४) घराच्या खिडकी दारांना जाळी लावा.

(५) घरातील डास मारा.

बाजारात डेल्टामेथ्रीन (केओथ्रीन) नावाचे कीटकनाशक मिळते. याच्या संपर्काने डास, मुंग्या, झुरळे, पिसवा, माश्या मरतात. पण ते लावलेली मच्छरदाणी आपण हाताळली किंवा एखादे वेळी मुलांनी तोंडात घातली तरी अपाय होत नाही. एकदा औषध मच्छरदाणीला लावले, की त्यांचा प्रभाव ६ महिने राहतो. औषधाचा वास येत नाही.

एका मच्छरदाणीस अंदाजे १५ रु. चे औषध लागते. १० चौरस मीटर क्षेत्रफळाच्या सिंगल मच्छरदाणीत १० ग्रॅम तर १५ चौरस मीटर क्षेत्रफळाच्या डबलबेड मच्छरदाणीला १५ ग्रॅम औषध लागते. हे औषध नायलॉनच्या सिंगल मच्छरदाणीला अनुक्रमे २ व ३ लीटर पाणी सिंगल व डबल साईजसाठी घेतात.

एका प्लॅस्टिक टबात वरील प्रमाणात पाण्यात औषध टाकून मच्छरदाणी भिजवावी. रबरी हातमोजे वापरावे. डोळे, नाक, तोंडाला ते हात लावू नये.

औषध मच्छरदाणीला नीट लागल्यावर ती टांगू नका. एखाद्या पाणी न शोषणाऱ्या रबरासारख्या पृष्ठभागावर पसरवून ठेवा व अर्धवट वाळल्यावर दोरीवर टाका. ही सर्व कामे सावलीतच करा.

अशी ही मच्छरदाणी वापरून पाहिल्याशिवाय तिची उपयुक्तता कळणार नाही. तिने रोजचा औषधाचा, अगरबत्तीचा खर्चही वाचतो.

डासांची उत्पत्तीस्थाने व डासांच्या अळ्या नष्ट कराव्या. स्थिरावलेल्या पाण्यात डास अंडी देतात त्याच्या अळ्या होऊन अळ्यांपासून डास बनतात.

घराभोवती पाणी साचू देऊ नका. जेथे पाणी काढणे शक्य नसेल तेथे थोडे रॉकेल टाकावे. ओव्हरहेड टँक झाकून घ्या. घराभोवतीचा परिसर दर आठवड्याला स्वच्छ करा. फुलदाणीतील पाणी दर आठवड्याला बदला.

भारत हिवतापयुक्त होण्यासाठी पल्स प्रायमाक्विन हवे!

फक्त माणसांनाच होणाऱ्या रोगाचा आपण देवीसारखा नायनाट करू शकतो. हिवताप फक्त माणसांनाच होतो. इतर कोणत्याही प्राण्याला होत नाही.

हिवतापाच्या जंतूंची अंडी, अळ्या नष्ट केल्या किंवा ते पसरविणारे डास नष्ट केले, की हिवताप पसरविणारे जंतू नष्ट होतील. पण हे आपल्याला गेली ५० वर्षे जमलेले नाही. हिवतापाचे जंतू माणसाच्या यकृतात राहतात. तेथे फक्त प्रायमाक्विन पोहोचते. हिवताप पसरविणारे हिवतापाचे नर-मादी हे प्रायमाक्विनने निकामी होतात.

पल्सपोलिओ सारखे सर्वांनी एकदम प्रायमाक्विन घेतले, तर हिवताप एकदम कमी होईल. त्यानंतर ज्याला नवीन डास चावून हिवताप होईल त्याला परत औषध देता येईल. सध्या पोलिओ निर्मूलनासाठी पल्स पोलिओ लस आहे.

१००० लोकांना पोलिओ लस दिली तर ३ लोकांचा पोलिओ टळतो. पोलिओपेक्षा हिवतापाचे प्रमाण खूपच जास्त आहे. तो आरोग्याचा ज्वलंत राष्ट्रीय प्रश्न आहे. हिवताप निर्मूलन झाल्याने जी आर्थिक बचत होईल ती प्रायमाक्विनच्या खर्चाच्या पेक्षा खूपच पटीने जादा असेल. याचा विचार व्हावा!

डेंग्यू

आजच्या घडीस सर्वात जास्त मृत्यू या देशामध्ये होतात. सर्वात जास्त अशक्त, कमजोर व्यक्ती या देशात आहेत. म्हणून डेंग्यू नावाचा यमदूत या देशात आलेला आहे. भारत डेंग्यू जगातील रोगाची राजधानी २००० सालापर्यंत होईल असा जागतिक संघटनेचा अंदाज आहे. हा आजार आधी नव्हता. हल्ली आला. हा का आला?

हा व्हायरस नावाच्या विषाणूंमुळे होतो. याचे वेगवेगळे प्रकार आहेत. हा व्हायरस आणणारा डास चावला, की सर्दी-पडशाचा आजार होतो. त्यावेळी माणूस चांगला होतो; पण परत जर का व्हायरस आणणारा डास आपणास चावला आणि आजार झाला तर पेशंटला रिॲक्शन येते, त्याला अंगभर रक्तस्राव होतो याला 'डेंग्यू हिमरेजीक फीवर' असे म्हणतात. रक्तदाब कमी होतो याला डेंग्यू शॉक सिंड्रोम असे नाव आहे. यासोबत अंगभर सूजही येते. २-३ दिवस रक्तदाब कमी होतो व रुग्ण दगावतो. विशेषत: मुले जास्त दगावतात. या रुग्णांना रुग्णालयात ठेवून रक्तदाब वाढायची औषधे देतात. चौथ्या दिवसानंतर रक्तदाब पूर्वस्थितीत येतो. हा आजार सर्वत्र आहे पण याचे रोगनिदान होत नाही. जर आपल्याला रोगनिदान माहीत असेल तरच हा रोग बरा होतो. यामध्ये ब्लडप्रेशर कमी होते, हाता-पायाला सूज येते, ताप येतो.

सुरतला डॉ. कापसेंनी डेंग्यूवर खूप काम केले आहे. ज्याला हा रोग माहिती आहे तोच त्याचे निदान करू शकतो. एखाद्या व्यक्तीला ताप आहे आणि चक्कर येऊन पडला तर त्याला लगेच डॉक्टरकडे हलवणे आवश्यक आहे. प्रत्येक डॉक्टर जवळ डेंग्यू तापात ब्लडप्रेशर वाढविण्याच्या गोळ्या, इंजेक्शन उपलब्ध पाहिजेत. उदा. डोपामीन, सर्वात मोठे औषध 'सलाईन' हे होय.

घोरणे

वारंवार सर्दीमुळे नाकास सूज येवून श्वासमार्ग लहान झाल्यामुळे त्यांना श्वास नीट घेता येत नाही. त्यामुळे ते घोरतात. घोरण्याचा दुसऱ्यालाही त्रास होतो. घोरणाऱ्या व्यक्तीला प्राणवायूचा पुरवठा कमी होतो. कार्बन-डाय-ऑक्साईड कर्बद्विप्राणिल (सी ओ २) वायू बाहेर न पडल्यामुळे त्याला थकवा वाटतो. रात्री झोपूनही ते दिवसा सुस्त असतात. त्यामुळे ते दिवसा झोपतात आणि सुस्तीमध्ये काम खराब करतात. त्यामुळे त्यांची कार्यक्षमता बिघडते; म्हणून घोरणे साधे न समजता त्यावर इलाज करायला हवा.

जीवघेण्या डेंग्यूची लक्षणे

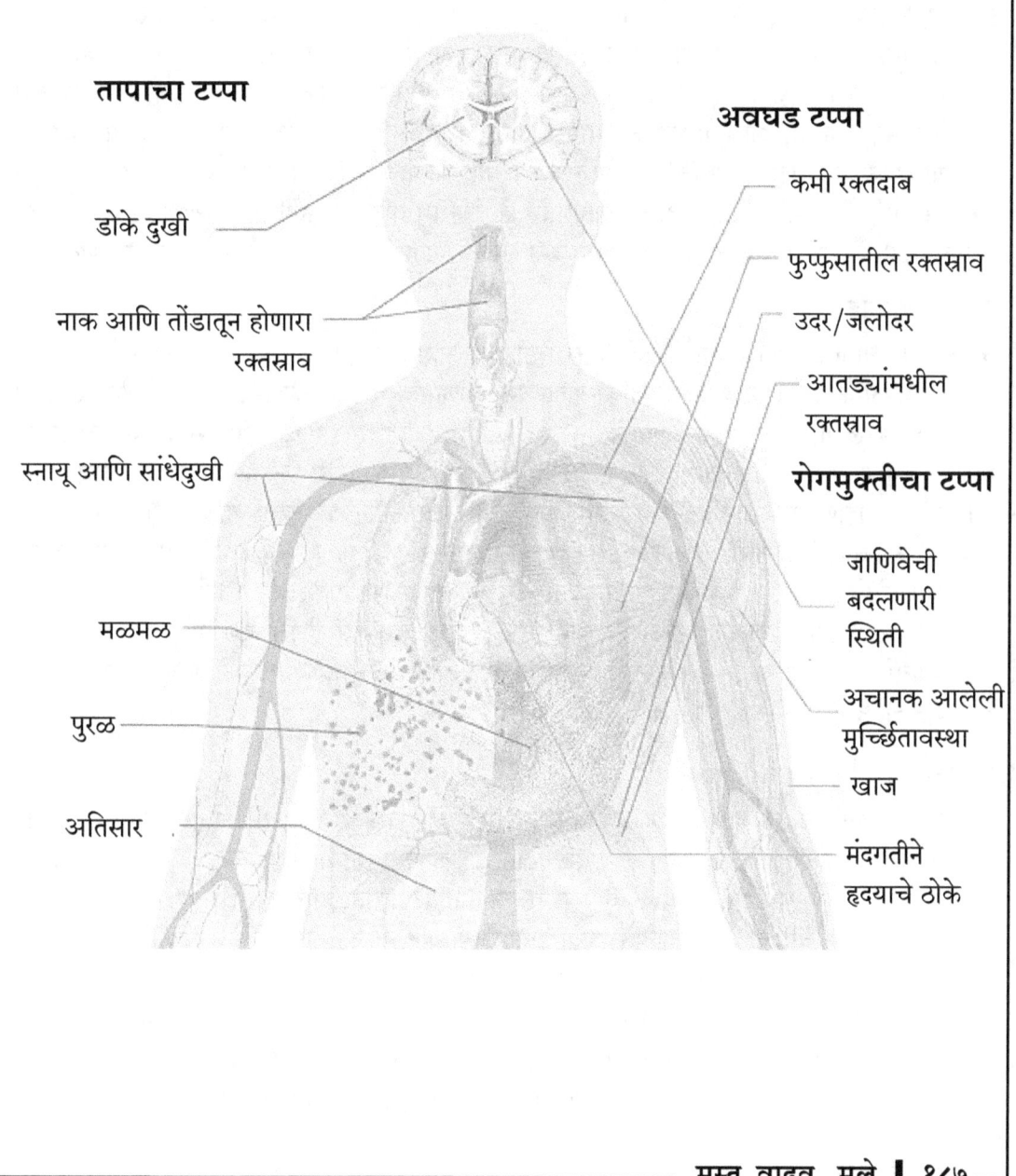

तापाचा टप्पा

डोके दुखी

नाक आणि तोंडातून होणारा रक्तस्राव

स्नायू आणि सांधेदुखी

मळमळ

पुरळ

अतिसार

अवघड टप्पा

कमी रक्तदाब

फुप्फुसातील रक्तस्राव

उदर/जलोदर

आतड्यांमधील रक्तस्राव

रोगमुक्तीचा टप्पा

जाणिवेची बदलणारी स्थिती

अचानक आलेली मुर्च्छितावस्था

खाज

मंदगतीने हृदयाचे ठोके

दमा

॥ दुर्जनं प्रथमं वंदे ॥

दमा हा दम्याचा त्रास असणाऱ्याला नेहमी त्रास देणारा दुर्जन शत्रू आहे.

या शत्रूविषयी संपूर्ण माहिती असणाराच दीर्घायुषी होतो.

दमा काय आहे - दमा हा एक जन्मापासून मरणापर्यंत साथ देणारा आनुवंशिक रोग आहे. नाकातून लांबणारी सर्दी ही एक अलग गुणसूत्रांनी आई किंवा वडिलांकडून मुलांना मिळते. श्वासाच्या नलिकेचा दमा हा अलग गुणसूत्रांनी मुलांना आई-वडिलांकडून मिळतो. कुणाला लांबणारी सर्दी तर कुणाला लांबणारा दम असतो. कुणाला दोन्ही असतात... असे होऊ शकते. एखाद्या घरी मुलांना त्रास आहे व काही मुलांना नाही. एका पिढीला त्रास झाला नाही पण दुसऱ्या पिढीला त्रास झाला असंही होऊ शकते. आपल्याला वाटतं घरात नाही पण तो असतो. आजी, आजोबा, काका, मामा, ह्यांना असतो - कुणाकडे जन्माच्या वेळी होतो, कुणाला तिसऱ्या तर कुणाला सहाव्या वर्षी होतो. खूप लोकांना पहिल्या पाच वर्षी असतो. मग काही कारणाने पाच ते पंचवीस वर्षांपर्यंत असतो. मग काही कारणाने पाच ते पंचवीस वर्षे होत नाही. पण ज्याला लहानपणी दम असतो त्यापैकी काहींना ३० व्या वर्षानंतर परत दमा लागतो. काही लोकांमध्ये नव्याने देखील येऊ शकतो.

दमा काय आहे?

ज्याला दम लागतो त्याला 'दमा' आहे. श्वास घेताना व सोडताना ज्याला त्रास होतो त्याला दमा आहे. आठवड्यापलीकडे लांबणाऱ्या सर्दी-खोकल्याला दमा म्हणतात. वारंवार होणाऱ्या सर्दी-खोकल्याला दमा आहे असं म्हटलं पाहिजे. धूळ किंवा हवा नवीन वस्तूच्या सान्निध्यात आल्यामुळे होणारा सर्दी-खोकला म्हणजे दमा. ब्रिकॅनील नावाची गोळी तोंडात ठेवून जातो तो ही दमाच. आइसक्रीम उन्हामध्ये विरघळते. चंदन आग लागून पेटते. शहाण्या माणसाने चंदनाला आगीत टाकू नये. आइसक्रीमला फ्रिजच्या बाहेर ठेवू नये. ॲलर्जीच्या माणसाने ज्या वस्तूची ॲलर्जी असेल त्यापासून दूर रहावे. ॲलर्जी कमी करणारे ब्युडीकॉट सारखे औषध किंवा सोडिअम क्रोमोग्लायकेट नावाचा स्प्रे वापरला तर जसं चंदनावर पाणी टाकले तर ओलं चंदन पेटणार नाही; तसंच स्प्रेसारखं औषध घेतील त्यांना ॲलर्जी कमी होऊन त्यांचा त्रास कमी होईल; पण जर मोठी आग लागली तर सुक्याबरोबर ओलंही जळतं तसं ॲलर्जी करणाऱ्या वस्तूच्या जास्त सान्निध्यात आले तर पुन्हा दम्याचा त्रास होऊ शकतो. दमा हा ॲलर्जीमुळे होतो.

दम्याची लक्षणे कोणती?

दमा ही ॲलर्जीची प्रवृत्ती आहे. म्हणजे काय की, कुणालाही डास चावला, की थोडसं दुखतं पण काही माणसांना डास चावला, की हात कापल्या एवढं दुखतं. तो तापट प्रवृत्तीचा आहे; तर हे ॲलर्जीचे लोक एक प्रकारे तापट प्रवृत्तीचे असतात. त्यांची त्वचा पण नाजूक व तापट असते. आंतरत्वचा आणि बाह्यत्वचा दोन्ही म्हणजे नुसता डास चावला तर कुणाला सुईच्या टोकाएवढी गाठ येईल, पण दम्याच्या माणसाला चार बोटां एवढं सुजून येईल. त्यांची आतील आणि बाह्य त्वचा नाजूक असते. जन्माच्या वेळी बाळाच्या अंगावर पुरळ असेल तर तो दमा प्रवृत्तीचा असतो. हे त्यांच्या आई-वडिलांना विचारले तर नक्की कळते. जन्माच्या वेळी ज्या मुलांच्या डोळ्यांतून पहिले पाणी गळते, अंगाला पुरळ येते. पुरळ म्हणजे त्वचेमध्ये पाण्याची सूज आलेली असते. त्वचा जाड असते म्हणून ते पाणी बाहेर गळत नाही पण खाजवले तर बाहेर गळायला लागते. डोळ्यांमध्ये

एवढे पाणी जमते की, ते गळायला लागते. डोळ्यांमधून नाकात येते. त्यासाठी नाना औषधोपचार केले जातात. त्यामुळे असं लक्षात घ्याल, की ज्यांच्या डोळ्यांत पाणी येते त्यांच्या घरी अॅलर्जी आहे का? विचारा, त्याला औषधोपचार करू नका. तो हळूहळू बरा होईल. ह्या मुलांना पहिली दोन वर्षे जुलाबाचा त्रास होतो.

अॅलर्जी म्हणजे काय?

स्वत:लाच त्रासदायक ठरणारी अनावश्यक तीव्र प्रतिक्रिया. म्हणजे समोरच्या माणसाने जर एक थप्पड मारली तर तुम्ही त्याला दोन मारण्याऐवजी दोन हजार थप्पड माराल. समजा त्या मुलाच्या आतड्याला पसंद नाही अशी वस्तू की ज्याने अॅलर्जी होते अशी त्या मुलाने खाल्ली तर त्याला जुलाब होतात. आईने जर खाल्ले तरीही दूध पिणाऱ्या बाळाला जुलाब होऊ शकतात. माझ्या मित्राच्या बाळाचे जे जुलाब मी ६ महिने बरे करू शकलो नाही, त्याची आई म्हणाली, मला दुपारी वडा-पाव खायची फार सवय होती व माझ्या मुलाचे जुलाब थांबत नव्हते. एक दिवस वाटले, की अरे या वड्यामुळे तर बाळाला होत नाही ना? मग मी वडा खायचे बंद केल्यावर दुसऱ्या दिवशी माझ्या मुलाचे जुलाब थांबले.

ज्यांच्या घरी अॅलर्जी आहे त्यांच्याकडे तीव्र स्वरूपाचे जुलाब लागतात म्हणजे जुलाब होऊन अंगातले पाणी जाते व बाळ मरूही शकते. जर कोणाचे जुलाब लांबले तर डॉक्टरांनी विचार करायला पाहिजे व पालकांनी विचार करायला पाहिजे, की आपल्याकडे अॅलर्जी आहे का? आणि ज्या वस्तूपासून जास्त अॅलर्जी होते ती वस्तू मुलांपासून दूर करणे. प्रत्येकाच्या घरी वाटते, की आईला दूध कमी आहे, म्हणून मुलगा रडतो. त्याला गाई-म्हशीचे दूध पाजले जाते. गाई म्हशीच्या दुधाने अॅलर्जीचा त्रास जास्त होतो. मग भयंकर जुलाबाचा त्रास होतो म्हणून ज्याच्या घरी अॅलर्जीचा त्रास आहे त्यांनी ६ महिने तरी बाळाला जपले पाहिजे. ६ महिने पर्यंत बाळ नाजूक असते. दम्याचे लोक स्वभावाने चिडचिडे असतात. दम्याच्या औषधानेही चिडचिड वाढते... आजारपणातही वाढते. त्यामुळे ते खूप मित्र गमावतात. ह्या लोकांनी योगासने करून लांब श्वास घेऊन राग आल्यावर मौन पाळून थंड झाल्यावर बोलायला पाहिजे. सर्दीने नाक चोंदून खूप सर्दी होते. त्यामुळे नाकाने श्वास घेता येत नाही. त्यामुळे बऱ्याच मुलांना त्रास होतो. रात्री रडणारी बरीचशी मुलं तुम्ही त्यांना पालथं केलं वा खांद्यावर घेतले, की त्याचं चोंदलेलं नाक मोकळं होतं. त्यामुळे ती लांब श्वास घ्यायला लागतात. वारंवार सर्दीमुळे कान वाहतो व बहिरेपणा येतो. त्याला त्यामुळे त्रास होऊ शकतो. कानाच्या चारीही बाजूंच्या हाडांमध्ये खड्डे असतात. त्याला 'सायनस' असे म्हणतात. ते सर्दी झाली की सुजतात. त्याला 'सायनुसायटीस' म्हणतात. (या नाकाभोवती हाडातले जे खड्डे असतात) सायनुसायटीसमध्ये सर्दीमुळे ते खड्डे भरतात. त्याने त्या व्यक्तींचा आवाज बदलतो, डोकेही दुखते. कधी कधी एवढे दुखते, की वाटते मेंदूचा कॅन्सर झाला आहे, की डोक्यामध्ये गाठ झालीय असं वाटतं. हा आजारच झाला नाही पाहिजे. आपली श्वासनळी नाजूक आहे. तिला ज्या वस्तूपासून आजार आहे त्यापासून दूर राहा. कुणाला तेलाच्या वासाने त्रास होतो. त्यापासून दूर राहा. धुळीत काम करू नका. धूळ काढायचा व्हॅक्यूमक्लिनर १६०० रु. ला मिळतो. हे जी बाई घेईल तिचं लाख मोलाचं आयुष्य सुखी होईल.

प्रत्येकाचं आयुष्य हे मेणबत्तीसारखं आहे. प्रत्येकाला १०० वर्षे आयुष्याची मेणबत्ती दिली. कोणी ती निष्काळजीपणे वापरून नष्ट करतं. साधारण मराठी माणूस ५० वर्षे जगतो. दम्याचा माणूस किंवा कुठचाही लांबणारा आजार-डायबिटीस, दमा, ब्लडप्रेशर चा आजार ह्या आजाराच्या माणसाच्या मेणबत्तीला ४ जादा वाती असतात. काळजी जास्त घ्याल तेवढ्या वाती कमी. देवाने एकच आयुष्य दिलं त्याचं सोनं करा.

दमा असलेल्या माणसाच्या श्वासनळीला सूज आल्यामुळे त्याला हवा मिळत नाही. मोटार सायकलच्या इंजिनामध्ये हवेतल्या प्राणवायूवर पेट्रोल जळते. त्याची शक्ती तयार होते. माणसाच्या शरीरामध्ये हवेतला प्राणवायू श्वासनळीने घेऊन जेवलेल्या अन्नाचं पचन होऊन माणसाची शक्ती निर्माण होते व त्यावर आपण जगतो.

जर मोटार सायकलच्या इंजिनाला हवा पुरवठा कमी झाला तर त्याचा काय परिणाम होतो? ती मोटार-सायकल दोन माणसांऐवजी एकालाच नेऊ शकते व नंतर तिचं आयुष्य १० वर्षांऐवजी ५ वर्षं होतं. असे दमेकऱ्यांचे होते.

दमा या रोगासंबंधी सर्वसाधारण माहिती

मला दमा असल्यास माझ्या मुलांनाही तो होईल का?

दमा आनुवंशिक असतो. परंतु त्याचा अर्थ असा नव्हे की कुटुंबातील एखाद्या व्यक्तीस दमा असल्यास तो इतरांनाही होईल.

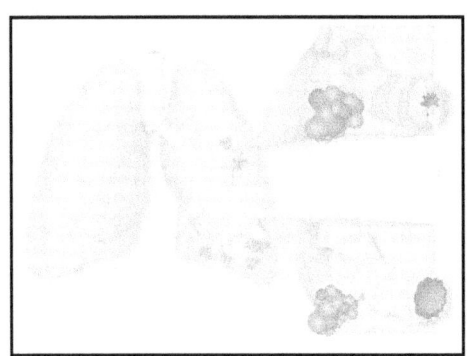

माझ्या मुलाचा दमा बरा होईल ना?

किशोरवयातच / तारुण्यात प्रवेश करेपर्यंतच्या काळात अर्ध्याअधिक मुलांचा दमा बरा होतो. अधिक त्रासदायक अशा अवस्थेतील दमा ज्यांना असतो अशा दुर्दैवी मुलांची प्रौढावस्थेतही दम्यापासून सुटका होत नाही. परंतु, आता काळजी करण्याचे काही कारण नाही. दम्यावर आता सहजतेने नियंत्रण ठेवता येते. तज्ज्ञ व अनुभवी डॉक्टरांच्या देखरेखीखाली योग्य ती औषधे अचूक प्रमाणात घेतल्यास, तुमचे मूलही संपूर्णत: नॉर्मल आयुष्य जगू शकते.

दमा पूर्णपणे बरा होऊ शकतो का?

नाही. दुर्दैवाने दमा पूर्णत: बरा होईल असा कोणताही उपचार उपलब्ध नाही. तथापि, सध्या उपलब्ध असलेल्या उपचारांच्या साहाय्याने दम्यावर पूर्णत: नियंत्रण ठेवता येते आणि त्यामुळे दम्याचा रोगीही इतरांसारखेच सर्वसाधारण आयुष्य जगू शकतो.

दमा संसर्गजन्य आहे का?

नाही. दमा म्हणजे काही सर्दी/खोकला नव्हे, ज्याचा एकाकडून दुसऱ्यास संसर्ग व्हावा. एकाचा दमा दुसऱ्यास होत नाही. कधीकधी एका पिढीतून दुसऱ्या पिढीकडे दमा जाऊ शकतो. यामुळे लोक याला संसर्गजन्य रोग समजतात.

मानसिक ताणतणावांमुळे दमा होऊ शकतो का?

म्हणजेच दुसऱ्या शब्दांत असं, की दमा हा मानसिक रोग आहे का? तर, अजिबात नाही. काही विशिष्ट प्रसंगी, मानसिक ताणतणावांमुळे ज्यांना दमा आहे अशा व्यक्तींमध्ये दम्याचा जोर वाढू शकतो. मात्र, घरात कोणाला दम्याचा त्रास असला की त्या व्यक्तीवर अन्य कुटुंबीयांवर मानसिक परिणाम तर होतोच!

दम्याचा रोगी व्यायाम करू शकतो का?

आपल्या वैयक्तिक क्षमतेनुसार दम्याच्या रोग्यांनी व्यायाम जरूर करावा. योग्य ते वजन राखणे आणि तब्येत

उत्तम ठेवणे अत्यंत आवश्यक आहे. एक लक्षात ठेवा, की व्यायाम करते वेळी अथवा शारीरिक श्रमामुळे तुम्हाला श्वासोच्छ्वासास त्रास होणार नाही व श्वास घेणे सुलभ होईल अशी औषधे आता उपलब्ध आहेत. दम्याच्या बहुतांश रोग्यांना कोणतेही काम निश्चितपणे करता येईल. आपला रोग विसरून त्यांना सगळीकडे वावरता येईल.

दम्याच्या रोग्याचा आहार काही खास इतरांपेक्षा वेगळा असावा का?

या प्रश्नाचे उत्तर देणे कठीणच आहे. कारण आहाराचा दम्यावर कसा व कितपत परिणाम होतो ते अजून पूर्णपणे समजलेले नाही. काही विशिष्ट आहारामुळे काही व्यक्तींच्यात दम्याचा जोर वाढलेला आढळून येतो. तर तो आहार टाळावा.

धूम्रपान हानिकारक आहे का?

निश्चितच! कुठल्याही प्रकारच्या रोगात विशेषत: दम्याच्या रुग्णांसाठी तंबाखू अतिशय हानिकारक आहे. त्यामुळे शरीराचा दाह तर होतोच शिवाय तब्येतीवर गंभीर दुष्परिणाम दिसून येतात. दम्याच्या रुग्णांनी तर धूम्रपान करणाऱ्यांच्या बाजूलाही बसू नये.

इनहेलरमुळे दम्याचा रोग प्रभावीपणे आटोक्यात येऊ शकतो का?

होय. कमीत कमी औषधे घेऊन इनहेलरच्या साहाय्याने रोगावर नियंत्रण ठेवता येते. थोडासा डोसही इनहेलरमुळे थेट फुप्फुसापर्यंत जाऊन पोहोचतो, जिथे तो पोहोचणं आवश्यक असतं. अशा तऱ्हेने औषधाचा परिणामही लवकर होतो व दुसरे काही दुष्परिणाम होत नाहीत.

इनहेलरची सवय लागते का?

अजिबात नाही. दम्याचा रोग काबूत ठेवण्यासाठी तुम्ही जर वरचेवर इनहेलरचा वापर केलात तरी तुम्हाला त्याची सवय कधीच लागत नाही. इनहेलर ही एक औषध घेण्याची पद्धत आहे. तुमची प्रतिबंधक तसेच दम्यापासून आराम देणारी औषधे नियमितपणे योग्य त्या प्रमाणात, डॉक्टरांच्या सल्ल्यानुसार घेतल्यास दमा पूर्ण नियंत्रणाखाली राहील. इनहेलरमुळे तुमची तब्येत सुधारेल.

दम्याचा जोर वाढण्याची लक्षणे

श्वास घेण्यास वरचेवर त्रास होणे अथवा घशातून सतत घरघर आवाज येत रहाणे.

श्वासोच्छ्वासास होणाऱ्या त्रासामुळे व खोकल्यामुळे रात्री होणारी झोपमोड.

चालण्यामुळे खूप दम लागून, श्वासोच्छ्वासास खूप त्रास होणे.

औषधांमुळे पूर्णपणे आराम न मिळणे किंवा वरचेवर त्या औषधांची गरज भासणे.

पी. इ. एफ. आर. चे (पीक एक्सपीरेटरी फ्लो रेट) प्रमाण कमी होणे व सकाळच्या व संध्याकाळच्या नोंदीमध्ये बराच फरक पडणे.

दमवून टाकणारा तो दमा !

दम्याच्या आजारात श्वास नळी लहान होते. त्यामुळे ते श्वास घेतात व सोडतात तेव्हा कमी हवा आत जाते - बाहेर येते. यामुळे त्यांना प्राणवायू कमी पडला तर ते लवकर थकतात, दमतात. म्हणून दमा हे अत्यंत योग्य नाव या रोगाला आपल्या पूर्वजांनी दिले आहे.

दमा म्हणजे काय आणि तो कसा होतो? तसं पाहिल्यास फार शुल्लक वाटणारी सर्दी किंवा पडसं कधी कधी फार उग्र रूप धारण करते ते दम्याच्या रूपाने. अलीकडे अस्थमा किंवा वरचेवर होणारे श्वासांच्या आजारांचे प्रमाण फार वाढत आहे. कमीत कमी १० टक्के माणसांमध्ये दमा होण्याची शक्यता असते. दम्याच्या रुग्णाने जर नियमित औषधोपचार आणि नीट काळजी घेतली तर तो सुद्धा आपलं दैनंदिन जीवन इतर सुदृढ माणसांप्रमाणे जगू शकतो.

जेव्हा आपण नाकाने श्वास घेतो तेव्हा बाहेरील प्राणवायुयुक्त हवा श्वसनमार्गाने फुप्फुसापर्यंत पोहोचवितो. शेवटी श्वसनमार्गांच्या अतिसूक्ष्म नलिका हवेतील ऑक्सिजन शोषून घेऊन त्या रक्तप्रवाहात मिसळतात.

हवेतील धुळीकण, धूर, परागकण यांसारख्या अतिसूक्ष्म गोष्टींमुळे फुप्फुसातील या श्वसननलिकांचे स्नायू एकदम आकुंचन पावतात. त्यामधून वाहणारी ऑक्सिजनयुक्त हवा फुप्फुसापर्यंत पोहोचत नाही. परिणामी रुग्णाला दम लागतो त्वरित योग्य त्या उपचाराने या श्वसननलिकांचे प्रसरण करून त्यांना पूर्वस्थितीत आणता येते. पुन्हा जर त्या त्रासदायक गोष्टींच्या संपर्कात आल्यास पुन्हा दम्याचा अॅटॅक येण्याची शक्यता असते. अशा प्रकारे दम्याचे अॅटॅक पुन्हा पुन्हा येत राहतात. अशा या पुन्हा पुन्हा येणाऱ्या अतित्रासदायक अॅटॅक पासून सुटका करणे हे फार सोपे नाही पण शक्य आहे. त्यासाठी आपणास हवे आहेत नियमित उपचार, नियमित श्वासनलिकेचे व्यायाम आणि आपल्या अॅलर्जीवर संपूर्ण ताबा.

दमेकरी रुग्णांनी औषधाचा काळजीपूर्वक वापर करणे फार महत्त्वाचे आहे. त्यांनी अॅस्पिरिन सारखी औषधे वापरल्यामुळे दम्याचा त्रास वाढू शकतो. ती त्वरित बंद केली पाहिजे. आपले सुखी जीवन जगण्यासाठी आपल्या डॉक्टरांनी दिलेल्या औषधांचा नीट वापर करून आपला दमा नियंत्रणामध्ये ठेवला पाहिजे.

दम्याचा अॅटॅक कशामुळे येतो?

दम्याचं पहिलं आणि महत्त्वाचं कारण म्हणजे अॅलर्जी करणाऱ्या वातावरणातील धूळ, बुरशी, फुलांचे परागकण किंवा आपल्या रोजच्या जेवणात येणाऱ्या काही खाद्य पदार्थांपासून आपणास अॅलर्जी होऊन दम्याचा त्रास वाढू शकतो.

फर्निचरवरील धूळ अथवा कागदांवरील धूळ दम्याच्या रुग्णांसाठी फार त्रासदायक असते. या धुळीमध्ये 'डस्ट माइट' सारखे अतिसूक्ष्म जीव वाढतात आणि त्यामुळे ॲलर्जी वाढते आणि रात्री हवेतील कमी तापमानामुळे आणि आर्द्रतेमुळे त्यांची जनन क्षमता वाढून दमेकऱ्यांना त्रास होण्याची शक्यता जास्त असते.

धुळीप्रमाणेच बुरशी आणि फुलांमधील परागकण हवेतून आपल्या श्वासात येऊन त्यामुळे दम्याचा ॲटॅक येण्याची शक्यता असते.

याप्रमाणेच आपल्या रोजच्या जेवणात येणाऱ्या खाद्यपदार्थांपासून देखील (उदा. तेल, तूप, केळं, काकडी, आंबट पदार्थ) दम्याचा त्रास वाढू शकतो.

आजार : सर्दी, खोकला किंवा ताप येऊन कफाचे प्रमाण वाढते; अशा प्रकारच्या आजारामुळे सूक्ष्म दम्याचा त्रास होतो. वातावरणातील प्रदूषण (धूर, कार्बन मोनॉक्साईड) मुळे सुद्धा दम्याचा त्रास होतो.

दमा हा आनुवंशिक आहे हे संशोधनाने सिद्ध झाले आहे.

दम्याचा त्रास कसा टाळावा?

ॲलर्जीवर नियंत्रण : घरातील धूळ दमेकऱ्यांना फार त्रासदायक ठरू शकते. या धुळीमुळे रुग्णांना वरचेवर दम्याचे ॲटॅक येत असतात; म्हणून घरातील धुळीचे प्रमाण शक्य तेवढे कमी करावे.

घरातील गालीचे, वॉल पेपर्स किंवा भिंतीवर लटकविणाऱ्या फोटोफ्रेम यांसारख्या गोष्टी घरात टाळाव्यात.

जुनी वर्तमानपत्रे किंवा मासिके बंद कपाटात ठेवावी, ज्यावर धूळ भरपूर जमून राहते, घरांत ठेवू नयेत.

झोपण्याची गादी स्वच्छ असावी. धुळीचा संपर्क टाळावा म्हणून त्यावर प्लॅस्टिकचे आवरण घालावे.

तीव्र वास किंवा धूम्रपान या गोष्टींमुळे श्वसनमार्गाला त्रास होतो या गोष्टी दमेकऱ्यांनी टाळल्या पाहिजे. तसेच घरामध्ये रंगकाम किंवा जंतुनाशक यांचा वापर होत असल्यास दमेकऱ्यांनी तिथे न थांबलेले बरे.

पाळीव कुत्री, मांजर दमेकऱ्यांनी पाळू नयेत. त्याच्या शरीरावरील अतिसूक्ष्म केसांमुळे त्रास होतो. श्वसनसंस्थेचे स्नायू बळकट करण्यासाठी व्यायामाची नितांत जरुरी आहे. पोहणे, चालणे याचबरोबर योगशास्त्रातील प्राणायाम किंवा सूर्यनमस्काराच्या सरावामुळे रुग्णांना निश्चित फायदा मिळतो. इतर श्वसनाचे व्यायाम, नियमित फुगा फुगवणे, पाण्यात बुडबुडे काढणे, बासरी वाजवणे, गाण्याचा छंद या सर्वप्रकारे श्वसन क्षमता सुधारून दम्याचा त्रास कमी करता येईल.

दमा आणि आपला आहार

काही वेळा बरेच रुग्ण आमच्याकडे एक नेहमीची तक्रार घेऊन येतात ती म्हणजे विशिष्ट पदार्थ खाल्ल्यानंतर दम्याचा त्रास वाढतो म्हणूनच ज्या पदार्थांची तुम्हाला ॲलर्जी आहे ते पदार्थ टाळावेत. दमेकरी रुग्णांनी रोजच्या जेवणात हिरव्या पालेभाज्या निश्चित खाव्यात, त्यामुळे आपल्याला योग्य व्हिटॅमिन्स, मिनरल्स शरीराला मिळतात. त्याचप्रमाणे ताजी फळे आणि कोशिंबिरी जरूर खाव्यात. भरपूर पाणी प्यावे, श्वसनमार्गातील कफ पातळ व्हावा यासाठी सकाळी एक ग्लासभर कोमट पाणी पिण्याची सवय दमेकऱ्यांनी जरूर लावावी.

- उज्वल महाडिक

एड्स

एड्सला औषध नाही. एड्स झाल्यावर सर्वसाधारणपणे ५–७ वर्षामध्ये भारतीय माणूस दगावतो. हा विषाणूमुळे होतो. आज मुंबई एड्सची लवकर राजधानी होईल अशी तज्ज्ञांना भीती वाटते.

एड्स ग्रस्त म्हणजे एड्स झालेल्या व्यक्तीशी शारीरिक सोबत, शारीरिक संभोग झाल्यास त्यातून हा रोग दुसऱ्या व्यक्तीला होतो. आईला एड्स असेल तर तिच्या मुलाला होऊ शकतो व एड्सच्या विषाणूने दूषित रक्त आपल्या शरीरात दूषित सुयांवाटे दिले गेले तर एड्स ह्यूमन इम्युनो डेफिशिअन्सी व्हायरस H.I.V. च्या विषाणूंमुळे होऊ शकतो. हे विषाणू आपली प्रतिकारशक्ती नष्ट करतात. त्यामुळे शरीर साध्यासुध्या आजारालाही तोंड देऊ शकत नाही व त्याने रोग्याचा मृत्यू होतो. जसे एखाद्या गुंडाने एखाद्या धष्ट-पुष्ट व्यक्तीला धरून ठेवले व इतरांनी त्याच्यावर प्रहार करून त्याला लोळवले, तसे एड्समुळे माणसाच्या प्रतिकारशक्तीचे हात बांधले जातात व तो साध्या रोगापासून मार खातो. H.I.V. च्या विषाणूने संसर्ग झाल्यास काही वर्षे त्या व्यक्तीला काहीही लक्षणे दिसत नाही. ते इतरांसारखे असतात. परंतु त्यांच्यामुळे इतरांना संसर्ग होऊ शकतो. जगभर H.I.V. च्या विषाणूंचा संसर्ग झाल्यास नंतर एड्सचा आजार व्हायला ७ ते १० वर्षे लागतात. परंतु, भारतामध्ये ५ ते ६ वर्षे लागतील असा शास्त्रज्ञांचा कयास आहे. एड्स रोगमुक्त होता येत नाही. एड्सच्या मदतीला काही औषधे तयार होत आहेत. परंतु, ही औषधे एवढी महागडी आहेत, की ती सर्वसाधारण भारतीय घेऊ शकत नाहीत.

मला एड्स आहे का? अशी शंका येणाऱ्याने त्वरित आपले रक्त तपासून घ्यावे. जेणेकरून ते विषाणू इतरांना पसरणार नाही. **एका व्यक्तीपासून दुसऱ्या व्यक्तीला विषाणूंचा संसर्ग फक्त खालील प्रकारेच होतो.**

(१) शारीरिक संबंधाद्वारे

वीर्यामध्ये व योनीतील स्रावामध्ये विषाणूंचे जंतू असतात. व ते आजारी व्यक्तीपासून निरोगी व्यक्तीला मिळतात. आजारी व्यक्तीला दिलेल्या इंजेक्शनला वापरलेल्या सुईचे शुद्धीकरण न करता, ती न उकळवता दुसऱ्या निरोगी व्यक्तीसाठी वापरली, तर त्या सुईच्या टोकावरील विषाणू तिच्या शरीरामध्ये जातात. एड्स झालेल्या व्यक्तीने अजाणतेपणे रक्तदान केले व ते रक्त निरोगी माणसाला दिले गेल्यास त्याला एड्स होतो, म्हणून कोणाला रक्त लागले तर मित्राने वा नातेवाइकांनीच रक्त द्यावे. विकतच्या रक्ताने एड्स होण्याची शक्यता जास्त असते.

(२) गर्भवतीला एड्स झाल्यास तो तिच्या गर्भाला होऊ शकतो. आईला जर एड्स असेल तर तो स्तनपानातूनही मुलाला होण्याची थोडी शक्यता असते. परंतु, स्तनपानाशिवाय होणाऱ्या कुपोषणामुळे कमजोरी व इतर होणाऱ्या आजारांमुळे ते बाळ दगावण्याची फार जास्त शक्यता असते. म्हणून भारतासारख्या विकसनशील देशांमध्ये एड्स झालेल्या मातेनेही आपले स्तनपान मुलास देत रहावे अशा जागतिक आरोग्य संघटनेच्या सूचना आहेत. **परंतु हा व्यक्तिगत निर्णय प्रत्येकाने आपआपला करायला हवा.**

खालील प्रकारे एड्स पसरत नाही.

(१) हस्तांदोलनाने, मिठी मारल्याने, खोकल्यामुळे, नाक शिंकरल्याने, चुंबन घेतल्याने, एकच बाथरूम, शौचालय, टेलिफोन, ताटे, वाट्या, भांडे, जलतरण तलाव रोगी व निरोगी व्यक्तीने वापरल्यामुळे हा रोग पसरत नाही व अशा प्रकारे एड्सग्रस्त माणसांपासून समाजाला या प्रकारे धोका नाही. (इतर संसर्गरोग झालेल्या व्यक्तीबरोबर आपण राहिल्यास ते रोग आपल्याला होतात. संसर्गजन्य आजार झालेल्या व्यक्तीबरोबर वर उल्लेखलेले प्रकार करू नये. उदा. सर्दी, खोकला, विषमज्वर, कावीळ, टॉयफॉईड, आव, जंत हे संसर्गजन्य रोग आहेत.)

घराबाहेर पोटाची भूक भागवल्यास पोट बिघडते. शरीराची भूक बाहेर भागवल्यास एड्स होतो. शारीरिक संबंध येणाऱ्या दोघाही व्यक्तीला खात्री आहे, की दोघांनाही एड्स नाही. त्यांना काहीही भीती नाही. ज्यांना भीती वाटते, की दोघांपैकी एकाला एड्स असू शकेल त्यांनी शारीरिक संबंधाच्या वेळी सुरक्षिततेची काळजी घ्यावी. म्हणजे निरोध वापरावा.

राम सीतेसारखे रहावे.

एक पत्नी व्रत करावे. परव्यक्ती बरोबर शारीरिक संबंध येऊ देऊ नये; म्हणजे एड्स होणार नाही. जननेंद्रियावर फोड वा आजार असणाऱ्यांना एड्स होण्याची शक्यता असते; म्हणून अशा आजारांचे औषध त्वरित घ्यावे. अनेकांबरोबर शरीर संबंध नसणे सर्वोत्तम. इतरांनी सुरक्षित संबंध राहतील याची काळजी घ्यावी. म्हणजे निरोध वापरावा व नॉन सेक्स साधावा. अगदी निरोध वापरला तरीही गुदद्वारात मैथुन करू नये, ते जास्त धोकादायक आहे.

इंजेक्शन टाळा

शुद्ध न केलेल्या सुईने इंजेक्शन घेणे धोकादायक आहे. सिरींजवरील दूषित रक्ताच्या थेंबानेही एड्स संभवतो. अशी दूषित सुई एखाद्याच्या शरीरात गेल्यास त्याला एड्स होईल. लोक जेव्हा मादक द्रव्य घेतात तेव्हा त्यापैकी एकालाही एड्स असल्यास सर्वांना होतो. तरुणांनी विशेषत: ह्या सर्वांपासून स्वत:ला आवरावे. जसे मादक द्रव्य घेणे हेच धोकादायक आहे. परंतु, एड्सची जादा भीती असल्यामुळे किमान स्वत:ची सुई व सिरींज स्वतंत्र ठेवावे. किमान स्वत:ची सुई व सिरींजची अदलाबदल करू नये. लसीकरण केलेल्या व डॉक्टरांकडील सुया सुरक्षित असतात. वैद्यकीय व्यवसायातील लोकांनाच रुग्णाच्या रक्ताने दूषित झालेली सुई चुकून लागली तर एड्स होऊ शकतो. त्यांना स्वत:ला इतरांपासून एड्स होण्याची शक्यता जास्त असते, त्यामुळे ते स्वत:च भरपूर काळजी घेतात व त्यांनी ती घ्यायला हवी.

लसीकरणाव्यतिरिक्त प्राणघातक स्थितीमध्ये इंजेक्शनची गरज असते आणि बाकी स्थितीमध्ये इंजेक्शने टाळण्याजोगी असतात. जेव्हा गोळी घेता येते तेव्हा पातळ औषध घेऊ नये व जेव्हा पातळ औषध घेता येते तेव्हा इंजेक्शन घेऊ नये. जो गोळी घेऊ शकत नाही, त्याला पातळ औषध देता येत नाही त्याला इंजेक्शन द्यावे लागते. सर्वसाधारणपणे अशी वेळ साध्या आजारामध्ये येत नाही. डॉक्टरांना तशी विनंती करा. शक्य तेव्हा इंजेक्शन द्या.

कान टोचणे, दात स्वच्छ करणे, हातावर-चेहऱ्यावर गोंदवणे, ॲक्युपंचर या सुयांच्या टोकानेही एकाचे विषाणू दुसऱ्याच्या शरीरामध्ये जाऊ शकतात. जे जे अनावश्यक आहे ते टाळावे व सुया शुद्धीकरण करावे.

न्हाव्याने प्रत्येक व्यक्तीसाठी नवीन ब्लेड वापरावे आणि आपणही याची खात्री करून घ्यावी. एड्स झालेल्या स्त्रियांनी गर्भवती होण्यापूर्वी सल्ला घ्यावा. अशा स्त्रीला झालेल्या दर तिसऱ्या बाळाला जन्मतःच एड्स होतो व अशी बाळे तीन वर्षांची होण्यापूर्वीच दगावतात.

मुलांना शिकवा.

सर्व माता-पित्यांनी आपल्या मुलांना एड्स कसा पसरतो हे सांगायला हवे. एड्स बद्दल माहिती देऊन आपण व आपल्या मुलांनाही वाचवायला हवे आणि तो कसा पसरत नाही हे सांगायला हवे. त्यांच्या नेहमीच्या सामाजिक मित्र मंडळींमधून एड्स पसरत नाही. त्यांना एड्स झालेल्या व्यक्तीविषयी त्यांच्या मनात माया उत्पन्न होईल असेच आपले विचार व वागणूक हवी. एड्स झपाट्याने पसरत आहे. तरुण पिढीला एड्स पासून वाचवणे हे आपल्या सर्वांचे कर्तव्य आहे व त्यांना एड्सबद्दल माहिती देऊन हे सर्वोत्तम रीतीने पार पाडले पाहिजे.

(फॅक्ट्स फॉर लाईफ या युनिसेफचे ११० देशांत १७० भाषांत उपलब्ध असलेल्या जीवनावश्यक पुस्तकातून साभार.)

> ज्याला इंग्रजीत AIDS असे म्हणतो त्याला मराठीत प्रतिशब्द नाही. हाच त्याच्या परदेशस्थाचा पुरावा होय. आपण त्यातले नसालही. परंतु आपणास याची माहिती हवीच. कारण एड्सच्या मृत्यूचा विळखा कधी आपल्याभोवती पडेल याचा नेम नाही आणि स्वतःच्या सावधपणा व्यतिरिक्त त्याला थोपवण्याचं !

नवीन लसी

ह्यूमन पॅपिलोमा व्हायरस व्हॅक्सिन (Human Papilloma Virus Vaccine)

एच.पी.व्ही.

तोंडओळख – गर्भाशयाच्या कर्करोगाचे सगळ्यात मुख्य कारण क्षत विषाणूंचे संसर्ग हे होय. भारतात गर्भाशयाच्या कर्करोगाच्या रुग्णांपैकी ७७% रुग्ण HPV टाईप १६ व १८ मुळे रोगी होतात. जगभरात महिलांमध्ये होणाऱ्या कर्करोगांमध्ये गर्भाशयाच्या कर्करोगाचा दुसरा क्रमांक लागतो. गर्भाशयाच्या कर्करोगाचे सुमारे ५ लाख रुग्ण जगभरात दरवर्षी आढळतात व दरवर्षी ह्या कर्करोगांमुळे जवळपास ३.५ लाख महिला मृत्युमुखी पडतात. ह्यातील जवळपास ७५ हजार महिला भारतातील आहेत. IAP ही संस्था HPV ही लस ज्यांना परवडेल अशा सर्व महिलांनी ती घ्यायला हवी.

ही लस लग्नाआधी व शक्य असेल तर पहिल्या संभोगाआधी दिल्यास अधिक परिणामकारक ठरते. ह्या लसीमुळे संभोगाद्वारे पसरणारे रोग. उदा. एड्स, सिफिलिस हे टाळता येत नाहीत ह्याची नोंद घ्यावी.

प्रश्न : जर ही लस दिली तर गर्भाशयाचा कर्करोग होणारच नाही का ?

उत्तर : ही लस दिली तर गर्भाशयाचा कर्करोग व्हायची शक्यता जवळपास ६०-७०% कमी होते.

प्रश्न : ही लस कोणास द्यावी ?

उत्तर : ही लस फक्त १० वर्षांवरील मुलींसाठी आहे.

प्रश्न : ही लस कशी देतात?

उत्तर : इंजेक्शनवाटे.

प्रश्न : कधी देतात ?

उत्तर : १० ते २६ वर्षे वयापर्यंतच्या मुलींमध्ये कधीही ही लस देऊ शकतो. लवकर दिल्यास जास्त परिणामकारक ठरते. पहिल्या डोसनंतर २ महिन्यांनी दुसरा डोस व आणखी ४ महिन्यांनी तिसरा डोस देणे.

प्रश्न : ही लस दिल्यावर माझ्या मुलीला काही त्रास होऊ शकतो का ?

उत्तर : काही मुलींना चक्कर येते. त्यासाठी ही लस झोपून किंवा बसूनच देणे. उभ्या उभ्या देऊ नये. तसेच लस दिल्यावर १५ मिनिटांनी क्लिनिक सोडणे.

टीडीएपी

तोंडओळख : असे आढळून आले आहे, की ट्रीपलच्या दुसऱ्या बूस्टरनंतर देखील प्रतिकारशक्ती पुढील १०-१२ वर्षांत कमी व्हायला लागते. जगभरात विशेषत: अमेरिकेत डांग्या खोकल्याचे तरुण रुग्ण आढळायला सुरुवात झाली आहे. भारतात हे चित्र लवकरच दिसायला लागेल. म्हणूनच सर्व प्रगत देशांत वयाच्या १० व्या वर्षी टी.टी. (धनुर्वात) च्या इंजेक्शनबरोबर घटसर्प व डांग्या खोकल्याची लस एकत्र करून दिली जाते. तिचे नाव **TDAP**

प्रश्न : TDAP कशी देतात ?

उत्तर : इंजेक्शनवाटे.

प्रश्न : TDAP लस दिल्यावर (T.T.) ची लस देणे गरजेचे आहे का ?

उत्तर : नाही. TDAP मध्ये (T.T.) ची लस सामाविष्ट असते.

प्रश्न : माझे मूल १० वर्षांपेक्षा मोठे आहे; त्याला १० व्या वर्षी (T.T.) ची लस दिली आहे, आता त्याला TDAP देऊ शकतो का ?

उत्तर : होय. वयाच्या १८ वर्षांपर्यंत T.T. च्या लसीनंतर ५ वर्षांनी आपण TDAP ची लस देऊ शकतो.

प्रश्न : माझ्या मुलाला दुखापत झाली आहे. त्याला TDAP ची लस दिली होती. आता त्याला टी.टी. ची लस देणे गरजेचे आहे का ?

उत्तर : TDAP ची लस दिल्यानंतर मामुली जखमांसाठी १० वर्षांपर्यंत टीटॅनसची लस घेणे जरुरी नाही. गंभीर दुखापतीसाठी ५ वर्षांपर्यंत टीटॅनसची लस घेणे जरुरी नाही.

प्रश्न : माझे मूल ७ वर्षांपेक्षा मोठे आहे. त्याला ट्रीपलचे दुसरे बूस्टर द्यायला आम्ही विसरलो. आता त्याला TDAP देणे गरजेचे आहे का ?

उत्तर : होय. आता त्याला ट्रीपल देऊ शकत नसल्यामुळे TDAP देणे गरजेचे आहे.

(ही लस महाग आहे.)

रोटाव्हायरस व्हॅक्सिन (Rotavirus Vaccine)

तोंडओळख : जगभरात जुलाबाचे सगळ्यात मोठे कारण रोटाव्हायरस नावाचे विषाणू हे आहे. जगभरात दरवर्षी जवळपास ६ लाख मुले रोटाव्हायरसमुळे मृत्युमुखी पडतात. ह्यातील जवळपास १ लाख मुले फक्त भारतातील आहेत. भारतातील जुलाबासाठी ॲडमिट केलेल्या मुलांपैकी जवळपास २०-३०% मुले रोटाव्हायरसमुळे संसर्गित असतात.

प्रश्न : ही लस दिल्यानंतर माझ्या मुलाला जुलाब होणार नाही का ?

उत्तर : ही लस फक्त रोटाव्हायरस ह्या विषाणुंच्या विरुद्ध प्रतिकारशक्ती देते. त्यामुळे जुलाब व्हायची शक्यता जवळपास ४०-५०% कमी आहे.

प्रश्न : ही लस कशी द्यायची ?

उत्तर : लस तोंडात द्यायची आहे.

प्रश्न : कशी द्यायची ?

उत्तर : पहिला डोस १। महिने वयात द्यावा व जास्तीत जास्त ३ महिने वयापर्यंत देऊ शकतो. दोन डोसांमध्ये कमीत कमी १ महिना अंतर असावे. दुसरा डोस ४ महिने वयाच्या आत व जास्तीत जास्त ५। महिने वयापर्यंत देणे.

प्रश्न : जर माझ्या मुलाने लस थुंकून किंवा उलटी करून बाहेर काढली तर काय करावे ?

उत्तर : पूर्ण डोस पुन्हा द्यावा लागेल.

प्रश्न : माझे मूल मोठे आहे. त्याला लस देऊ शकतो का ?

उत्तर : नाही. पहिला डोस जास्तीत जास्त ३ महिने वयापर्यंत देऊ शकतो.

(ही लस खूप महाग आहे.)

पोलिओ इंजेक्शन (Inactivated Poliovirus Vaccine)

आय.पी.व्ही.

तोंडओळख : पोलिओचे तोंडी द्यायचे थेंब (OPV) उपलब्ध आहेत. ह्या सोबत आता पोलिओसाठी इंजेक्शन उपलब्ध झाली आहेत.

पोलिओ इंजेक्शन्स ही पोलिओच्या तोंडी थेंबांपेक्षा खूप अधिक परिणामकारक व सुरक्षित आहेत. पोलिओ निर्मूलन झालेल्या सर्व प्रगत देशांमध्ये पोलिओच्या तोंडी थेंबाऐवजी पोलियो इंजेक्शन वापरली जातात.

प्रश्न : पोलिओ इंजेक्शन दिल्यानंतर तोंडी थेंबाची गरज आहे का ?

उत्तर : होय. आपल्या देशात अजून पोलिओ निर्मूलन न झाल्यामुळे पोलिओ इंजेक्शन व तोंडी थेंब दोन्ही देणे गरजेचे आहे.

प्रश्न : कसे द्यायचे ?

उत्तर : मांडीवर, इंजेक्शनवाटे.

प्रश्न : कधी द्यायचे ?

उत्तर : जन्मत: पोलिओचे थेंब देणे, १।, २। व ३। महिने वयात पोलिओ थेंब व इंजेक्शन दोन्ही देणे. दीड वर्षे वयात पोलिओ थेंब व पोलिओ इंजेक्शन दोन्ही देणे. ५ वर्षे वयात पोलिओ थेंब देणे. पल्स पोलिओच्या सर्व दिवशी पोलिओचे थेंब देणे. ते चुकवू नये.

प्रश्न : माझे मूल आता मोठे आहे त्याला पोलिओ इंजेक्शन कसे द्यावे ?

उत्तर : ५ वर्षांखालील मुलांना पोलिओ इंजेक्शन दिले जाऊ शकते. पहिला डोस दिल्यानंतर २ महिन्यांनी दुसरा डोस देणे व ६ महिन्यांनी तिसरा डोस देणे.

प्रश्न : माझ्या मुलाला रक्ताचा कॅन्सर (ल्यूकेमिया) आहे. त्याला पोलिओचे थेंब द्यायला डॉक्टरांनी मनाई केली आहे. त्याला इंजेक्शन देऊ शकतो का ?

उत्तर : हो. पोलिओचे इंजेक्शन्स सुरक्षित असल्यामुळे देऊ शकतो. तसेच पाच वर्षे वयाला ज्यादा बूस्टर डोस देणे.

(ही लस अंदाजे ३०० रु. ची आहे.)

न्यूमोकोकल कॉनज्युगेट ७ व्हॅक्सिन (PCV7) Pneumococcal conjugate 7 vaccine

तोंडओळख : न्यूमोकोकाय हे जीवाणू साधारणपणे २०-२५% न्यूमोनिया ३०-३५% ओटायटीस मीडिया (कानाचे इंफेक्शन - कानातून पू येणे) व बराचशा मेंदू ज्वराच्या रुग्णांमध्ये कारणीभूत ठरतात. ५ वर्षांखालील व विशेषत: २ वर्षांखालील मुलांना न्यूमोकोकायच्या इंफेक्शनचा सर्वात जास्त धोका असतो.

न्यूमोकोकल इंफेक्शनचे सगळ्यात जास्त प्रमाण मध्यम व गरीब वर्गात आढळत असल्यामुळे खरे तर ही लस

सर्व मुलांना सरकारकडून मोफत द्यायला हवी परंतु खूप जास्त - महाग असल्यामुळे त्यात अडचण निर्माण होत आहे.

GAVI नावाची संस्था भारत सरकारला ही लस २०१५ पर्यंत माफक दरात पुरवायला तयार असून देखील लालफितीत अडकल्यामुळे भारत सरकारने अजूनही GAVI कडे अर्ज पाठवला नाही.

प्रश्न : ही लस दिल्यावर माझ्या मुलाला न्यूमोनिया, कानातून पू येणे, मेंदूज्वर इत्यादी आजार होणारचं नाहीत का ?

उत्तर : ही लस फक्त न्यूमोकोकाय ह्या जीवाणू विरुद्ध प्रतिकारशक्ती देते. त्यामुळे न्यूमोनिया व्हायचे प्रमाण जवळपास ४०-५५ टक्के कमी होते.

प्रश्न : लस कशी देतात ?

उत्तर : मांडीवर इंजेक्शन वाटे.

प्रश्न : लस कधी द्यावी ?

उत्तर : १।, २। व ३। महिने वयात ३ डोसेस व दीड वर्षाला १ बूस्टर डोस.

प्रश्न : माझे मूल मोठे आहे. त्याला लस कधी द्यावी ?

उत्तर : ○ ६ महिने ते १२ महिने वयोगट.

२ डोस १ किंवा २ महिन्यांच्या अंतराने व दीड वर्षाला १ बूस्टर एकूण ३ डोस.

○ १ वर्ष ते २ वर्षे वयोगट (१२-२३ महिने)

२ डोसेस २ महिन्यांच्या अंतराने. बूस्टरची गरज नाही. एकूण २ डोस.

○ २ वर्षे ते ५ वर्षे वयोगट

(ही लस खूपच महाग आहे.)

आजारी मुलाने व व्यक्तीने घरी रहावे हीच राष्ट्रसेवा आहे.

आजकाल लग्न व इतर समारंभात थंडगार पाणी, पेये व आइसक्रीम देतात. याने घशाचे तापमान कमी होते व तेथील रक्ताभिसरण कमी होते व घशाची प्रतिकारशक्ती कमी होते. या समारंभाला आलेल्या काही पाहुण्यांना सर्दी, खोकला, ताप असतोच. ते जेव्हा शिंकतात तेव्हा त्यांना ज्या विषाणूंनी सर्दी ताप झालेला असतो ते दोन हात दूरवर फवारले जातात. ती विषाणूयुक्त हवा जे खाण्याने आत घेतात ते या विषाणूंनी आजारी पडू शकतात. आईसक्रीम व थंड पेयांनी जर त्वचा, घसा कमजोर झाला असेल तर आजारी पडायची शक्यता अजून वाढते.

आपले सर्वाधिक आजार हे आजारी माणसाला भेटल्याने होतात. आजारी माणसाने आपल्या घराचा उंबरठा ओलांडू नये, घरीच रहावे. डॉक्टरांकडे औषधासाठी जरूर जावे. याने समाजातील आजारपणे बिनपैशाने कमी होतील. दुसऱ्या कशानेही हे कार्य होणार नाही.

पूर्वी आमच्याकडे गोवर आदी आजार झालेल्या मुलांना घराबाहेर काढीत नसत. त्याचा आलेख म्हणजे मुलांना लोक डॉक्टरकडेही नेत नाहीत व त्याने गोवराचे मृत्यू वाढतात.

शेपटी पेटलेला मारुती लंकाभर फिरला. सर्व लंका पेटली. तसे आजारी माणूस जेव्हा घराबाहेर पडून ऑफिसमध्ये, लोकलगाडीमध्ये, शाळेमध्ये, सिनेमाघरात, बाजारात, गर्दीत जातो तेव्हा त्याच्या संपर्कात जो जो येतो त्याला आजाराचे जंतू अजाणतेपणी भेट मिळतात. आजार पसरतो.

दक्षिण मुंबईच्या उपनगरात जेव्हा डोळ्यांची साथ येते तेव्हा ती प्रवाशांसोबत एका दिवसांत सर्व उपनगरांमध्ये व जेथे जेथे मुंबईतून गाड्या, विमाने, जहाजे जातात तेथे पोहोचते.

ही आजारी माणसे घरीच राहिली तर सर्वांची आजारपणे कमी होतील.

एक आंबा नासला तर सर्व आंबे नासतात. म्हणून सर्व आंब्यातून नासलेले आंबे बाजूला काढून ठेवतात. तसे आजारी माणसांनी बरे होईपर्यंत स्वतःहून घरी रहायला हवे, हीच राष्ट्रसेवा आहे.

शाळा उघडल्या की दवाखाने भरतात. शाळांना सुट्या लागल्या की दवाखान्यांमधील गर्दी कमी होते. मुलांना बरे नसले तरी शाळा बुडू नये म्हणून आई-वडील मुलांना शाळेत पाठवितात. त्या मुलाच्या आजाराची लागण होऊन सर्व शाळाच आजारी पडते व आजारात बुडते.

आजारी मुलगा घरी राहिला तर त्याचे ३-४ दिवस म्हणजे ३-४ विद्यार्थी दिवस वाया जातात पण त्याचा आजार जर पसरून शाळेतील १००, २००० किंवा ३००० मुलांना झाला तर अनुक्रमे ३००, ३०००, ९००० विद्यार्थी दिवस वाया जातात. शिवाय ही आजारी मुले आपल्या घरी गेल्यावर त्यांच्या घरांना लागण होते व गावभर

आजार पसरतो.

जे शाळांमध्ये होते तेच देवळांमध्ये, बाजारांमध्ये, लोकलमध्ये, चित्रपटगृहांमध्ये, ऑफिसमध्ये आजारी माणसे भेटल्याने होते.

मेरी नावाची वाढपी वेट्रेस न्यूयॉर्कच्या जनरल हॉस्पिटलमध्ये कामाला होती. तिला विषमज्वराची लागण झाली होती. ज्याने ज्याने तिच्या हातचे अन्न खाल्ले त्या १३०० लोकांना टायफॉईडची लागण झाली; म्हणून आजारी व्यक्तीने कुणाला अन्नपाणी देऊ नये व ज्याला आजारी पडायचे नसेल त्याने घराबाहेर खाऊ नये. कारण घराबाहेच्या अन्नाला २५ लोकांचे हात लागलेले असतात व प्रत्येकाला काही ना काही आजार असतोच. भारतातील मुंबई, ठाणे, अकोला, कोलकाता येथील अभ्यास हे दाखवतो की ५ वेळा घराबाहेर खाल्ले की ४ वेळा पोट बिघडते; पोटाचे आजार होतात.

महाराष्ट्रात दरवर्षी २ लाख मुले पहिल्या वाढदिवसाआधी दगावतात. यातील सर्वाधिक मुले न्यूमोनिया व जुलाबाने दगावतात. पूर्वी सोयर पाळायची चांगली पद्धत होती म्हणजे बाळबाळंतिणींना सर्वांपासून दोन हात दूर ठेवायचे, हे आजही पाळायलाच हवे, म्हणजे स्पर्श न केल्याने हे मृत्यू कमी होतील. हे १०५ कोटी भारतीयांना १५ भाषांत सर्व माध्यमांच्या पद्धतीने लगेच कळविणे, ही राष्ट्रसेवाच आहे. कारण याने रोजचे आजार, दु:ख, मरण कमी होईल. प्रत्येक आजारपण आपल्याला गरीब करते. मुंबई ग्राहक पंचायतीने काही वर्षांपूर्वी अभ्यास केला होता. तो असे दाखवतो, की घरटी २० टक्के उत्पन्न हे औषधोपचारांवर खर्च होते.

आपण आजार टाळले तर व्यक्तीचे, घरांचे, राष्ट्रांचे, सर्वांचे उत्पन्न दरवर्षी १०-२० टक्क्यांनी वाढले.

आजार आधी साधे असतात. कोणाचे ते बळावतात. मग रुग्णालयात रोग्याला दाखल करावे लागते. रोग्याचा जीव जाऊ शकतो.

आजार टाळणे आपले व सर्वांचे व आजारात घरी राहणे ही मोठीच स्वसेवा व राष्ट्रसेवा आहे. ही माहिती त्वरित सर्वांना देणे ही राष्ट्रसेवाच आहे.

आपल्या आजूबाजूची घरे जळली तर आपले घर कसे वाचेल. आपले गावच आजारी पडेल तर आपण कसे सुटू ? ही माहीती सर्वांना देऊन गावातले आजारपण कमी केले तर आपले आजार कमी होतील.

पोलिओ निर्मूलन मोहीम सुरू आहे. त्याने फक्त पोलिओ कमी होईल. ही माहिती घरोघरी गेली तर सर्व आजार कमी होतील व हिंदुस्थान निरोगीस्थान होईल. हे होणे ही सर्वांना प्रार्थना !

धडा : आजारी व्यक्तींनी समारंभाला जाऊ नये. मांजर उंदराला खाते म्हणून उंदीर मांजरापासून लांब राहतो. आजारानेच आपण मरतो. आजारी माणासाच्या संगतीने आपल्याला आजार लागतो. म्हणून आपण आजारी माणसापासून दोन हात दूर राहिले पाहिजे.

जादू-मुलांना स्मार्ट 'भारत भाग्य विधाता' करणारी

डॉ. हेमंत जोशी

Ring Ringa Roses
Pocket full of snacks
eat all eat all
all grow well.

Eat while you play
play while you eat
That is the way
to be happy & great.

खेळता खेळता खावे
खाता खाता खेळावे
खिशात दाणे ठेवावे
दिवसभर खेळावे
दिवसभर खावे

उंच व्हावे
शक्तीमान व्हावे
स्मार्ट व्हावे
सगळ्यांना सांगावे

धावत शाळेत जावे
धावत घरी जावे
टि.व्ही. लाऊन नाचावे
दोरी घेऊन कुदावे.
सायंकाळी मैदानात खेळावे
७ च्या आत घरात.
९ च्या आत बिछान्यात.
रामायण वाचावे.
महाभारत वाचावे.
हितोपदेश पंचतंत्र वाचावे.
छान व्हावे.
सगळ्यांना सांगावे.

सकाळी लवकर उठावे.
योगासने करावी.
व्यायाम करावा.
रोज काहीतरी पाठ करावे.
पोटभर नाश्ता करावा.
मग सूर्य उगवावा.
छान व्हावे.
सगळ्यांना सांगावे.

चांगली गाणी पाठ करावी.
पाढे कविता पाठ कराव्या.
तारखा पाठ कराव्या.
फॉर्म्युले पाठ करावे.
छान व्हावे.
सगळ्यांना सांगावे.

पुस्तकातील सर्व चित्रे काढावी.
सगळे नकाशे काढावे.
घराच्या भिंती रंगवाव्या.
छान व्हावे.
सगळ्यांना सांगावे.

चांगले विचार करावे.
चांगले काम करावे.
चांगले बोल बोलावे
छान व्हावे.
सगळ्यांना सांगावे.

खोटे गोड बोलू नये.
कडू खरे बोलू नये.
कुणाशी भांडू नये.
कुणाला रागावू नये.
कुणाला मारू नये.
आपले चुकले तर माफी मागावी.
दुसरा चुकला तर माफ करावे.
छान व्हावे.
सगळ्यांना सांगावे.
काय काय सांगावे ?

खेळता खेळता खावे.
खाता खाता खेळावे.
खिशात दाणे ठेवावे.
दिवसभर खेळावे.
दिवसभर खावे.
उंच व्हावे.
शक्तीमान व्हावे.
स्मार्ट व्हावे.
भारत भाग्य विधाता व्हावे.
सगळ्यांना सांगावे.

निरोगी सशक्त व शतायुषी करणारे तीन संजीवनी मंत्र

मंत्र क्र. १

पाजते वेळी खावे.
खातेवेळी पाजावे.
बाळ-बाळंतिणीनो गुटगुटीत रहावे.
याने २ वर्षे भरपूर दूध येईल.
बाळा-बाळंतीण
शतायुषी होईल.

घरोघरी हे होत नाही.
म्हणून
आधी आया बारीक होतात.
मग बाळ उपाशी राहते,
बारीक होते,
आजारी पडते
कधी कधी दगावतेही.
अशाप्रकारे जगातील सर्वाधिक
बालमृत्यू
रोज भारतात होतात.

माझ्याघरी हे होणार नाही.
कारण मी खातेवेळी पाजेन,
पाजतेवेळी खाईन व बाळ-बाळंतीण
शतायुषी होतील.

४ महिन्यांनंतर बाळाची गरज वाढते.
आईचे दूध कमी पडते.
म्हणून,
दर दुधाआधी शिरा चाटवावा,
तूप-खिचडी चाटवावी,
तेल, डाळभात चाटवावा.
मगच तान्हुल्याला छातीला लावावा.

पाजतेवेळी वाटीभर शिरा आईने
खावा.
भात, चणे-शेंगदाणे खावे,
बाळ-बाळंतिणीने १०० वर्षे छान
रहावे.

घरोघरी हे होत नाही.
मुलांना दूध, कणेरी पेज पाजतात.
डाळभाताचे पाणी देतात,
फळांचा रस देतात.
यात अन्न कमी-पाणी फार,
हे करतात मुलाची उपासमार,
ही मुले शू करतात खूप
पण शौचास होतो खडा
आणि होते बद्धकोष्ठता.

भागवील एकही भूक
पातळ अन्नाने.
तर होतात मुले बारीक.
येथे तर दिवसभर
दूध-पेजेचा भडिमार.
मग काय होणार हिंदुस्थान,
हा झाला बारीकस्थान.

ही मुले होतात बारीक,
पांढरी चिडचिडी,
आजारी व अल्पायुषी.

आपण हे करू नका.
मुलाला पातळ वस्तू देऊ नका.
त्याचा बोन्साय करू नका.
त्याला अल्पायुषी करू नका.

हे सर्व टाळावे.
पाचव्या महिन्यात बाळाचे उष्टावण
करावे.
आजीच्या मांडीवर शिरा चाटवावा.
मामीच्या मांडीवर तेल-खिचडी
भरवावी.
मगच दरवेळी आईने बाळाला
छातीला लावावे.

हळूहळू बाळ आहाराची गाडी
स्तनपानावरून घरच्या जेवणावर
जाईल.
व बाळाचा बाळकृष्ण होईल.

वाढदिवसानंतर मुलांचे खिसे
खाऊने भरावे.
गळ्यात खारीक-खोबऱ्याची माळ
घालावी.
बाळकृष्णाला बघून सर्वांना तृप्ती
लाभावी.

हे मी करेन.
माझा बाळ बाळकृष्ण होईल,
सर्वांना सांगेन.
सर्व बाळ-बाळंतिणी शतायुषी
होतील.
व हिंदुस्थान निरोगीस्थान होईल!

मंत्र क्र. २ : होईल काय? होईल काय?

थंड आइसक्रीम खाल्ले तर
थंड पेय प्यायले तर
सर्दी, तापवाल्यांशी खेळले तर
गर्दीमध्ये गेले तर
होईल काय ? होईल काय ?
सर्दी, खोकला, ताप आणखी काय ?

सर्दी होईल,
ताप येईल,
न्यूमोनिया होईल.
आणि मग होईल काय ?
जिवाला धोका आणखीन काय ?
इंजेक्शन हॉस्पिटल आणखीन काय ?
थंड आइसक्रीम खाणार नाही.

थंड पेय पिणार नाही.
सर्दीवाल्यांशी खेळणार नाही.
गर्दीमध्ये जाणार नाही.
मग सर्दी, खोकला होणार नाही.
टीबी, न्यूमोनिया होणार नाही.
गोवर, गालगुंड होणार नाही.
मग त्याने होईल काय ? होईल काय ?

मी निरोगी राहीन आणखी काय ?
उघडे वाघडे खाल्ले तर.....
घराबाहेर खाल्ले तर.....
हॉटेलमध्ये खाल्ले तर.....
भेळपुरी खाल्ली तर.....
होईल काय ? होईल काय ?
उलटी, जुलाब आणखीन काय ?

उलटी होईल, जुलाब होईल
कावीळ होईल, टायफॉईड होईल
कॉलरा होईल, जंत होतील
आयुष्याची दोरी लहान होईल.....

घरी सर्वांना लागण होईल
घरावरच आजाराची टोळधाड येईल.

मी घराबाहेर खाणार नाही.....
कुणाला खाऊ देणार नाही.....
मग उलटी, जुलाब होणार नाही.....
जुलाब मृत्यूत भर पडणार नाही.....

मी हे करीन
साऱ्यांना सांगीन.....
तर मग होईल काय ? होईल काय?
हिंदुस्थान होईल निरोगीस्थान
आणखीन काय ?

मंत्र क्र. ३ : 'जुलाबाचे' व 'उष्माघाताचे' मृत्यू टाळण्याचा 'संजीवनी मंत्र'

खायला सतत फळे द्या.
चणे कुरमुरे - दाणे द्या.

जुलाब मृत्यू टाळण्याचा हा संजीवनी मंत्र आहे.
उष्माघाताचा त्रास व मृत्यू टाळायचाही हाच मंत्र आहे.
जो करेल त्याचे प्राण वाचतील.
गावभर सांगेल, तर गावकरी वाचतील.

आपला गाव 'जुलाब-मृत्यू' मुक्त करू या.
आपले राष्ट्र 'जुलाब-मृत्यू' मुक्त करू या.
आपले राष्ट्र उष्माघात-मृत्यू मुक्त करू या.

आपला अनुभव सर्वांना सांगा.
डॉ. जोशींना विरारला कळवू या.

www.ingramcontent.com/pod-product-compliance
Lightning Source LLC
Chambersburg PA
CBHW080821020726
47501CB00009B/2365
9788184833768